I0089534

CHIẾN TRẬN THUỘC LINH

Nhận Diện Và Chống Lại

Công Việc Của Kẻ Thù Trong Đời Sống Bạn

Bruce A. Kugler

Julia Nguyen dịch

Bruce Kugler Ministries

Văn Phẩm Hạt Giống

Originally published in English under the title *Warfare in the Spiritual Realms: How to Recognize and Resist the Work of the Enemy in Your Life*

Copyright © 2023 by Bruce Kugler Ministries. All rights reserved.

———————————————————————

Bản dịch bản quyền © 2025 Bruce Kugler Ministries.
Bản dịch tiếng Việt: Văn Phẩm Hạt Giống
Thiết kế bìa: Rick Schroeppel

Bảo lưu bản quyền. Không phần nào trong xuất bản phẩm này được phép sao chép hay phát hành dưới bất kỳ hình thức hoặc phương tiện nào mà không có sự cho phép bằng văn bản của nhà xuất bản giữ bản quyền, ngoại trừ các trích dẫn ngắn trong những bài phê bình sách.

Phần Kinh Thánh được trích dẫn từ Bản Truyền Thống 1926, trừ những phần có ghi chú bản dịch cụ thể. Bản quyền © 1998 bởi Liên Hiệp Thánh Kinh Hội. Đã được phép sử dụng. Bản quyền được bảo lưu.

Publisher's Cataloging-in-Publication data:

Names:	Kugler, Bruce A., 1961-, author.
	Nguyen, Julia, translator.
Title:	*Chiến trận thuộc linh: nhận diện và chống lại công việc của kẻ thù trong đời sống bạn*
Author:	Bruce A. Kugler;
Translator:	Julia Nguyen
Description:	Includes bibliographical references and index.	Sherman, IL: Bruce A. Kugler, 2025.	Hanoi, Vietnam: Văn Phẩm Hạt Giống, 2025.
Identifiers:	ISBN: 978-1-988990-97-2(paperback) 978-1-988990-98-9 (ebook)
Subjects:	LCSH Spiritual warfare	Demonology| Devil–Christianity	Good and evil–Religious aspects–Christianity	Christian life. BISAC RELIGION / Christian Theology/ Angelology & Demonology RELIGION / Christian Ministry / Counseling & Recovery RELIGION / Christian Living / Spiritual Warfare
Classification:	LCC BT975 .K8419 2024	DDC 235/.4–dc23

Mục lục

GIỚI THIỆU

Có một cuộc chiến trong cõi tâm linh đang diễn ra giữa hai vương quốc rất quyền lực, đó là Vương quốc của Đức Chúa Trời và Vương quốc của Sa-tan. Một trận chiến không ngừng diễn ra khốc liệt giữa các thiên sứ thánh và các thế lực ma quỷ, tìm cách kiểm soát và ảnh hưởng đến cuộc sống con người cũng như số mệnh đời đời của họ. Sứ đồ Phao-lô chỉ ra rằng Cơ Đốc nhân đang ở trong chiến trận thuộc linh khi ông chép: "Vì chúng ta đánh trận, chẳng phải cùng thịt và huyết, bèn là cùng chủ quyền, cùng thế lực, cùng vua chúa của thế gian mờ tối nầy, cùng các thần dữ ở các miền trên trời vậy" (Êph 6:12).

Đáng buồn là, khi nói đến chiến trận thuộc linh thì có những quan điểm không quân bình. Một quan điểm cho rằng mọi vấn đề đều là kết quả của các tà linh. Một số người quy mọi vấn đề thuộc linh, mọi khó khăn hoặc thử thách cho Sa-tan. Tuy nhiên, thật sai lầm khi tin rằng mọi thách thức về phương diện tâm lý, vấn đề sức khỏe hay mọi cám dỗ đều do tà linh gây ra. Một số người cũng đổ lỗi cho Sa-tan và tà linh về mọi tội lỗi mà họ phạm. Một quan điểm không quân bình khác là tà linh không có thật và không ảnh hưởng gì đến con người. Một số quan điểm cho rằng niềm tin vào tà linh chỉ là một cách để những người thiếu hiểu biết cách đây hàng ngàn năm giải thích cho những đau đớn, khốn khổ và nguyên nhân tồn tại của cái ác mà thôi. Tuy nhiên, tiền đề này có thể dẫn đến một kết luận sai lầm rằng những vấn đề mà Kinh thánh cho là do ma quỷ gây ra chỉ là vấn đề tâm lý hoặc y tế. Chuyện có thể ngày xưa người ta đã đơn giản hóa quá mức vấn đề cái ác không nên được dùng để biện minh cho việc bác bỏ thực tại về cõi tâm linh và các tà linh bởi vì cả hai đều được Chúa Giê-xu Christ công nhận trong Kinh thánh.

Việc có một sự hiểu biết Kinh thánh vững chắc về chiến trận thuộc linh là điều rất quan trọng. Tuy nhiên, chủ đề chiến trận thuộc linh hầu như đã bị Cơ Đốc giáo Tin lành thuần túy bỏ qua. Nhiều người nghĩ rằng đó là lĩnh vực dành riêng cho những giáo sĩ, hoặc có lẽ cho những người làm mục vụ giữa vòng những người có liên hệ đến ma thuật hoặc chuyện thờ phượng Sa-tan. Hầu hết các Cơ Đốc nhân đều kết luận gần như chắc chắn rằng hiểu biết về chiến trận thuộc linh là việc không quan trọng trong đời sống của họ. Những người trải qua những khó khăn hoặc nan đề thuộc linh sâu sắc thường được tư vấn rằng nguyên nhân gốc rễ cho các vấn đề của họ là do không thể chế ngự xác thịt hoặc thiếu cam kết với Đấng Christ. Điều này có thể đúng; tuy nhiên, nhiều người không bao giờ nghiêm túc xem xét rằng nan đề của họ cũng có thể liên quan đến hoạt động của các tà linh.

Chiến trận thuộc linh không chỉ đơn thuần là nghiên cứu về các tà linh. Dĩ nhiên, việc nghiên cứu nguồn gốc và cách tổ chức của Sa-tan cũng quan trọng. Hiểu phạm vi hoạt động của Sa-tan và cách các quỷ tác động đến tín hữu cũng rất quan trọng. Tín hữu không thể tham gia vào cuộc chiến thuộc linh một cách hiệu quả nếu không xem xét các lĩnh vực quan trọng như khí giới của Đức Chúa Trời, các thiên sứ thánh, huyết của Chúa Giê-xu Christ, được đầy dẫy Đức Thánh Linh và năng quyền của sự cầu nguyện. Chiến thắng trong chiến trận thuộc linh cũng đòi hỏi một sự hiểu biết về khác biệt giữa thế gian, xác thịt và ma quỷ.

Một số người tin rằng để tham gia vào chiến trận thuộc linh đòi hỏi phải có một lượng kiến thức rộng lớn mà chỉ những tín hữu trưởng thành mới dám giao chiến với kẻ thù. Cả hai niềm tin này đều sai. Những người chắc chắn có khả năng được lợi nhất từ việc tham gia vào cuộc chiến thuộc linh là những tín đồ đang tranh chiến trong đời sống thuộc linh của họ hoặc đang ở trong xiềng xích của tội lỗi mà họ chưa bao giờ vượt qua được. Hiểu những ràng buộc này phát triển như thế nào và làm sao chúng có thể bị phá vỡ sẽ là thông tin đáng hoan nghênh. Những người khác sẽ đạt được sự hiểu biết phong phú về cách để cầu nguyện hiệu quả cho bạn bè và người thân để họ tiếp nhận Chúa Giê-xu Christ làm Chúa và Cứu Chúa của mình. Những người đọc và áp dụng các tư liệu trong cuốn sách này sẽ có sự hiểu biết và sự tự tin để hỗ trợ những người phải đối đầu trực tiếp với quyền lực của bóng tối. Các tín hữu sẽ thấy rằng tham gia vào chiến trận thuộc linh sẽ thêm một khía cạnh mới mẻ trong mối quan hệ giữa họ với Đức Chúa Trời.

— 1 —

BẺ GÃY NHỮNG RÀNG BUỘC TỘI LỖI

Tôi muốn kể cho bạn một câu chuyện có thật. Mẹ của John là người thường xuyên cầu nguyện cho anh. Tuy nhiên, lúc John được mười sáu tuổi, anh lại trở thành một người vô thần. Anh thích thú khi thuyết phục người khác rời bỏ niềm tin Cơ Đốc. Khi John lên mười chín tuổi, anh bắt đầu nghề buôn bán nô lệ tại Anh. Đó là năm 1744. Cuối cùng John trở thành thuyền trưởng trên một tàu buôn nô lệ. Anh tham gia vào những việc tàn ác đối với người châu Phi. Cái chết và sự hung hãn trên các tàu buôn nô lệ là chuyện xảy ra như cơm bữa. Xấp xỉ một phần ba nô lệ trên tàu là phụ nữ. Một điều mà bạn thường không được kể trong các sách lịch sử ở trường học ấy là các thuỷ thủ cũng như các thuyền trưởng sẽ thường vào bên trong tàu và lựa ra những người nữ rồi xâm hại họ. Điều này được thực hiện cách thường xuyên và có hệ thống. Nó làm lương tâm người hiện đại chúng ta bị sốc. Đáng buồn là, John đã tham gia vào những hoạt động này. Thậm chí những thủy thủ chai lì lương tâm trên tàu cũng kinh ngạc trước mức độ gian ác của John.

Một đêm nọ, con tàu của John gặp phải một cơn bão hung hãn và bắt đầu chìm. John có thể nghe được tiếng hét thất thanh của một thủy thủ khi anh ta dần chìm xuống. Suốt đêm hôm đó, John kêu xin Đức Chúa Trời thương xót và con tàu đã sống sót. Ngày tiếp theo, cơn bão tan đi, John có thời gian để suy nghĩ về trải nghiệm của mình. Sau mười một giờ suy ngẫm, anh quyết định tin nhận Chúa Giê-xu Christ làm Chúa và Cứu Chúa của mình. Tôi muốn nhấn mạnh rằng John đã đưa ra một quyết định rất thận trọng, cân nhắc và sáng suốt. Quyết định của anh không phải nóng vội, cảm xúc hay theo "Thuyết Cả Tin" đang phổ biến ở nhiều hội thánh tại Hoa Kỳ ngày nay. Đó là, chỉ lặp lại lời cầu nguyện tin Chúa ngắn, mà không cần cân nhắc cái giá phải trả, không ăn năn tội lỗi và không đầu phục Đức Chúa

Trời. John kinh ngạc trước lòng thương xót của Đức Chúa Trời. Thậm chí anh còn quay lại với cha mình, xin ông tha thứ cho lối sống gian ác của anh trước kia.

Một thời gian sau, John cần tiền. Anh không tìm được việc làm nên miễn cưỡng nhận một vị trí trên một tàu buôn nô lệ. Sau vài tuần, John ngừng đọc Kinh thánh. Anh trở nên cẩu thả trong việc cầu nguyện và không thông công với các Cơ Đốc nhân khác. Cuối cùng, John thấy bản thân lại tham gia vào những việc gian ác trước kia. Tôi sẽ không đi vào chi tiết mức độ tội lỗi của anh đối với người châu Phi, đặc biệt là phụ nữ, nhưng đủ để nói rằng, John là một con người khốn khổ trước khi anh được cứu, và theo tất cả các tiêu chuẩn của con người, anh vẫn là một người khốn khổ sau khi anh đã được cứu. Chính John đã nói: "Bây giờ tôi đang bị xiềng xích cột trói. Tôi rất ít khao khát và không có sức mạnh để giải phóng bản thân."[1]

Có bao giờ bạn cảm thấy như vậy trong tư cách là một Cơ Đốc nhân không? Rất ít khao khát và không có sức để giải phóng bản thân khỏi sự nghi ngờ, khỏi tinh thần ăn uống quá độ, khỏi suy nghĩ tiêu cực, khỏi cay đắng, khỏi nghiện ngập, khỏi suy nghĩ bạo lực, khỏi sợ hãi, khỏi ham muốn, dâm dục, tinh thần không tha thứ, khỏi sự phàn nàn, lo lắng và các đồn lũy cùng tội lỗi khác. Nếu bạn cũng như vậy, Sa-tan đã có được bạn ngay chỗ mà nó muốn. Chỗ thất vọng, chán nản, thường xuyên đau khổ và không được Đức Chúa Trời sử dụng. Tuy nhiên, bạn không cần phải như vậy. Tôi xin kết thúc câu chuyện về John, nhưng không phải ngay bây giờ.

Giống như nhiều Cơ Đốc nhân ngày nay, John đã không hiểu sự khác biệt giữa được tha "án phạt tội lỗi" và việc được bẻ gãy "quyền lực của tội lỗi" trong cuộc đời anh. Bạn phải hiểu sự khác biệt giữa hai khái niệm này. Trước tiên, hãy cùng nhau thảo luận về được tha án phạt của tội lỗi.

ĐƯỢC THA THỨ KHỎI ÁN PHẠT CỦA TỘI LỖI

Khi một người tin nhận Chúa Giê-xu Christ làm Chúa và Cứu Chúa, Đức Chúa Trời tha thứ người đó khỏi án phạt tội lỗi. Người đó nhận sự tha tội và Đức Thánh Linh bước vào đời sống người ấy. Chúng ta phải bắt đầu ở đây bởi vì nếu không có Đức Thánh Linh, sẽ không có quyền năng trong đời sống bạn. Động cơ của một chiếc ô-tô sẽ không khởi động trừ khi có ắc quy dưới mui xe. Những chương tiếp theo mà tôi giải thích sẽ không có nghĩa lý gì nếu bạn không hiểu đúng phần này.

Có ba điều kiện tất yếu để được tha án phạt tội lỗi và nhận được sự tha tội này. Đầu tiên bạn phải thừa nhận rằng bạn đã phạm tội. "Vì mọi người đều đã phạm tội, thiếu mất sự vinh hiển của Đức Chúa Trời" (Rô 3:23). Có người phạm tội nhiều, có người phạm tội ít, nhưng sự thật vẫn là mọi người đều đã phạm tội chống nghịch Đức Chúa Trời ở một thời điểm nào đó trong cuộc đời của họ. Mọi người, bao gồm cả tôi, bạn và mọi người sống trên trái đất.

Thứ hai bạn phải tin. Bạn phải tin rằng tiền công cho tội lỗi của bạn là hình phạt đời đời. "Vì tiền công của tội lỗi là sự chết;" (Rô 6:23). Điều này không chỉ có nghĩa là thân thể vật lý của một người sẽ chết vì tội lỗi, mà người đó cũng sẽ vĩnh viễn bị chia cách khỏi Đức Chúa Trời ở một nơi được gọi là Hồ Lửa. Bạn cũng phải tin rằng Chúa Giê-xu Christ là Con Đức Chúa Trời, rằng Ngài đã chết trên thập tự giá, đổ huyết Ngài ra để gánh lấy tội lỗi của bạn và đã sống lại từ cõi chết. Khi Chúa Giê-xu ở trên thập tự giá, Đức Chúa Trời đã lấy mọi tội lỗi của bạn và đặt chúng lên trên Chúa Giê-xu. Sau đó, Đức Chúa Trời trút xuống mọi cơn thịnh nộ và mọi sự phán xét đáng lẽ phải dành cho bạn và Ngài hướng cơn thịnh nộ và sự phán xét đó lên Con của Ngài thay cho bạn. Nói cách khác, Chúa Giê-xu Christ đã gánh lấy hình phạt của bạn. Chúa Giê-xu Christ tình nguyện làm người chịu thay cho bạn.

Đối với những độc giả Hồi giáo của tôi, xin đừng hiểu nhầm ý tôi khi tôi nói rằng Chúa Giê-xu là Con Đức Chúa Trời. Chỉ có một Đức Chúa Trời, không phải ba Đức Chúa Trời. Tôi không nói rằng Đức Chúa Trời có quan hệ với bà Ma-ri, người đã sinh ra Chúa Giê-xu Christ. Điều tôi đang nói là Chúa Giê-xu Christ là Đấng đời đời; Đức Chúa Trời tồn tại trong ba ngôi vị, ba ngôi vị này cùng bản chất hoặc bản thể. Chúa Giê-xu Christ là hiện thân của Đức Chúa Trời trong thân xác con người. Tuy nhiên, chỉ có một Đức Chúa Trời. Tôi thừa nhận rằng điều này có vẻ phi lo-gic và khó lý giải. Tôi tin lẽ thật này không phải vì tôi hoàn toàn hiểu về nó, nhưng vì nó được bày tỏ trong Lời Đức Chúa Trời. "Vì Đức Chúa Trời yêu thương thế gian, đến nỗi đã ban Con một của Ngài, hầu cho hễ ai tin Con ấy không bị hư mất mà được sự sống đời đời" (Giăng 3:16).

Điều tất yếu thứ ba là bạn phải phó thác cuộc đời mình cho Chúa Giê-xu Christ. Bạn phải xưng nhận Giê-xu Christ là Chúa. "Vậy nếu miệng ngươi xưng Đức Chúa Jêsus ra và lòng ngươi tin rằng Đức Chúa Trời đã khiến Ngài từ kẻ chết sống lại thì ngươi sẽ được cứu" (Rô 10:9). Bạn phải sẵn lòng để Chúa Giê-xu Christ làm Chúa của đời sống bạn. Điều này có nghĩa là Chúa Giê-xu Christ phải là chủ của cuộc đời bạn. Một số người sẽ tranh luận rằng lúc tin Chúa, bạn không cần phải nhận biết và vâng phục Chúa Giê-xu Christ trong tư cách là Chúa. Tôi sẽ đồng ý rằng bạn có thể được cứu mà không cần phải biết đầy đủ ý nghĩa của quyền làm Chúa của Chúa Giê-xu Christ trong cuộc đời bạn. Tuy nhiên, bạn không thể được cứu nếu có một lĩnh vực nào đó trong đời sống bạn từ chối đầu phục Đấng Christ làm Chúa (làm chủ).

Tiền bạc là một ví dụ hay. Tiền bạc thường là chướng ngại cản trở việc được cứu vì nó có thể là một hình thức của lòng tham và sự thờ lạy thần tượng. Bạn không thể phục vụ Chúa và tiền bạc. Vì vậy, nếu một người không sẵn sàng để Chúa Giê-xu Christ làm chủ cách người ấy sử dụng tiền bạc của mình (nếu tiền bạc hiện tại là chúa của họ), thì Đức Thánh Linh có thể tập trung vào vấn đề này khi Ngài có ý định kéo người đó đến với sự cứu rỗi. Tôi đã từng chia sẻ Phúc âm ở Ấn Độ. Ở Ấn Độ có hàng ngàn vị thần. Khi suy nghĩ về sự cứu rỗi, một vài người bị cám dỗ chỉ thêm Chúa Giê-xu vào như là một trong những vị thần của họ. Vì vậy, cần phải làm rõ rằng Chúa Giê-xu Christ phải là Đức Chúa Trời có một và duy nhất của bạn.

Chúa Giê-xu Christ cũng đưa ra ý đó khi Ngài gặp gỡ người trai trẻ giàu có. Bạn còn nhớ anh ấy đã hỏi Chúa Giê-xu Christ rằng anh cần làm gì để được sự sống đời đời. Chúa Giê-xu nói với anh rằng anh cần phải vâng giữ các điều răn. Khi đó, người trai trẻ giàu có hỏi Chúa Giê-xu: "Những điều răn nào?" Rồi Chúa Giê-xu liệt kê một số điều răn:

"Đừng giết người;
đừng phạm tội tà dâm;
đừng ăn trộm cắp;
đừng làm chứng dối;

Hãy thảo kính cha mẹ;

và: Hãy yêu kẻ lân cận như mình.

Người trẻ đó thưa rằng: Tôi đã giữ đủ các điều nầy; còn thiếu chi cho tôi nữa?"

(Ma-thi-ơ 19:18-20)

Hãy chú ý cách đáp lại của người trai trẻ giàu có:

"Người trẻ đó thưa rằng: 'Tôi đã giữ đủ các điều nầy; còn thiếu chi cho tôi nữa?' Đức Chúa Jêsus phán rằng: '*Nếu ngươi muốn được trọn vẹn, hãy đi bán hết gia tài mà bố thí cho kẻ nghèo nàn, thì ngươi sẽ có của quí ở trên trời; rồi hãy đến mà theo ta.*' Nhưng khi người trẻ nghe xong lời nầy, thì đi, bộ buồn bực; vì chàng có của cải nhiều lắm. Đức Chúa Jêsus bèn phán cùng môn đồ rằng: Quả thật, ta nói cùng các ngươi, người giàu vào nước thiên đàng là khó lắm." (Mat 19:20-23, phần nhấn mạnh được thêm vào)."

Người trai trẻ giàu có này là một người rất ngoan đạo. Anh tuyên bố rằng anh đã giữ tất cả các điều răn ấy. Thật ấn tượng! Tuy nhiên, Chúa Giê-xu tập trung vào một lĩnh vực mà anh không sẵn sàng quy phục. Ngài bảo người trai trẻ giàu có hãy bán tài sản của mình, lấy tiền phân phát cho người nghèo, rồi hãy đến theo Ngài. Đáng buồn là, anh ta không sẵn lòng vâng lời Chúa Giê-xu. Khi Chúa Giê-xu đang đưa một người đến với sự cứu rỗi, thì thông thường trong đời sống của người ấy có một cuộc chiến giành quyền kiểm soát và phục tùng trong nhiều lĩnh vực khác nhau. Đối với người trai trẻ giàu có, đó là tiền bạc. Đối với người khác, đó có thể là thói quen tình dục, công việc, mối quan hệ hoặc sự không tha thứ, hoặc các tội lỗi khác.

Giao phó cuộc đời của bạn cho Chúa Giê-xu cũng có nghĩa là bạn phải ăn năn tội lỗi của mình. "nhưng nếu các ngươi chẳng ăn năn, thì hết thảy cũng sẽ bị hư mất như vậy" (Lu 13:5). Ăn năn là nói với Chúa rằng bạn hối hận về tội lỗi của mình và nhờ sự giúp đỡ của Ngài, bạn sẵn lòng từ bỏ tội lỗi. Để tôi kể cho bạn nghe câu chuyện về một người tên Đan. Tôi đã học võ nhiều năm. Đan là một trong những người bắt cặp thi đấu với tôi. Một ngày nọ, khi tôi và Đan đang luyện tập, anh ấy hỏi tôi rằng anh ấy cần phải làm gì để được lên thiên đàng. Khi đó, tôi đã giải thích cho anh các yêu cầu để được cứu rỗi. Đan thừa nhận mình là tội nhân. Anh tin rằng tiền công của tội lỗi mình là hình phạt đời đời. Anh cũng tin rằng Chúa Giê-xu Christ đã chết trên cây thập tự, đổ huyết Ngài ra, trả giá cho tội lỗi của mình và đã sống lại từ cõi chết. Sau đó, tôi giải thích rằng anh cũng cần ăn năn tội lỗi của mình nữa. Một biểu cảm buồn xuất hiện trên gương mặt anh. Đan nói với tôi rằng anh không sẵn lòng ăn năn. Vì Đan là người bạn tốt, người có thể thành thật với tôi, nên tôi hỏi anh ấy: "Sao vậy?" Anh ấy nói với tôi rằng anh ấy đang có quan hệ với bạn gái và không muốn dừng lại. Tôi tin rằng Đan sẵn lòng lặp lại lời cầu nguyện, "Xin Chúa Giê-xu ngự vào lòng con." Tuy nhiên, lặp lại lời cầu nguyện như vậy khi không sẵn lòng ăn năn tội lỗi chỉ mang lại cảm giác an ninh giả tạo trong sự cứu rỗi mà thôi. Chướng ngại vật đối với Đan là anh không sẵn lòng ăn năn tội lỗi của mình.

Xin đừng hiểu lầm ý tôi. Không hề có yêu cầu nào rằng một người phải chiến thắng một số tội lỗi nhất định thì mới được cứu. Trên thực tế, trước khi được cứu, có lẽ ta không có năng lực để chiến thắng một số thói quen tội lỗi và sự nghiện ngập nhất định. Tuy nhiên, ta phải ăn năn tội và sẵn lòng để Chúa Giê-xu giúp mình chiến thắng. Ta có trách nhiệm vâng lời và đầu phục Chúa Giê-xu Christ. Sau khi được cứu, trách nhiệm của Đức Chúa Trời là ban quyền năng của Đức Thánh Linh để ta chiến thắng và chế ngự tội lỗi. Ví dụ, giả sử bạn đang chia sẻ Phúc âm cho một người nghiện rượu đã ba mươi năm. Tuần trước, người đó vẫn còn ở trong các quán bar và nhậu nhẹt say xỉn. Người ấy thẳng thắn thừa nhận rằng rất có thể tuần tới người ấy lại sẽ đến quán bar và say xỉn nữa. Người ấy có được cứu không? Người ấy tự thừa nhận mình không thể nào bỏ rượu. May mắn là, trước khi được cứu, người ấy không cần phải chiến thắng tội này. Tuy nhiên, người ấy cần ăn năn tội ấy và sẵn lòng để Chúa Giê-xu thay đổi mình. Người ấy phải sẵn lòng để Đấng Christ biến đổi trong những lĩnh vực mà bản thân người ấy không thể tự thay đổi. Nếu một người sẵn sàng thực hiện các bước này, thì người đó có thể được cứu ngay lập tức. Mặt khác, nếu một người không chịu ăn năn và không sẵn lòng để Đấng Christ giúp mình chiến thắng tội lỗi, mà còn có ý định tiếp tục say sưa chống nghịch điều răn của Đức Chúa Trời, thì vào thời điểm đó, người ấy không thể được cứu. Dù vậy, người đó vẫn còn hy vọng. Qua sự cầu nguyện của các tín hữu khác, người đó rồi cũng sẽ đến một thời điểm trong đời sẵn sàng ăn năn tội lỗi, đầu phục Chúa Giê-xu Christ và tiếp nhận món quà cứu rỗi.

Nếu bạn đang chia sẻ Phúc Âm, hãy nhạy bén với Đức Thánh Linh để biết liệu người ta có thực sự hiểu điều kiện để được cứu không. Đừng vội bắt người đó chỉ lặp lại lời cầu nguyện tin Chúa. Bạn không muốn mang lại cho người đó cảm giác an ninh giả tạo.

CẦU NGUYỆN ĐỂ NHẬN ĐƯỢC ƠN THA THỨ CỦA ĐỨC CHÚA TRỜI

Tôi muốn mời bạn ngay bây giờ hãy đón nhận ơn tha thứ của Đức Chúa Trời. Nếu bạn muốn đón nhận ơn tha thứ của Chúa, hãy cầu nguyện lời cầu nguyện bên dưới. Hãy nhớ rằng Đức Chúa Trời dò xét ý định trong lòng bạn. Ấy không phải là những từ ngữ chính xác mà bạn sử dụng mà là sự sẵn lòng thừa nhận, tin tưởng và phó thác cuộc đời của bạn cho Chúa Giê-xu Christ. Một ví dụ về lời cầu nguyện tiếp nhận ơn tha thứ của Đức Chúa Trời là lời cầu nguyện dưới đây:

"Lạy Chúa, con thừa nhận rằng con đã phạm tội. Con tin rằng tiền công cho tội lỗi của con là hình phạt đời đời. Con tin rằng Con của Ngài là Chúa Giê-xu Christ đã chết trên thập tự giá, đổ huyết ra để đền chuộc tội lỗi của con và sống lại từ cõi chết. Con phó thác cuộc đời của con cho Chúa Giê-xu Christ. Con thuận phục Chúa Giê-xu Christ trong tư cách là chủ và là thẩm quyền của đời con. Con ăn năn tội lỗi của con. Con xưng nhận Chúa Giê-xu Christ là Chúa của con. Con xin tiếp nhận ơn tha thứ của Ngài. Con cảm ơn Ngài. A-men."

Đối với những ai vừa chấp nhận lời hứa tha thứ của Đức Chúa Trời, bước quan trọng tiếp theo là bạn phải chịu phép báp-têm. Chúa Giê-xu bảo rằng tất cả những ai nhận Ngài là Cứu Chúa đều phải chịu phép báp-têm. "Ai tin và chịu phép báp-têm, sẽ được rỗi; nhưng ai chẳng tin sẽ bị đoán phạt" (Mác 16:16). Bạn vừa cầu nguyện mời Chúa Giê-xu Christ làm Chúa, làm chủ của cuộc đời bạn. Chịu phép báp-têm là một trong những bài kiểm tra đầu tiên về tinh thần vâng lời của bạn. Nó cho thấy liệu bạn có thực sự nghĩ đúng với những gì bạn vừa cầu nguyện hay không. Hãy tìm một hội thánh tin vào Kinh thánh, nói chuyện với vị mục sư ở đó về quyết định nhận ơn tha thứ từ Chúa của bạn và xin được làm báp-têm.

THA THỨ TẤT CẢ TỘI LỖI QUÁ KHỨ, HIỆN TẠI VÀ TƯƠNG LAI

Nếu ngay bây giờ hoặc trước đó bạn đã đáp ứng cả ba yêu cầu (thừa nhận, tin và phó thác) thì điều kỳ diệu đã xảy ra. Đức Chúa Trời đã tha thứ cho bạn tất cả tội lỗi trong quá khứ, hiện tại và tương lai của bạn. Giả dụ bạn đã nhận ơn tha thứ của Đức Chúa Trời, và hiện tại bạn 25 tuổi. Vào thời điểm đó, Đức Chúa Trời nhìn vào tương lai của bạn, Ngài thấy tất cả những tội lỗi mà bạn sẽ phạm phải cho đến cuối đời và Ngài đã tha thứ tất cả những tội lỗi ấy của bạn. Sau đó, Đức Chúa Trời tuyên bố rằng bạn hoàn toàn công bình, dù trong thực tế bạn chưa được như vậy. Đức Chúa Trời biết rằng bạn không hoàn toàn công bình. Bản thân bạn cũng biết rằng mình không hoàn toàn công bình. Người phối ngẫu và con cái của bạn chắc chắn biết rằng bạn không hoàn toàn công bình. Tuy nhiên, Đức Chúa Trời tuyên bố rằng bạn hoàn toàn công bình.

Khi bé Claire, con gái út của tôi, được bốn tuổi, nếu cháu làm được điều gì tốt hoặc dễ thương, tôi sẽ nói với cháu: "Con lên sáu tuổi được rồi đấy!" Sau đó, bé sẽ đi xung quanh và bắt đầu nói với mọi người: "Bố con đã cho con lên sáu tuổi rồi!" Cuối cùng, vợ tôi phải yêu cầu tôi đừng nói thế nữa. Vợ tôi biết tôi nói đùa, nhưng cô ấy không muốn con gái tôi bị rối. Tất nhiên, chỉ bằng lời nói thì tôi không có khả năng khiến một đứa trẻ từ bốn tuổi lên sáu tuổi; tuy nhiên, Đức Chúa Trời có quyền tuyên bố một người tội lỗi là hoàn toàn công bình. Kinh thánh gọi đây là món quà của sự công bình và được nhắc đến trong sách Rô-ma. "Vả, nếu bởi tội một người mà sự chết đã cai trị bởi một người ấy, thì huống chi những kẻ nhận ân điển và sự ban cho của sự công bình cách dư dật, họ sẽ nhờ một mình Đức Chúa Jêsus Christ mà cai trị trong sự sống là dường nào!" (Rô 5:17). Đây cũng là lý do tại sao Kinh thánh nói rằng Đức Chúa Trời không còn kết án người tin Chúa nữa. "Cho nên hiện nay chẳng còn có sự đoán phạt nào cho những kẻ ở trong

Đức Chúa Jêsus Christ" (Rô 8:1). Nếu bạn đã nhận ơn tha thứ của Đức Chúa Trời, Đức Chúa Trời không còn kết án bạn nữa. Sau khi được cứu, khi bạn phạm tội, Đức Thánh Linh sẽ cáo trách bạn, nhưng Ngài không bao giờ kết án bạn. Khi Đức Thánh Linh cáo trách bạn, điều đó tựa như việc Ngài vòng tay ôm lấy bạn và nói với bạn: "Con có thể làm tốt hơn. Ta ở đây để giúp con. Chúng ta có thể cùng nhau chiến thắng tội lỗi này."

CHIẾN TRẬN THUỘC LINH TĂNG LÊN SAU KHI TIN CHÚA

Vào thời điểm bạn được cứu rỗi, khi mà bạn nhận ơn tha thứ của Đức Chúa Trời, bạn sẽ bắt đầu kinh nghiệm cuộc chiến thuộc linh gia tăng! Cuộc chiến ấy không chỉ là cuộc chiến chống lại những ảnh hưởng của thế gian và xác thịt (một số người gọi đó là bản chất tội lỗi), mà còn chống lại Sa-tan và đội quân ác linh. Kinh thánh mô tả kẻ thù này như sau: "Vì chúng ta đánh trận, chẳng phải cùng thịt và huyết, bèn là cùng chủ quyền, cùng thế lực, cùng vua chúa của thế gian mờ tối nầy, cùng các thần dữ ở các miền trên trời vậy" (Êph 6:12).

Sa-tan có chiến lược phá hủy bạn. Trong Khải Huyền 9:11, một ác linh hoặc có lẽ chính Sa-tan được gọi là "A-ba-đôn" trong tiếng Hê-bơ-rơ và "A-bô-ly-ôn" trong tiếng Hy Lạp được dịch là "Kẻ hủy diệt."[2]

Sa-tan muốn hủy diệt bạn về mặt tinh thần, thể chất, tài chính, tình cảm và tình dục. Chúng ta biết rằng trong bất kỳ cuộc chiến vật lý nào, con người đều bị thương tích và có khi bị giết chết. Bất kỳ cuộc chiến vật lý nào cũng đều có thương vong. Tương tự, trong cuộc chiến thuộc linh này, một số Cơ Đốc nhân sẽ trở thành thương binh. Do tội lỗi chưa ăn năn và các chiến lược khác của kẻ thù, một vài Cơ Đốc nhân sẽ phải chịu đau đớn không cần thiết, bị ma quỷ trói buộc, bị áp bức, bất ổn về cảm xúc và chết trẻ. Một vài Cơ Đốc nhân sẽ toan và thậm chí đã thực hiện hành vi tự sát. Không có giới hạn nào về mức độ mà các thế lực của bóng tối cố gắng xô ngã một người một khi một số cánh cửa nhất định được mở ra. Hơn nữa, người vô tội thường bị tổn thương. Trẻ em thường bị tổn thương bởi tội lỗi của cha mẹ và những người khác. Một số Cơ Đốc nhân sẽ trở thành thương binh trong cuộc chiến thuộc linh này bởi vì họ chưa bao giờ đối phó với sức mạnh của tội lỗi trong cuộc sống của mình và đã mở cửa cho các thế lực tối tăm.

MỤC ĐÍCH CỦA SỰ ĂN NĂN SAU KHI TIN CHÚA

Sau khi nhận được sự cứu rỗi, tại sao người đó cần phải ăn năn tội lỗi? Bạn đã được tha thứ án phạt của tội lỗi. Bạn đã được tha thứ tất cả mọi tội lỗi của bạn trong quá khứ, hiện tại và tương lai. Khi được cứu, mối quan hệ giữa bạn với Đức Chúa Trời đã được thiết lập nhưng khi bạn phạm tội, mối thông công với Chúa của bạn bị phá vỡ. Ví dụ, có lần con gái tôi nói dối tôi. Tôi đã rất thất vọng. Tuy nhiên, con bé vẫn là con gái của tôi dù con bé đã nói dối, nhưng mối giao hảo giữa chúng tôi đã bị phá vỡ... Sau đó, con bé xin lỗi tôi và mối giao hảo giữa chúng tôi được khôi phục. Nếu bạn thực sự đã được cứu (nếu bạn đã chấp nhận lời mời nhận ơn tha thứ của Đức Chúa Trời) thì mối quan hệ giữa bạn với Đức Chúa Trời đã được thiết lập, nhưng mối thông công của bạn với Ngài bị phá vỡ khi bạn phạm tội.

Lý do đầu tiên cho việc bạn ăn năn là để duy trì mối thông công với Đức Chúa Trời. Lý do thứ hai bạn ăn năn là để ngăn chặn các thế lực tối tăm tạo ràng buộc tội lỗi trong cuộc sống của bạn. Để thế lực ma quỷ có thể tạo ràng buộc tội lỗi, thì chúng cần bạn mở một cánh cửa cho chúng. Ruồi không bay vào nhà trừ khi cửa nhà bỏ ngỏ. Khi một tín hữu phạm tội và không chịu ăn năn, người ấy cho phép các thế lực tối bắt đầu tạo ra sự trói buộc của tội lỗi hay của ma quỷ vì anh ta đã mở cánh cửa.

Để tôi cho bạn một ví dụ. Giả sử ai đó làm tổn thương bạn ở hội thánh. Người đó đưa ra một nhận xét thô lỗ, khó chịu và bạn cảm thấy cay đắng. Tại thời điểm đó, bạn có một lựa chọn là khước từ cám dỗ ấy hoặc nhượng bộ nó. Hãy khước từ lời nói dối rằng bạn không thể nào chiến thắng cám dỗ đó đâu. "Những sự cám dỗ đến cho anh em, chẳng có sự nào quá sức loài người. Đức Chúa Trời là thành tín, Ngài chẳng hề cho anh em bị cám dỗ quá sức mình đâu; nhưng trong sự cám dỗ, Ngài cũng mở đàng cho ra khỏi, để anh em có thể chịu được" (1 Cor 10:13). Nếu bạn thật sự được cứu và có Đức Thánh Linh ngự bên trong bạn, thì bạn có sức mạnh để chống lại cám dỗ. Bạn có ắc quy trong xe ô-tô. Bạn nên ngay lập tức khước từ suy nghĩ cay đắng với người đã làm tổn thương bạn.

Giả sử bạn không khước từ suy nghĩ xấu xa này ngay lập tức. Thay vào đó, bạn chọn chìm đắm trong suy nghĩ cay đắng và việc bạn khinh miệt người đó như thế nào. Lựa chọn sai lầm này dẫn đến việc mở ra cánh cửa dẫn vào các thế lực tối tăm. Ngay khi bạn phạm tội, Đức Thánh Linh sẽ cáo trách bạn. Khi ấy, bạn lại có một lựa chọn khác. Bạn có thể ăn năn tội lỗi đó hoặc bạn có thể phớt lờ Đức Thánh Linh. Lần này, nếu bạn phớt lờ Đức Thánh Linh, Ngài sẽ tiếp tục bị làm buồn lòng. "Anh em chớ làm buồn cho Đức Thánh Linh của Đức Chúa Trời, vì nhờ Ngài anh em được ấn chứng đến ngày cứu chuộc" (Êph 4:30). Nếu bạn tiếp tục phớt lờ Đức Thánh Linh, bạn đã dập tắt Đức Thánh Linh. "Chớ dập tắt Thánh Linh" (1 Tê 5:19). Tại thời điểm này, bạn đang hướng về phía rắc rối. Điều ban đầu vốn chỉ là một cám dỗ hoặc một tội lỗi đơn thuần có thể trở thành một xiềng xích tội lỗi, một sự ràng buộc từ ma quỷ và tinh thần cay đắng ấy sẽ rất khó phá bỏ. Nhiều Cơ Đốc nhân đang ở thời điểm như vậy trong đời sống thuộc linh. Nó tương tự như vừa lái ô tô vừa phanh hãm. Lẽ ra chiếc xe chạy với vận tốc 110km/giờ, nhưng phanh hãm bật lên nên bạn chỉ đi được 8km/giờ và bạn tự hỏi sao vậy. Hãy để tôi hỏi bạn một câu. Bạn có cảm thấy có một chiếc phanh hãm thuộc linh đang hoạt động trong cuộc đời của bạn không?

Một khi thế lực ma quỷ có thể thiết lập một xiềng xích tội lỗi trong cuộc sống của bạn, nó sẽ phát triển giống như bệnh ung thư và có thể ảnh hưởng đến những lĩnh vực khác trong cuộc sống của bạn. Điều bắt đầu như một vấn đề cay đắng có thể lan sang các lĩnh vực khác, bao gồm nhưng không giới hạn ở sự tức giận, ghen ghét, dục vọng, ăn quá nhiều hoặc thiếu tiết độ. Đời sống tâm linh của bạn không bao giờ ở mức trung lập cả. Hoặc bạn trở nên gần gũi hơn với Chúa hoặc bạn đang rời xa Ngài. Hoặc bạn đang đóng cánh cửa trước các thế lực của bóng tối hoặc bạn đang mở ra những cánh cửa mới.

HẬU QUẢ CỦA VIỆC KHÔNG CHỊU ĂN NĂN TỘI LỖI

Sẽ có những hậu quả nghiêm trọng trong cuộc sống của bạn nếu bạn phớt lờ Đức Thánh Linh và không chịu ăn năn tội lỗi. Ban đầu, có thể bạn nhận thấy rằng mình không yêu thương, không có niềm vui, sự bình an hay sự kiên nhẫn. Bạn sẽ không còn trái Thánh Linh nữa. Ấy là do Chúa Thánh Linh đang cắt lìa khỏi bạn để thu hút sự chú ý của bạn! Ngài đang cố gắng làm bạn chú ý đến những lá cờ đỏ được giương lên. Đời sống tư tưởng của bạn có thể trở nên xấu xa. Tâm trí của bạn sẽ giống như một cái thùng rác. Sẽ có xung đột, ghen ghét, thất vọng và bất mãn trong cuộc sống của bạn. Bạn có thể sẽ rất đau khổ. Nếu bạn tiếp tục đi theo con đường này, bạn sẽ bước vào giai đoạn tự lừa dối bản thân.

Trong võ thuật có một số người cố gắng phát triển "Bàn tay sắt". Mỗi ngày họ thọc tay vào xô cát. Theo thời gian, họ làm cho cát thô ráp hơn. Cuối cùng, họ bỏ những viên sỏi nhỏ vào xô cát và tiếp tục thọc tay vào xô. Mục tiêu là khiến bàn tay của họ trở nên chai sạn và không còn cảm giác đau nữa để khi họ đấm ai đó, họ sẽ không cảm thấy đau đớn chút nào.

Để cho quyền lực của tội lỗi kiểm soát cuộc sống của bạn theo thời gian sẽ dẫn đến việc bạn trở nên vô cảm và chai lì với Đức Thánh Linh. Một số Cơ Đốc nhân sẽ đi đến chỗ mà họ thực sự tin rằng tội lỗi mà họ đang phạm không thực sự sai trái. Họ sẽ không còn cảm thấy bị cáo trách nữa. Đây là cách một số Cơ Đốc nhân có thể nhìn thẳng vào mắt bạn và nói với bạn:

Họ đang quan hệ tình dục với người mà họ chưa cưới xin và họ cũng không cảm thấy điều đó là sai trái.

Họ có thói quen xem những phim 18+ và chơi trò chơi điện tử bạo lực thường xuyên và họ cũng không cảm thấy điều đó là sai.

Họ nói xấu người khác hoặc chỉ trích mục sư của mình và họ cũng không cảm thấy điều đó là sai.

Họ dâng hiến rất ít hoặc không dâng gì để hỗ trợ tài chính cho công việc của hội thánh hoặc công tác truyền giáo khi họ có đủ khả năng để dâng hiến và họ cũng không cảm thấy điều đó là sai.

Họ không cưu mang đến việc người khác được cứu và thậm chí không cầu nguyện cho những người hư mất và họ cũng không cảm thấy điều đó là sai.

Trong tất cả các ví dụ này, người đó có lẽ thực sự không tin cũng không cảm thấy hành động của mình là sai. Chỉ có thể có hai lý do. Thứ nhất, Đức Thánh Linh không ở trong họ. Họ không thực sự được cứu. Lý do thứ hai, có thể họ đã mở cửa cho các thế lực tối tăm, do đó trở nên chai lì và không còn nhạy bén với Đức Thánh Linh. Tất cả những ví dụ này bày tỏ tại sao bạn không nên xác định điều gì là đúng hay sai trên cơ sở bạn có cảm thấy bị cáo trách hay không. Bạn không thể tin tưởng vào cảm xúc của mình vì lương tâm của bạn có thể bị hỏng rồi.

CÁC BƯỚC BẺ GÃY QUYỀN LỰC TỘI LỖI

Có thể bạn đang hỏi: "Tôi biết tôi đã được cứu. Tôi biết rằng trước đây tôi đã tiếp nhận ơn tha thứ của Đức Chúa Trời. Tôi biết Đức Thánh Linh ở trong tôi, nhưng tôi có những xiềng xích tội lỗi trong đời sống mình. Làm thế nào để tôi bẻ gãy được chúng?" Bạn bắt đầu bẻ gãy quyền lực của tội lỗi bằng cách đầu phục Đức Chúa Trời. "Vậy hãy phục Đức Chúa Trời; hãy chống trả ma quỉ, thì nó sẽ lánh xa anh em." (Gia 4:7). Bạn có thể kháng cự lại Sa-tan theo mọi cách bạn muốn, nhưng nếu bạn không đầu phục Đức Chúa Trời thì ma quỷ sẽ không bỏ chạy. Sự tự lực của bản thân bạn, sức mạnh ý chí của con người, hay quyết tâm bạn đặt ra trong năm mới cũng không thể địch nổi quyền lực của bóng tối. Thay vào đó, phải có sự vâng phục Đức Chúa Trời hoàn toàn. Cũng cần phải có sự ăn năn nữa. "Còn nếu chúng ta xưng tội mình, thì Ngài là thành tín công bình để tha tội cho chúng ta và làm cho chúng ta sạch mọi điều gian ác." (1 Giăng 1:9).

Điều xảy ra với nhiều người là họ được cứu; họ được tha án phạt tội lỗi; tuy nhiên, họ tiếp tục cuộc sống của mình trong nhiều tháng, thậm chí nhiều năm, mà không ăn năn và từ bỏ tội lỗi mỗi ngày khi Đức Thánh Linh cáo trách họ. Họ không đối phó với quyền lực của tội lỗi. Vì vậy, tội lỗi bắt đầu kìm kẹp cuộc đời của họ. Cuối cùng họ trở nên khốn khổ và kêu cầu Đức Chúa Trời! Có lẽ, họ quyết định tái dâng hiến cuộc đời mình cho Đấng Christ. Đừng tự lừa dối mình! Sau nhiều năm để cho quyền lực của tội lỗi cai trị đời sống của bạn, bạn không thể chỉ tái dâng hiến cuộc đời mình và cầu nguyện trong năm giây: "Lạy Chúa Giê-xu, con ăn năn về mọi tội lỗi của con trong năm năm qua" rồi mong quyền lực của tội lỗi sẽ bị bẻ gãy ngay lập tức. Đó là một khởi đầu tốt, nhưng có lẽ sẽ không bẻ gãy được quyền lực của tội lỗi!

Bẻ gãy quyền lực của tội lỗi đòi hỏi phải cho phép Đức Thánh Linh soi sáng lòng bạn và nhắc nhở bạn những tội lỗi mà bạn đã phạm trong quá khứ nhưng không ăn năn. Khi ấy, bạn phải đặc biệt ăn năn những tội lỗi này. Đây không phải là một hành trình tự áp đặt mặc cảm tội lỗi trên bản thân, thay vào đó, nó là hành trình để Đức Thánh Linh xử lý bạn một cách triệt để. Nhưng điều này đòi hỏi thời gian. Có thể mất vài ngày hoặc vài tuần. Nhưng không có giải pháp nào khác để bẻ gãy quyền lực của tội lỗi và những xiềng xích của ma quỷ khi xiềng xích ấy được tạo ra bởi những tội lỗi chưa được ăn năn. Không giải quyết sức mạnh của tội lỗi "hôm nay" sẽ gây ra nỗi đau không cần thiết trong cuộc sống của bạn "ngày mai" và nỗi đau không cần thiết trong cuộc sống của những người xung quanh bạn.

Tôi muốn giải thích một công cụ trong phần Phụ lục. Công cụ ấy được gọi là "Kho Tội Lỗi." Nó là một công cụ có thể giúp bạn nhớ lại những tội lỗi bạn đã phạm trong quá khứ nhưng đã quên từ lâu. Những tội lỗi này có thể đang góp phần tạo nên xiềng xích tâm linh trong cuộc sống của bạn. Kho Tội Lỗi liệt kê hàng tá tội lỗi. Đối với mỗi tội lỗi, có một câu Kinh Thánh được trích dẫn và các câu hỏi được cung cấp để bạn suy ngẫm để rồi xác định xem bạn có phạm tội cụ thể này hay không. Kho Tội Lỗi này có thể được Đức Thánh Linh sử dụng để tâm trí bạn nhớ lại những tội lỗi mà bạn đã phạm trong quá khứ nhưng chưa bao giờ ăn năn.

Đừng để bản thân bị cám dỗ rằng bạn có thể ăn năn hầu hết các tội lỗi nhưng vẫn giữ lại một vài tội lỗi bạn yêu thích. Tội lỗi chưa ăn năn là một cánh cửa trong đời sống của bạn rộng mở trước các thế lực của bóng tối. Khi trộm đến nhà bạn, hắn ta chỉ cần một cánh cửa. Hắn ta không quan tâm đó là cửa trước, cửa sau hay cửa bên hông nhà. Ruồi chỉ cần một cánh cửa mở để vào nhà bạn. Sa-tan chỉ cần một cánh cửa mở trong cuộc sống của bạn. Bạn cần phải đóng tất cả các cánh cửa trước các thế lực của bóng tối. Nếu cửa vẫn để mở thì diệt ruồi để làm gì? Trước tiên, bạn phải đóng cửa lại, sau đó bắt đầu diệt ruồi. Ăn năn một phần không có tác dụng. Ấy là bởi vì Sa-tan sẽ nhận ra những lĩnh vực tội lỗi chưa ăn năn trong đời sống của bạn rồi sẽ tiếp tục "khai thác và mở rộng" sự kiểm soát của hắn trên bạn. Hắn không ngu ngốc đâu. Sa-tan tấn công bạn vào điểm dễ bị tổn thương của bạn, không phải điểm mạnh của bạn.

Tôi thường nói với các Cơ Đốc nhân rằng hãy đo lường sức mạnh thuộc linh của mình dựa trên lĩnh vực yếu nhất trong cuộc sống của bạn. Bạn có thể có một ngôi nhà đẹp được bao quanh bởi một bức tường cao ba mét, nhưng nếu có một khoảng trống dài 0.6 mét ở phía sau, thì khả năng bảo vệ của bức tường đó như thế nào? Một sợi dây xích chỉ mạnh bằng mắt xích yếu nhất của nó. Sa-tan biết những điểm yếu của bạn và hắn sẽ tiếp tục khai thác những điểm yếu đó cho đến khi bạn chống lại các thế lực bóng tối. Việc chống lại này được thực hiện bằng cách cho phép Đức Thánh Linh dò xét tấm lòng bạn, ăn năn những tội lỗi trong quá khứ và bắt đầu đóng các cánh cửa lại trước các thế lực của bóng tối.

Tôi muốn kết thúc câu chuyện về John, người đã dính dáng vào việc buôn bán nô lệ khi đã tin Chúa, với tất cả sự tàn bạo và độc ác của công việc này. Sau đó, quyền lực của tội lỗi đã bị phá vỡ trong cuộc đời của John. Sau đó, anh bắt đầu hoạt động vận động xóa bỏ chế độ chiếm hữu nô lệ ở Anh. Cuối cùng, ông đã làm chứng trước thủ tướng Anh về sự tàn bạo của nạn buôn bán nô lệ. Nước Anh đã bãi bỏ chế độ chiếm hữu nô lệ trước cả Hoa Kỳ. John đã trở thành một người rao giảng Phúc Âm và ông đã chạm đến hàng triệu cuộc đời. Có lẽ bạn đã nghe nói về John hoặc đã nghe bài hát nổi tiếng mà anh ấy đã viết. Bài hát bắt đầu. như sau: "Ngợi ca Chúa từ ái ban ơn lạ lùng! Đời tôi vốn tràn những lệ đắng!" Bài hát có tên Ơn Lạ Lùng, tên anh ấy là John Newton.

Ơn, hay ân điển, mà John đang đề cập đến không chỉ là ơn cứu rỗi mà còn là ơn của Đức Chúa Trời trong việc bẻ gãy quyền lực của tội lỗi sau khi một người được cứu. Nhưng điều này đòi hỏi một sự lựa chọn và sự đầu phục Đức Chúa Trời.

— 2 —

CHIẾN TRƯỜNG

HAI VƯƠNG QUỐC THUỘC LINH

Có một cuộc chiến thuộc linh đang diễn ra giữa hai vương quốc rất hùng mạnh, Vương quốc Đức Chúa Trời và Vương quốc Sa-tan. Vương quốc Đức Chúa Trời được đề cập đến trong Phúc Âm Giăng. "Đức Chúa Jêsus đáp lại rằng: 'Nước của Ta chẳng phải thuộc về thế gian nầy. Ví bằng nước Ta thuộc về thế gian nầy, thì tôi tớ của Ta sẽ đánh trận, đặng Ta khỏi phải nộp cho dân Giu-đa; nhưng hiện nay nước Ta chẳng thuộc về hạ giới'" (Giăng 18:36). Vương quốc Sa-tan được đề cập trong Phúc Âm Lu-ca. "Vậy, nếu quỉ Sa-tan tự chia rẽ nhau, thì nước nó còn sao được, vì các ngươi nói ta nhờ Bê-ên-xê-bun mà trừ quỉ?" (Lu 11:18). Tất cả những người đã tiếp nhận lời mời gọi tha tội của Đức Chúa Trời, nghĩa là những người đã tiếp nhận Chúa Giê-xu Christ làm Chúa và Cứu Chúa của họ đều là một phần của Vương quốc thuộc linh của Đức Chúa Trời. Tất cả những người khác, những người chưa bao giờ tiếp nhận Chúa Giê-xu Christ hoặc đã từ chối Ngài đều là một phần của Vương quốc thuộc linh của Sa-tan. Những người thuộc Vương quốc thuộc linh Sa-tan thậm chí còn có thể là những công dân rất sùng kính, đạo đức và tuân thủ luật pháp – đó không phải là vấn đề. Sùng kính, đạo đức và tuân thủ luật pháp không đưa bạn lên thiên đàng. Chấp nhận lời mời tha tội của Đức Chúa Trời mới đưa bạn lên thiên đàng! Một người được chuyển đổi từ Vương quốc Sa-tan sang Vương quốc Đức Chúa Trời về phương diện thuộc linh khi người ấy tiếp nhận Chúa Giê-xu Christ làm Chúa và Cứu Chúa của mình. Do đó, kinh nghiệm cứu rỗi không chỉ thay đổi mối quan hệ của một người với Đức Chúa Trời, mà còn thay đổi cả mối quan hệ của người đó với Sa-tan. "Ngài đã giải thoát chúng ta khỏi quyền của sự tối tăm, làm cho chúng ta dời qua nước của Con rất yêu dấu Ngài," (Côl 1:13).

VƯƠNG QUỐC THUỘC THỂ CỦA SA-TAN

Trong thời đại hiện nay, Sa-tan không chỉ kiểm soát vương quốc thuộc linh mà cả vương quốc thuộc thể. Chuyện Chúa Giê-xu Christ là Đấng tạo dựng thế giới là điều không thể bàn cãi. "Vì muôn vật đã được dựng nên trong Ngài, bất luận trên trời, dưới đất, vật thấy được, vật không thấy được, hoặc ngôi vua, hoặc quyền cai-trị, hoặc chấp-chánh, hoặc cầm quyền, đều là bởi Ngài và vì Ngài mà được dựng nên cả." (Côl 1:16). Hơn nữa, Chúa Giê-xu Christ là chủ sở hữu của cả thế giới. "Đất và muôn vật trên đất, thế gian và những kẻ ở trong đó, đều thuộc về Đức Giê-hô-va." (Thi 24:1). Mặc dù một số câu trong Kinh Thánh cho thấy rằng Chúa Giê-xu Christ đã tạo ra thế giới và là chủ của thế giới, nhưng những câu khác dường như tiết lộ rằng Sa-tan sở hữu thế giới và thực thi thẩm quyền có giới hạn của hắn trên thế giới. Do đó, việc làm rõ sự khác biệt giữa "quyền làm chủ" và "quyền sở hữu" có thể cung cấp một số thông tin chi tiết về phạm vi thẩm quyền của Sa-tan. Ví dụ, một người thuê căn hộ có quyền sở hữu trên tài sản; tuy nhiên, chủ nhà mới là chủ sở hữu thực sự. Vì có quyền sở hữu tài sản đó, nên người thuê nhà có một mức độ kiểm soát nhất định đối với tài sản đó. Người thuê nhà có thể mời người mà người ấy muốn đến căn hộ chơi. Trong một số trường hợp, người thuê nhà thậm chí có thể có quyền chuyển nhượng hợp pháp quyền sở hữu tạm thời căn hộ ấy cho người khác bằng cách cho thuê lại. Tuy nhiên, người thuê nhà không có quyền sở hữu hợp pháp đối với tài sản đó.

Chúa Giê-xu Christ là chủ sở hữu của thế giới, nhưng Sa-tan có quyền sở hữu tạm thời thế giới này. Có vẻ như Đức Chúa Trời đã trao quyền sở hữu hoặc quyền thống trị thế giới cho A-đam và Ê-va. Tuy nhiên, khi A-đam và Ê-va phạm tội, họ đã mất quyền sở hữu hợp pháp thế giới và quyền ấy được trao cho Sa-tan. Chúa Giê-xu Christ thậm chí đã ngầm thừa nhận rằng Sa-tan có quyền sở hữu thế giới một cách hợp pháp:

> "Ma quỉ đem Ngài lên, cho xem mọi nước thế gian trong giây phút; và nói rằng: 'Ta sẽ cho ngươi hết thảy quyền phép và sự vinh hiển của các nước đó; vì đã giao cho ta hết, ta muốn cho ai tùy ý ta. Vậy, nếu ngươi sấp mình xuống trước mặt ta, mọi sự đó sẽ thuộc về ngươi cả.'" (Lu 4:5-7).

Đáp lại lời đề nghị của Sa-tan, Chúa Giê-xu Christ không nói: "Sa-tan, Ta đã tạo ra và sở hữu thế giới này và thế giới này không phải của ngươi để ngươi được cho đi!" Tôi thiết tưởng Chúa Giê-xu không trả lời như vậy bởi vì Ngài biết rằng Sa-tan tạm thời có quyền sở hữu hợp pháp thế giới và có thẩm quyền chuyển giao nó cho bất kỳ ai mà hắn muốn. Sa-tan kiểm soát thế giới này, ở một mức độ hạn chế, dưới quyền tể trị của Đức Chúa Trời. Không lạ gì khi Chúa Giê-xu Christ gọi Sa-tan là "kẻ cai trị thế gian" (Giăng 14:30, BTTHĐ). Ngoài ra, sự hiện diện hữu hình của điều ác trên thế giới như chiến tranh, tội ác và bạo lực cho thấy thế gian ở dưới quyền lực của Sa-tan. "cả thế gian đều phục dưới quyền ma quỉ." (1 Giăng 5:19).

Nhiều tín hữu không nhận ra rằng hội thánh của Chúa Giê-xu Christ đang hoạt động ở giữa vương quốc thuộc thể của Sa-tan. Hội thánh thật của Chúa Giê-xu Christ bao gồm mọi người tiếp nhận Chúa Giê-xu làm Chúa và Cứu Chúa, không kể hệ phái. Con đường duy nhất để hội thánh hoạt động hiệu quả trong vương quốc thuộc thể của Sa-tan là qua quyền năng của Đức Thánh Linh. Do đó, nếu các cá nhân thành viên của hội thánh không được đầy dẫy Đức Thánh Linh, họ sẽ không khác gì những người lính đang ở giữa chiến trường mà không có đạn dược. Cuối cùng họ có thể trở thành những thương binh thuộc linh vì bị Sa-tan và các đạo quân của nó tấn công. Do đó, bạn bắt buộc phải được đầy dẫy Đức Thánh Linh. Chỉ có Đức Thánh Linh cư ngụ trong bạn thôi thì chưa đủ. Tuy nhiên, trong khi sống trong một vương quốc thuộc thể của Sa-tan, chúng ta có thể có tự tin rằng Đức Chúa Trời có thể giữ chúng ta khỏi điều ác. "Con chẳng cầu Cha cất họ khỏi thế gian, nhưng xin Cha gìn giữ họ cho khỏi điều ác" (Giăng 17:15).

XÁC THỊT

Trong khi sống trong vương quốc thuộc thể của Sa-tan, tín hữu sẽ bị tấn công từ ba kẻ thù là: xác thịt, thế gian và ma quỷ. Kẻ thù khó chịu nhất và kinh khủng nhất, kẻ sẽ cho bạn những gian nan cùng cực nhất trong cuộc đời này, không phải là ma quỷ, mà là xác thịt. Xác thịt không chỉ nói đến thân xác thực sự của con người nhưng là một thuật ngữ miêu tả khả năng và sự thèm khát của con người đối với tội lỗi. Một vài cám dỗ bắt đầu từ xác thịt, tức là từ bên trong tín hữu. "Nhưng mỗi người bị cám dỗ khi mắc tư dục xui giục mình" (Gia 1:14). Xác thịt sẽ không bao giờ được cất bỏ khi bạn còn sống trên đất này và khi bạn còn trong thân thể hay chết của bạn. Do đó, bạn và tôi là vấn đề chính, không phải là ma quỷ! Tôi ước rằng tôi có thể đổ thừa Sa-tan và các quỷ sứ về mọi việc xảy ra, nhưng tôi không thể! Buồn thay, một vài cá nhân tin rằng sau khi một người được tái sinh, người đó mất đi khả năng phạm tội. Những tín hữu khác lại tin rằng xác thịt được cất bỏ trong phép báp-têm rồi. Cả hai niềm tin này đều sai lầm. Xác thịt không thể được loại bỏ, ngay cả bằng sự cầu nguyện, nhưng nó có thể bị vô hiệu hoá để bạn không còn làm nô lệ và bị kiểm soát bởi chính sự thèm khát tội lỗi của bạn nữa. Chúng ta sẽ thảo luận một cách rất thực tế cách để thực hiện được điều này trong Chương 4.

THẾ GIAN

Kẻ thù lớn thứ hai của tín hữu là thế gian. "Hỡi bọn tà dâm kia, anh em há chẳng biết làm bạn với thế gian tức là thù nghịch với Đức Chúa Trời sao? Cho nên, ai muốn làm bạn với thế gian, thì người ấy trở nên kẻ nghịch thù cùng Đức Chúa Trời vậy." (Gia 4:4). Tiếp xúc với những ảnh hưởng của thế gian theo thời gian làm bạn và tôi tăng khả năng vấp ngã và phạm tội. Bạn tiếp xúc với những ảnh hưởng của thế gian thông qua những gì bạn nghe và những gì bạn nhìn. Chẳng hạn như việc thường xuyên xem phim hạng R để giải trí, có cảnh tình dục, bạo lực, chửi bậy, sẽ tác động tiêu cực đến đời sống tâm linh của bạn. Có thể bạn nghĩ rằng mình đã được miễn dịch, nhưng không phải vậy. Nếu bạn nghiêm túc về việc giảm cân, bạn không nên ăn hai chiếc bánh rán cho bữa sáng mỗi ngày. Hãy nhớ câu thành ngữ cổ "Rác đi vào – Rác đi ra". Nếu bạn nghiêm túc trong việc cố gắng vâng lời Chúa, thì hãy loại bỏ những thứ rác rưởi đang ảnh hưởng tiêu cực đến đời sống thuộc linh của bạn. Rác này chỉ làm tăng khả năng phạm tội của bạn và mở ra các cánh cửa cho các thế lực tối tăm trong cuộc đời bạn mà thôi. Chúa phán: "Bởi vậy Chúa phán rằng: 'Hãy ra khỏi giữa chúng nó, hãy phân rẽ ra khỏi chúng nó, đừng đá động đến đồ ô uế, thì ta sẽ tiếp nhận các ngươi'" (2 Cô-rinh tô 6:17).

Khi Kinh Thánh đề cập đến việc tách biệt khỏi thế gian, tôi không tin rằng điều đó có nghĩa là tránh mọi ảnh hưởng của thế gian. Nếu đó là mục tiêu, thì tất cả chúng ta nên sống trong một tu viện hẻo lánh và tránh mọi ảnh hưởng của thế gian để chúng ta không bị cám dỗ bởi tội lỗi. Tuy nhiên, không phải lúc nào việc bị ảnh hưởng bởi thế gian cũng gây ra tội lỗi. Trong nhiều trường hợp, nó không thể tránh được. Tách biệt khỏi thế gian cũng không có nghĩa là tách biệt khỏi những người hư mất trong thế gian. Hãy nhớ rằng Chúa Giê-xu Christ và các môn đồ của Ngài đã ăn với những kẻ có tội. Chúa Giê-xu và các môn đồ của Ngài thậm chí còn tiếp cận với gái mại dâm. "Con người đến, hay ăn hay uống, thì họ nói rằng: 'Kìa, là người ham ăn mê uống, bạn bè với người thâu thuế cùng kẻ xấu nết. Song le, sự khôn ngoan được xưng là phải, bởi những việc làm của sự ấy'" (Mat 11:19). Bạn có muốn giống Chúa Giê-xu không? Vậy thì, bạn cũng phải làm bạn với những người hư mất. Quá nhiều tín hữu không có người bạn hư mất nào cả. Làm sao chúng ta có thể là muối và ánh sáng và đem Phúc Âm đến cho mọi người nếu chúng ta không có tình bạn chân thật với những người hư mất?

Bạn phải thực hiện tinh thần thận trọng khi có mối quan hệ thân thiết với những người không tin Chúa. Giu-đe khuyến khích các tín hữu truyền giảng cho những người hư mất, kéo họ ra khỏi lửa địa ngục, nhưng đồng thời ông cũng cảnh báo các tín hữu phải cẩn thận. "Hãy cứu vớt những kẻ kia, rút họ ra khỏi lửa; còn đối với kẻ khác, hãy có lòng thương lẫn với sợ, ghét cả đến cái áo bị xác thịt làm ô uế" (Giu 1:23). Bạn cũng cần cảm biết sự nhạy cảm, yếu đuối của mình trước những cám dỗ. Có thể bạn muốn dành thời gian cho một người bạn với mục tiêu là chia sẻ Phúc Âm. Nhưng bạn cần cẩn thận để không dính vào đến những hoạt động tội lỗi của người đó. Có thể bạn phải cân nhắc cắt đứt một số mối liên hệ, ít nhất là tạm thời, cho đến khi bạn mạnh mẽ hơn về mặt thuộc linh. Có thể bạn cần áp dụng những biện pháp này nếu bạn bị cám dỗ trở lại các hoạt động tội lỗi. Nếu một người bạn ngã xuống lớp băng ở một cái hồ, phản ứng ban đầu của bạn có thể là chạy trên lớp băng ấy để cứu anh ta. Nhưng nếu bạn không được huấn luyện về cách cứu một người ngã xuống hồ băng, thì bản thân bạn có thể cũng bị ngã xuống và cả hai người đều có thể chết. Thay vì vậy, điều tốt nhất bạn có thể làm là gọi một số điện thoại khẩn cấp hoặc nhờ những người xung quanh giúp đỡ. Có một tấm lòng tốt, nhưng một cái đầu trống rỗng tuếch thật nguy hiểm. Đúng vậy, hãy tìm cách phát triển các mối quan hệ và tình bạn với những người hư mất, nhưng hãy sử dụng sự khôn ngoan trong quá trình này.

Khi đề cập đến thế gian, Kinh Thánh cũng đề cập đến các giá trị trái ngược với Đức Chúa Trời của thế gian:

"Chớ yêu thế gian, cũng đừng yêu các vật ở thế gian nữa; nếu ai yêu thế gian, thì sự kính mến Đức Chúa Cha chẳng ở trong người ấy. Vì mọi sự trong thế gian, như sự mê tham của xác thịt, mê tham của mắt, và sự kiêu ngạo của đời, đều chẳng từ Cha mà đến, nhưng từ thế gian mà ra. Vả thế gian với sự tham dục nó đều qua đi, song ai làm theo ý muốn Đức Chúa Trời thì còn lại đời đời." (1 Giăng 2:15-17).

Các giá trị của thế gian có thể được chia thành ba loại: Thứ nhất, ham mê tiền - ham muốn mọi thứ. Thứ hai, ham mê danh vọng - tìm kiếm sự thừa nhận và muốn trở thành ngôi sao nổi tiếng. Thứ ba, ham mê quyền lực - muốn làm "ông chủ". Ba điều này là điều mà đa số những người chưa được cứu đều tìm cách có được. Cơ Đốc nhân cũng thường có chung những mục tiêu trần tục. Họ tiếp nhận các giá trị trần tục và cố gắng biện minh cho chúng trong tâm trí của họ.

Ham Mê Tiền Bạc

Thứ nhất, ham mê của cải, tiền bạc. Bạn có thường nghe người ta nói rằng họ đang cầu xin Đức Chúa Trời ban phước cho họ về phương diện tài chính để họ có thể đóng góp nhiều hơn cho hội thánh hoặc các cơ quan truyền giáo không? Một mục tiêu rất đáng ngưỡng mộ. Điều này có thể đúng với một số người. Nhưng nhiều người, nếu thành thật, cũng muốn giàu để có thể mua được nhiều thứ hơn. Tất cả đều quy về một vấn đề, động cơ thực sự của bạn là gì? Là tín hữu, chúng ta cần để Đức Chúa Trời quyết định tiêu chuẩn sống của mình và sau đó cầu xin Đức Chúa Trời ban cho bạn sự thỏa lòng.

Ham Mê Danh Vọng

Thứ hai, ham mê danh vọng. Ví dụ, một mục sư có thể đang cầu nguyện cho mình được quản nhiệm một hội thánh lớn để ông có thể có ảnh hưởng lớn hơn trên cộng đồng và tiếp cận nhiều người hư mất hơn cho Phúc Âm. Một mục tiêu rất đáng ngưỡng mộ. Nhưng nếu đủ thành thật, thì một số mục sư cũng muốn được cộng đồng và giữa vòng các giới hệ phái mình kính nể vì được xem là thành công trong chức vụ. Họ muốn được thừa nhận. Xét cho cùng, những mục sư của các hội thánh lớn, khi được mời làm diễn giả ở các hội nghị thì cùng có xu hướng muốn cho người khác thấy họ đã thành công như thế nào. Một lần nữa, tất cả đều quy về một vấn đề - động cơ thực sự của bạn là gì?

Thèm Khát Quyền Lực

Thứ ba, thèm khát quyền lực. Tôi đã luyện võ suốt nhiều năm. Trong nhiều tổ chức võ thuật, huấn luyện viên đai đen cấp cao nhất thường điều hành câu lạc bộ của mình giống như một vị tướng quân đội. Người ấy có nhiều quyền với học viên và những người có cấp bậc thấp hơn. Người ấy thường được trò chuyện một cách vô cùng tôn trọng. Khi các võ sinh khác lại gần người ấy, họ sẽ cúi đầu trước người ấy bởi vì tôn trọng và kính nể. Nhiều năm trước, tôi đã đọc một bài báo trên một tạp chí võ thuật, trong đó tác giả đưa ra quan điểm rằng một số cá nhân ít hoặc không có thẩm quyền trên người khác trong công việc thường được thu hút để trở thành võ sư đai đen cấp cao. Bằng cách này, họ thỏa mãn thèm khát bên trong là có quyền lực và thẩm quyền trên mọi người. Dĩ nhiên, điều này có thể đúng với một số huấn luyện viên võ thuật, nhưng chắc chắn không phải tất cả. Tuy nhiên, điều này không khác gì trong hội thánh. Một số Cơ Đốc nhân muốn có vai trò lãnh đạo trong hội thánh. Họ nói rằng họ muốn phục vụ Chúa. Một mục tiêu rất đáng ngưỡng mộ. Nhưng nếu thành thật, nếu tự vấn lòng mình, thì một số người có thể có nhiều động cơ khác. Một số người có lẽ cảm thấy bị gạt ra ngoài lề trong công việc hoặc trong cuộc sống khi có rất ít hoặc không có thẩm quyền đối với mọi người, nhưng giờ đây với tư cách là người lãnh đạo trong hội thánh, họ có thể bảo người khác phải làm gì hoặc được coi là một trong những "nhân vật quan trọng". Một lần nữa, tất cả đều quy về một vấn đề - động cơ thực sự của bạn là gì?

Nếu muốn chiến thắng trong chiến trận thuộc linh, bạn thực sự cần phải "dò xét tâm hồn" và lượng giá xem các giá trị của thế gian đã len lỏi vào đời sống của bạn đến mức nào. Một cách để lượng giá tấm lòng của bạn là hãy hỏi chính mình, "Bạn mơ mộng về điều gì?" Đức Chúa Trời không thể sử dụng bạn theo mức độ mà Ngài muốn khi các giá trị của thế gian đã len lỏi vào cuộc sống của bạn. Chúng cần được nhổ tận gốc. "Đừng làm theo đời nầy, nhưng hãy biến hóa bởi sự đổi mới của tâm thần mình, để thử cho biết ý muốn tốt lành, đẹp lòng và trọn vẹn của Đức Chúa Trời là thể nào" (Rô 12:2).

MA QUỶ

Kẻ thù thứ ba của tín hữu là Ma Quỷ và các tà linh. Chúng là những kẻ thù nhỏ nhất của chúng ta vì khi các tín hữu đã chiến thắng xác thịt và thế gian, họ ít bị Sa-tan tấn công hơn. Tuy nhiên, một số cám dỗ và xiềng xích thuộc linh có bản chất từ ma quỷ. Đáng tiếc là nhiều người có quan điểm không cân bằng khi nói đến ma quỉ và các tà linh. Quan điểm không cân bằng thứ nhất cho rằng tà linh không có thật, do đó không có ảnh hưởng đối với con người. Một số người cho rằng việc tin vào các tà linh chỉ là một cách để những người thiếu hiểu biết cách đây hàng ngàn năm giải thích về nỗi đau, sự thống khổ và lý do tại sao cái ác tồn tại. Họ tin rằng trong xã hội hiện đại của chúng ta, có những vấn đề tâm lý và y tế gây ra những nan đề mà trong Kinh Thánh được cho là ma quỷ gây ra. Đây là một quan điểm sai lầm và trái với Kinh Thánh. Quan điểm mất cân bằng thứ hai cho rằng mọi vấn đề đều là do tà linh gây ra. Những người này đổ lỗi cho Sa-tan và ma quỉ về mọi tội lỗi họ phạm phải. Họ cũng tin rằng mọi vấn đề tâm lý hay sức khỏe đều do tà linh trực tiếp gây ra. Đây cũng là một quan điểm sai lầm và trái với Kinh Thánh. Thực tế là sự thật nằm đâu đó ở giữa hai quan điểm này.

Kinh Thánh miêu tả rõ ràng thực tại về các tà linh. "Vì chúng ta đánh trận, chẳng phải cùng thịt và huyết, bèn là cùng chủ quyền, cùng thế lực, cùng vua chúa của thế gian mờ tối nầy, cùng các thần dữ ở các miền trên trời vậy." (Êph 6:12). Chúa Giê-xu Christ đã nhận diện thực tại về các tà linh. "Đến chiều, người ta đem cho Đức Chúa Jêsus nhiều kẻ bị quỉ ám, Ngài lấy lời nói mà đuổi quỉ ra; cũng chữa được hết thảy những người bịnh," (Mat 8:16). Rất cần phải hiểu rằng Chúa Giê-xu biết khác biệt giữa căn bệnh thể chất, chẳng hạn như chứng động kinh, và vấn đề do tà linh gây ra. "Vậy, danh tiếng Ngài đồn ra khắp cả xứ Sy-ri, người ta bèn đem cho Ngài mọi người đau ốm, hay là mắc bịnh nọ tật kia, những kẻ bị quỉ ám, điên cuồng, bại xuội, thì Ngài chữa cho họ được lành cả" (Mat 4:24). Tại đây, Chúa Giê-xu đã chữa lành những người bị quỷ ám và những người mắc nhiều chứng bệnh khác nhau.

Thế giới ma quỷ là thế giới rất thật. Ma quỷ có được quyền lực trên con người bằng nhiều cách, bao gồm việc bị lạm dụng, những kinh nghiệm sang chấn tâm lý, sự sợ hãi và những tội lỗi chưa ăn năn. Nhiều người trong quá khứ bị tà linh áp chế đã mở một cánh cửa cho chúng hoạt động bằng cách phục tùng xác thịt và cho phép tội lỗi chưa ăn năn tồn tại trong cuộc sống của họ. Tín hữu không nên tôn vinh Sa-tan bằng cách quy mọi nan đề thuộc linh, khó khăn hoặc thử thách trong cuộc đời mình cho hắn. Tín hữu phải nhận ra sức mạnh và hậu quả tội lỗi mình đã phạm. Thông thường, tội lỗi chưa được ăn năn trong đời sống của tín hữu, là một cánh cửa mở, chứ không phải Sa-tan, là nguyên nhân gốc rễ của xiềng xích thuộc linh. Hơn nữa, đó chẳng qua là cái cớ để tín hữu đổ lỗi cho ma quỷ khi họ phạm tội, vì Đức Chúa Trời đã hứa mở đường cho ra khỏi cho mỗi cám dỗ tín đồ đối diện. Chúng ta phải chịu hoàn toàn trách nhiệm về tội lỗi của mình, cho dù cám dỗ có lớn đến đâu đi nữa. Sau khi một người được sinh ra trong Vương quốc Đức Chúa Trời, những chiến thắng trong chiến trận thuộc linh bắt đầu bằng sự hiểu biết đúng đắn về ba kẻ thù của Cơ Đốc nhân.

— 3 —

ĐẦY DẪY ĐỨC THÁNH LINH

Các môn đồ đầu tiên cần được đầy dẫy Đức Thánh Linh. Họ sẽ không thể thực hiện Đại Mạng Lệnh bằng sức riêng của mình. Đây là lý do tại sao sau khi phục sinh, Chúa Giê-xu Christ bảo các môn đồ chờ đợi lời hứa ban Đức Thánh Linh được thực hiện trước khi bắt đầu chức vụ:

> "Lúc ở với các sứ đồ, Ngài dặn rằng đừng ra khỏi thành Giê-ru-sa-lem, nhưng phải ở đó chờ điều Cha đã hứa, là điều các ngươi đã nghe ta nói. Vì chưng Giăng đã làm phép báp-tem bằng nước, nhưng trong ít ngày, các người sẽ chịu phép báp-tem bằng Đức Thánh Linh" (Công 1:4-5).

Bạn và tôi cũng cần được đầy dẫy Đức Thánh Linh. Chính xác, chúng ta cần được đầy dẫy Thánh Linh để có thể trở thành chứng nhân hiệu quả. Nghĩa là giải thích cho người khác làm thế nào để người ấy có thể được cứu. Đây là nhu cầu số một của mỗi con người. Chúng ta cũng cần được đầy dẫy Đức Thánh Linh để chiến thắng cám dỗ, chiến thắng những thói hư tật xấu, phá đổ các xiềng xích của Sa-tan, bày tỏ bông trái Thánh Linh và sử dụng các ân tứ của Thánh Linh. Tuy nhiên, sự hiện diện đơn thuần của Chúa Thánh Linh trong đời sống của tín hữu không bảo đảm rằng người ấy thực sự kinh nghiệm được sự đầy dẫy Đức Thánh Linh.

MỌI TÍN HỮU THẬT ĐỀU CÓ ĐỨC THÁNH LINH

Ngay đúng thời điểm một người tiếp nhận Chúa Giê-xu Christ làm Chúa và Cứu Chúa của mình, thì người đó nhận được Đức Thánh Linh. Một số người đã được dạy rằng ta phải tìm kiếm kinh nghiệm thứ hai thì mới nhận được Đức Thánh Linh. Tuy nhiên, Kinh Thánh nói rằng tất cả những ai tiếp nhận

Chúa Giê-xu Christ đều có Đức Thánh Linh ngự trong họ. "Về phần anh em, nếu thật quả Thánh Linh Đức Chúa Trời ở trong mình, thì không sống theo xác thịt đâu, nhưng theo Thánh Linh; song nếu ai không có Thánh Linh của Đấng Christ, thì người ấy chẳng thuộc về Ngài." (Rô 8:9). Tuy nhiên, có thể Đức Thánh Linh ngự trong tín hữu, nhưng không thực sự kiểm soát người ấy. Khi Đức Thánh Linh chỉ kiểm soát một phần đời sống của tín hữu, Ngài thường chọn cách không khai phóng quyền năng thuộc linh. Nó tương tự như một cục ắc quy trong ô tô của bạn. Có thể bạn đã mua một cục ắc quy mới toanh và lắp vào ô tô của mình. Nhưng nếu lỏng cáp ắc quy thì xe cũng không khởi động được. Vấn đề không phải là ắc quy. Bạn không cần ắc quy mới. Thay vào đó, bạn cần siết chặt kết nối giữa cáp và ắc quy. Để kinh nghiệm được quyền năng thuộc linh, chúng ta phải để cho Đức Thánh Linh kiểm soát hoàn toàn đời sống mình. Chúng ta phải thắt chặt mối liên hệ với Đức Thánh Linh qua việc đầu phục và phó thác mọi lĩnh vực trong đời sống của mình cho Ngài.

ĐỨC THÁNH LINH MUỐN BƯỚC VÀO MỌI LĨNH VỰC TRONG ĐỜI SỐNG BẠN

Công việc của Đức Thánh Linh trong đời sống tín hữu có thể được ví sánh với việc một người bước vào một ngôi nhà. Kinh Thánh nói thân thể của tín hữu giống như một ngôi nhà. "Vả, chúng ta biết rằng *nếu nhà tạm của chúng ta dưới đất đổ nát*, thì chúng ta lại có nhà đời đời tại trên trời, bởi Đức Chúa Trời, không phải bởi tay người làm ra" (2 Côr 5:1, phần nhấn mạnh được thêm vào). Tôi thấy rất thú vị khi ngay cả ma quỷ cũng coi cơ thể của con người là một ngôi nhà:

> "Khi tà ma ra khỏi một người, thì nó đi đến nơi khô khan kiếm chỗ nghỉ, nhưng kiếm không được; rồi nó nói rằng: *Ta sẽ trở về nhà ta mà ta mới ra khỏi*; khi trở về, thấy *nhà* không, quét sạch, và sửa soạn tử tế. Nó bèn lại đi, đem về bảy quỉ khác dữ hơn nó nữa, cùng vào nhà đó mà ở; vậy số phận người ấy sau lại xấu hơn trước." (Mat 12:43-45, phần nhấn mạnh được thêm vào).

Tôi đã thiết kế một ngôi nhà nhỏ. Ngôi nhà có ba phòng ngủ, hai phòng tắm, nhà bếp, phòng ăn, phòng khách và một vài tủ quần áo. Tôi muốn bạn tưởng tượng rằng mỗi phòng đại diện cho một lĩnh vực trong cuộc sống của bạn. Khi một người được cứu, Đức Thánh Linh bước vào ngôi nhà của bạn. Nhưng điều đó không có nghĩa là Đức Thánh Linh luôn có sự tự do bước vào mọi căn phòng. Đức Thánh Linh rất lịch sự. Ngài muốn vào tất cả các phòng, nhưng Ngài sẽ không xông xộc bước vào. Vì vậy, để Đức Thánh Linh đi vào phòng khác, Ngài phải được mời. Khi bạn cầu xin Đức Chúa Trời đổ đầy Đức Thánh Linh trên bạn, bạn đang cho phép Đức Thánh Linh đi vào từng phòng trong ngôi nhà của bạn và bắt đầu dọn dẹp những đống hỗn độn và thực hiện tu sửa lại.

Khi một người được cứu, Đức Thánh Linh ngự vào người ấy. Tuy nhiên, điều thường xảy ra theo thời gian đó là Đức Thánh Linh bị buộc phải ngự trị phía sau tủ quần áo. Đó là bởi vì sau khi nhận sự cứu rỗi, người ấy từ chối đầu phục các lĩnh vực khác trong đời sống của mình cho Chúa. Người đó chống lại Đức Thánh Linh bằng cách để cho tội lỗi chưa ăn năn tồn tại trong đời sống mình. Trong khi Đức Thánh Linh buộc phải trú ngụ trong tủ quần áo phía sau, thì các phòng khác của ngôi nhà lại bị các thế lực tối tăm lục tung, xâm phạm và chiếm giữ. Điều này làm tôi nhớ đến những gì có thể xảy ra khi cha mẹ đi nghỉ lễ, các con tuổi teen ở nhà quyết định tổ chức một bữa tiệc mở rộng với một két bia. Mọi người ào đến và bước ngay vào nhà. Ngôi nhà trở nên hỗn loạn, cha mẹ phát hoảng khi trở về sau kỳ nghỉ và tự hỏi: "Sao chuyện này lại có thể xảy ra?"

CÁC BƯỚC ĐỂ ĐƯỢC ĐẦY DẪY ĐỨC THÁNH LINH

Có ba bước để trở được đầy dẫy Đức Thánh Linh:

Ăn Năn Tội Lỗi

Bước đầu tiên là ăn năn mọi tội lỗi đã biết. Trước đây tôi đã thảo luận về sự khác biệt giữa việc được tha thứ án phạt của tội lỗi và việc bẻ gãy quyền lực của tội lỗi. Tôi đã giải thích sự cần thiết phải ăn năn về tất cả những tội lỗi đã biết trong quá khứ khi Đức Thánh Linh cáo trách bạn. Tôi muốn nhắc lại các nguyên tắc mà chúng ta đã thảo luận trong Chương 1.

Đầu Phục Mọi Lĩnh Vực Của Đời Sống Bạn

Bước thứ hai để được đầy dẫy Đức Thánh Linh là đầu phục Đức Chúa Trời trong mọi lĩnh vực của cuộc đời bạn, mọi căn phòng trong căn nhà bạn. Điều này có nghĩa là tất cả mọi thứ. Hãy để tôi giải thích đầu phục có nghĩa là gì và không có nghĩa là gì. Đầu phục một lĩnh vực cho Đức Thánh Linh không có nghĩa là lĩnh vực đó đã được dọn sạch và không có nan đề gì cả. Thay vào đó, đầu phục có nghĩa là bạn sẵn sàng để Đức Thánh Linh ngự vào căn phòng đó để đảm nhận và thực hiện việc tái thiết và dọn dẹp những mớ hỗn độn trong đó. Vì vậy, bạn cần xác định căn phòng nào trong đời sống bạn, lĩnh vực nào trong đời sống bạn, đang ngăn cản bạn được đầy dẫy Đức Thánh Linh.

Tôi muốn nhấn mạnh rằng vấn đề không phải là liệu bạn có dâng một căn phòng cụ thể nào cho Đức Thánh Linh hay bạn giữ nó dưới sự kiểm soát của mình. Đây là một sự lựa chọn sai lầm. Sa-tan muốn bạn nghĩ rằng nếu bạn không trao nộp căn phòng ấy cho Đức Chúa Trời, thì bạn sẽ tự quyền kiểm soát nó. Đúng hơn, mỗi căn phòng trong cuộc đời của bạn đều hoặc đang nằm dưới quyền tể trị của Chúa Giê-xu Christ hoặc quyền tể trị của Sa-tan! Không có khu vực trung lập nào. Hoặc cái này hoặc cái kia. Nếu bạn sợ phải giao một căn phòng cho Chúa vì bạn sợ cách "tu sửa" nào đó mà Ngài có thể thực hiện, thì hãy nghĩ đến trường hợp còn lại. Hãy nhớ rằng, Chúa quan tâm đến bạn; Chúa muốn giúp bạn; Chúa đứng về phía bạn bạn; Chúa yêu bạn hơn cả bạn yêu con cháu mình. Mặt khác, Sa-tan ghét bạn. Sa-tan muốn hủy diệt bạn. Sa-tan muốn đánh cắp mọi thứ bạn có. Sa-tan muốn để cuộc sống và gia đình của bạn trong đống đổ nát. Sa-tan sẽ không thương xót hay tiếc nuối gì đến bạn. Bạn có thực sự muốn một căn phòng hoặc một lĩnh vực trong cuộc đời của mình bị kiểm soát bởi Sa-tan không? Bạn có thực sự muốn có một căn phòng trong cuộc đời của mình để Sa-tan và các thế lực tối tăm có quyền hợp pháp xâm phạm, chiếm đóng và hủy diệt không? Mà điều ấy sẽ xảy ra nếu bạn không dâng đời sống mình cho Chúa. Một số lĩnh vực bạn cần đầu phục Chúa bao gồm những tổn thương trong quá khứ, ước mơ tương lai, mục tiêu, gia đình, suy nghĩ, thời gian, sự dự phần vào hội thánh, tài chính, dâng hiến, của cải vật chất, các mối quan hệ, thái độ đối với vợ/chồng hoặc cha mẹ, nỗi sợ hãi, môi lưỡi, lòng tự trọng, niềm tự hào, tình dục, sức khỏe, thói quen ăn uống, công việc, học tập, tài năng, ân tứ và cơ hội truyền giáo. Hãy nhớ rằng, sẽ có những lĩnh vực khác mà Đức Thánh Linh sẽ chỉ ra cho cá nhân bạn mà nó cũng cần phải được đầu phục Đức Chúa Trời.

Bằng Đức Tin, Hãy Công Bố Sự Đổ Đầy Của Đức Thánh Linh

Bước thứ ba để được đầy dẫy Đức Thánh Linh là cầu nguyện bằng đức tin rằng Đức Chúa Trời sẽ đổ đầy Đức Thánh Linh cho bạn. Đức tin chỉ đơn thuần là tin rằng Đức Chúa Trời sẽ thực hiện những gì Ngài đã hứa trong Lời Ngài. Lời cầu nguyện của bạn là một bước hành động để thực hiện đức tin. "Người chẳng có lưỡng lự hoặc hồ nghi về lời hứa Đức Chúa Trời, nhưng càng mạnh mẽ trong đức tin, và ngợi khen Đức Chúa Trời, vì tin chắc rằng điều chi Đức Chúa Trời đã hứa, Ngài cũng có quyền làm trọn được." (Rô 4:20-21).

Bằng cách làm theo cả ba bước này, bạn đang đóng cửa nhà mình trước Sa-tan và mở cửa nhà mình cho Đức Thánh Linh.

KINH NGHIỆM CẢM XÚC TRONG ĐỨC THÁNH LINH

Lần đầu tín hữu được đầy dẫy Đức Thánh Linh có thể là một kinh nghiệm rất đáng nhớ và cảm xúc. Tuy nhiên, bằng đức tin, dựa trên lời hứa của Ngài, chúng ta cầu xin Đức Chúa Trời đổ đầy Đức Thánh Linh cho chúng ta và chúng ta không nên dựa vào cảm xúc của mình. "Vì chúng ta bước đi bởi đức tin, chớ chẳng phải bởi mắt thấy." (2 Côr 5:7). Tất cả chúng ta đều có tính cách khác nhau và đáp ứng cảm xúc với các sự kiện theo những cách khác nhau. Ví dụ, tôi thích đi dự các bữa tiệc Siêu Cúp Bóng Bầu Dục Mỹ. Tôi có thể ăn pizza, tôm và bình thản xem trận đấu. Những người khác lại reo hò và la hét mỗi khi bàn thắng ghi được cho đội bóng yêu thích của họ. Thật thú vị khi xem họ tràn đầy tất cả cảm xúc khác nhau ấy. Tuy nhiên, đó chỉ là cách họ kết nối cảm xúc mà thôi.

Khi một tín hữu tuân theo cả ba bước trên và được đầy dẫy Đức Thánh Linh, thì không có gì lạ khi có một sự tác động về mặt cảm xúc đến với đời sống người đó. Nhiều người sẽ thường kinh nghiệm cảm giác gánh nặng được hạ xuống, bình an, vui mừng và tự tin. Trên thực tế, thường thì khi tín hữu ăn năn, đầu phục và cầu xin Đức Chúa Trời đổ đầy Đức Thánh Linh cho mình, thì bóng tối trong người ấy bị đẩy lui. Nhiều người được giải cứu khỏi xiềng xích của ma quỷ khi họ được đầy dẫy Đức Thánh Linh. Khi sự hiện diện của Đức Thánh Linh ngự vào căn phòng ấy, như khi ánh sáng chiếu vào căn phòng ấy, ma quỷ chạy trốn như bầy chuột sợ hãi trong tầng hầm tối tăm khi đèn được bật lên!

Khi một người được đầy dẫy Đức Thánh Linh, người ấy có thể khám phá ra những ân tứ thuộc linh của mình. Khi được đầy dẫy Đức Thánh Linh, các ân tứ siêu nhiên của Đức Thánh Linh thường được ban thêm năng lực mà trước đó đã được ban cho khi người đó tiếp nhận sự cứu rỗi. Tuy nhiên, điều quan trọng là phải hiểu rằng nếu tín hữu tìm kiếm sự đầy dẫy của Đức Thánh Linh chỉ để có một kinh nghiệm cảm xúc, chỉ để nói tiếng lạ hoặc để nhận được các ân tứ thuộc linh khác với động cơ kiêu ngạo hoặc ích kỷ, thì người ấy có thể tự mở lòng mình cho ma quỷ hoặc linh dối giả bước vào. Tôi muốn nhấn mạnh rằng không có gì sai khi tìm kiếm ân tứ thuộc linh, cả những ân tứ có thể gây tranh cãi, nếu sự tìm kiếm ấy được thực hiện với những động cơ đúng đắn và áp dụng lẽ thật của Lời Đức Chúa Trời.

SỰ ĐỔ ĐẦY CỦA ĐỨC THÁNH LINH KHÔNG LÀ PHẢI KINH NGHIỆM MỘT LẦN

Sự đổ đầy Đức Thánh Linh không phải là kinh nghiệm một lần. "Đừng say rượu, vì rượu xui cho luông tuồng; nhưng phải *đầy dẫy Đức Thánh Linh*" (Êph 5:18, phần nhấn mạnh được thêm vào). Cách dịch cụm từ "được đầy dẫy" trong tiếng Hy Lạp có nghĩa là "cứ được đầy dẫy luôn luôn và liên tục."[3] Người ta thường hỏi: "Bạn đã nhận được Phước Hạnh Lần Thứ Hai chưa?" Câu trả lời của tôi là "Rồi, nhưng bạn đã nhận được phước hạnh thứ ba và thứ tư chưa?" Ấy là bởi vì tín hữu phải liên tục làm sao để được đổ đầy Thánh Linh bởi vì người ấy có thể đánh mất sự đầy dẫy Đức Thánh Linh. Một chiếc cốc có thể chứa đầy nước. Tuy nhiên, nếu một lỗ nhỏ được tạo ra ở phía dưới, nước sẽ bị rò rỉ. Rất thực tế là mỗi khi cố ý phạm tội, chúng ta mất đi sự đầy dẫy Đức Thánh Linh. Bạn không thể cùng lúc được đầy dẫy Đức Thánh Linh và đầy dẫy những ham muốn ích kỷ của mình. Đầy dẫy Đức Thánh Linh giống như hơi thở. Bạn hít vào và thở ra suốt cả ngày. Đầy dẫy Đức Thánh Linh là một quá trình liên tục ăn năn, trao dâng các lĩnh vực trong đời sống của bạn cho Chúa và cầu xin Chúa tái đổ đầy Thánh Linh Ngài cho bạn.

Bạn cũng cần cầu xin Đức Chúa Trời đặt ngọn đèn soi sáng của Ngài vào lòng bạn để chỉ cho bạn những lĩnh vực khác cần đầu phục Đức Thánh Linh. Ấy là bởi vì độ sâu hay mức độ đầy dẫy Đức Thánh Linh sẽ thay đổi dựa trên mức độ đầu phục Đức Chúa Trời của bạn. Người tín hữu cũng nên liên tục tái xác nhận lại những lĩnh vực mà trước đây người đó đã cam kết với Đức Chúa Trời, vì rất dễ người ấy lấy lại những lĩnh vực đó. Chuyện thụt lùi về mặt tâm linh rất có thể xảy ra.

BẰNG CHỨNG VỀ SỰ ĐẦY DẪY ĐỨC THÁNH LINH

Đức Thánh Linh có thể bày tỏ hoặc đưa ra chứng cớ về sự đổ đầy của Ngài bằng nhiều cách. Tại một phiên tòa xử án, cả hai bên trình bày bằng chứng cho thẩm phán, chẳng hạn như tài liệu, hình ảnh hoặc lời làm chứng. Thẩm phán không nên phán quyết vụ án chỉ dựa trên bằng chứng ban đầu, mà phải dựa vào tổng thể các bằng chứng. Tương tự, khi đánh giá xem bạn có đầy dẫy Đức Thánh Linh hay không, trọng tâm chính của bạn không phải là bằng chứng ban đầu, mà là toàn bộ các bằng chứng.

Bằng chứng về sự đầy dẫy của Đức Thánh Linh là trái Thánh Linh và các ân tứ Thánh Linh. Một trong những bằng chứng rõ ràng nhất về sự đầy dẫy Thánh Linh là khi một tín hữu chia sẻ với người khác Phúc Âm về sự cứu rỗi thông qua đức tin nơi Chúa Giê-xu Christ. Bạn thân tôi từng nói rằng "Đức Thánh Linh là để làm việc chứ không phải để hưởng thụ". Đức Thánh Linh muốn trao quyền cho bạn để bạn có thể dạn dĩ chia sẻ Phúc Âm, một cách khôn ngoan, cho những người đang rất cần nghe Phúc Âm. Hãy nhớ rằng, chấp nhận ơn tha thứ của Đức Chúa Trời là nhu cầu số một của mỗi người, cho dù người đó có biết hay không.

Bằng chứng năng quyền nhất về sự đầy dẫy Đức Thánh Linh là sự biến đổi đời sống của tín hữu. Đó là một khao khát sâu sắc là vâng lời Đức Chúa Trời. Đó là khả năng ngày càng chiến thắng tội lỗi. Bạn có biết rằng Đức Chúa Trời muốn bạn đắc thắng không? Ngài không muốn bạn giống như một con chuột với ngồi trên bánh xe lúc đặt ở trong lồng, lúc nào cũng phạm vào một lĩnh vực nào đó, cảm thấy tội lỗi, nhưng không bao giờ vượt qua được. Chúa muốn bạn vượt qua. Chúa muốn bạn chiến thắng. Chúa muốn giúp bạn chiến thắng. Đức Chúa Trời muốn bạn đầy dẫy Đức Thánh Linh, để bạn có sức mạnh chiến thắng. Ngài muốn sự kết nối với ắc quy được chặt chẽ để chiếc ô tô có thể khởi động. Tuy nhiên, đó là quyết định của bạn khi bạn sẵn sàng thực hiện những bước cần thiết để được đầy dẫy Đức Thánh Linh.

— 4 —

CHIẾN THẮNG CÁM DỖ

Tội lỗi giống như rỉ sét hoặc ung thư, lây lan cho mọi thứ. Tội lỗi cản trở sự tốt lành của Đức Chúa Trời và quyền năng của Đức Thánh Linh. Tội lỗi ngăn trở niềm vui. Tội lỗi làm hỏng các mối quan hệ. Tội lỗi chưa ăn năn là cánh cửa mở ra cho các thế lực tối tăm xâm nhập vào cuộc sống của bạn. Hy vọng rằng bạn đang làm việc thông qua Kho Tội Lỗi mà tôi đã thảo luận trong Chương 1 và đóng cửa trước các thế lực tối tăm bằng cách ăn năn tội lỗi trong quá khứ của mình khi Đức Thánh Linh cáo trách bạn. Tuy nhiên, bạn cũng cần lên kế hoạch để đối phó với những cám dỗ trong tương lai. Tôi sẽ đưa ra một số bước rất thiết thực để giành chiến thắng trong lĩnh vực này.

Có một số định luật nhất định chi phối thế giới vật chất. Định Luật Vạn Vật Hấp Dẫn là một trong các định luật đó. Nếu một vật thể được thả từ một tòa nhà cao tầng, nó sẽ rơi xuống đất thay vì tăng ngược lên nhờ vào Định Luật Vạn Vật Hấp Dẫn. Như bất kỳ nhà khoa học nào cũng có thể chứng thực, một số định luật nhất định trong thế giới vật chất cao hơn các định luật khác. Ví dụ, Định Luật Khí Động Học có thể vượt qua Định luật Vạn Vật Hấp Dẫn. Như vậy, một chiếc máy bay phản lực khổng lồ Boeing 747 có thể cất cánh từ mặt đất dựa trên Định Luật Khí Động Học, cho dù Định Luật Vạn Vật Hấp Dẫn tìm cách ngăn cản nó.

ĐỊNH LUẬT TỘI LỖI

Có những định luật chi phối thế giới vật chất thế nào, thì cũng có những định luật chi phối thế giới thuộc linh thế ấy. Một định luật như thế được gọi là Định Luật Tội lỗi. Định luật này kéo tín hữu về phía tội lỗi. Tín hữu không thể chiến thắng Định Luật Tội Lỗi chỉ bằng nỗ lực hay quyết tâm của con người. Định Luật Tội Lỗi mạnh đến mức nó có thể khiến ngay cả một tín hữu chân chính được tái sinh cũng phải liên tục phạm tội, mặc dù người ấy rất muốn dừng lại. Sứ đồ Phao-lô đề cập đến định luật này trong sách Rô-ma:

"Vả, tôi biết điều lành chẳng ở trong tôi đâu, nghĩa là trong xác thịt tôi, bởi tôi có ý muốn làm điều lành, nhưng không có quyền làm trọn; *vì tôi không làm điều lành mình muốn, nhưng làm điều dữ mình không muốn.* Ví bằng tôi làm điều mình không muốn, ấy chẳng phải là tôi làm điều đó nữa, nhưng là tội lỗi ở trong tôi vậy. Vậy tôi thấy có luật nầy trong tôi: Khi tôi muốn làm điều lành, thì điều dữ dính dấp theo tôi. Vì theo người bề trong, tôi vẫn lấy luật pháp Đức Chúa Trời làm đẹp lòng; nhưng tôi cảm biết trong chi thể mình có một luật khác giao chiến với luật trong trí mình, bắt mình phải làm phu tù cho luật của tội lỗi, tức là luật ở trong chi thể tôi vậy. Khốn nạn cho tôi! Ai sẽ cứu tôi thoát khỏi thân thể hay chết nầy? " (Rô 7:18-24, phần nhấn mạnh được thêm vào).

Phao-lô nói: "vì tôi không làm điều lành mình muốn, nhưng làm điều dữ mình không muốn" (c.19). Rõ ràng, Phao-lô hoàn toàn nhận thức được sức mạnh của Định Luật Tội Lỗi trong đời sống của ông và trong đời sống của những tín hữu khác.

Có một thiết bị quan trọng cho phép xe ô tô của bạn khởi động. Nó được gọi là ắc quy. Nếu cáp không được kết nối chắc chắn với ắc quy, có thể do các đầu cực bị ăn mòn hoặc rỉ sét, xe ô tô sẽ không khởi động được. Hãy tưởng tượng thay vì lái ô tô của bạn đến một cửa hàng tạp hóa, bạn lại phải cố gắng đẩy nó đi vì xe không khởi động. Bạn sẽ đi được bao xa? Một số người có thể đẩy chiếc ô tô đi một đoạn đường và những người khác chỉ đẩy được vài mét, nhưng tất cả chúng ta sẽ kiệt sức. Bạn sẽ trở nên rất chán nản. Cuối cùng bạn sẽ bỏ cuộc và dừng lại. Đây chính là những gì xảy ra với Cơ Đốc nhân khi họ cố gắng vượt qua cám dỗ và Định Luật Tội Lỗi chỉ bằng sức mạnh ý chí của con người. Đơn giản là nó không hiệu quả. Nhiều tín hữu cuối cùng đã dừng cố gắng và bỏ cuộc.

ĐỊNH LUẬT ĐỨC THÁNH LINH

Trong thế giới tâm linh, cũng như trong thế giới vật chất, một số định luật cao hơn các định luật khác. Chẳng hạn, Định Luật Đức Thánh Linh cao hơn, hay vĩ đại hơn, Định Luật Tội lỗi. "Vì luật pháp của Thánh Linh sự sống đã nhờ Đức Chúa Jêsus Christ buông tha tôi khỏi luật pháp của sự tội và sự chết" (Rô 8:2). Định Luật Đức Thánh Linh có thể chiến thắng Định Luật Tội lỗi. Như chúng ta đã thảo luận trước đó trong Chương 3, Đức Thánh Linh ngự trong mọi tín hữu được tái sinh. Ngài là sức mạnh lớn hơn, là ắc quy, để tín hữu có thể chiến thắng cám dỗ. Tuy nhiên, Định Luật Đức Thánh Linh không có hiệu lực cho đến khi tín hữu trao phó mọi lĩnh vực trong đời sống mình cho Đức Thánh Linh. Tín hữu phải được đầy dẫy Đức Thánh Linh. Tuy nhiên, ngay cả khi bạn được đầy dẫy Đức Thánh Linh và đã mời Đức Thánh Linh vào mọi phòng trong nhà bạn, thì vẫn có những nguyên tắc bổ sung sẽ giúp bạn chiến thắng cám dỗ. Bước đầu, bạn cũng cần hiểu tại sao con người có xu hướng phạm tội.

BẢN CHẤT TỘI LỖI

Đức Chúa Trời đã tạo ra A-đam và Ê-va hoàn hảo. Tuy nhiên, sau khi họ phạm tội trong Vườn Địa Đàng, mỗi người con, cháu, chắt, chít của họ từ đời này qua đời khác đều sinh ra trong bản chất tội lỗi. "Kìa, tôi sanh ra trong sự gian ác, mẹ tôi đã hoài thai tôi trong tội lỗi." (Thi 51:5); "Chúng ta hết thảy cũng đều ở trong số ấy, trước kia sống theo tư dục xác thịt mình, làm trọn các sự ham mê của xác thịt và ý tưởng chúng ta, tự nhiên làm con của sự thạnh nộ, cũng như mọi người khác" (Êph 2:3). Trên phương diện thực tế, có bản chất tội lỗi có nghĩa là bạn được sinh ra với khuynh hướng và xu hướng phạm tội. Thực ra, bạn có thể đã tranh chiến với một cám dỗ hoặc tội lỗi cụ thể từ những ngày đầu đời mà bạn có thể nhớ được, thậm chí ngay cả khi bạn mới sáu tuổi!

Tôi đã có cơ hội trình bày Phúc Âm tại Trung Hoa. Tôi được mời nói chuyện tại một nhà máy sản xuất quần áo. Các nữ tu Công giáo đã sắp xếp cho tôi gặp chủ nhà máy và ông ấy mời tôi nói chuyện vào buổi tối với một số nhân viên của ông ấy. Sau phần trình bày của tôi, người chủ quay sang khán giả và hỏi xem có ai có câu hỏi gì không. Một người là bác sĩ y khoa nói với tôi rằng theo niềm tin của họ, họ tin rằng con cái họ sinh ra đã hoàn hảo, không hề có bản chất tội lỗi. Tất nhiên, tôi có thể mở Kinh Thánh ra và trích dẫn nhiều câu Kinh Thánh khác nhau cho thấy mọi người được sinh ra đều có bản chất tội lỗi. Nhưng thay vì làm thế, tôi chỉ hỏi khán giả xem có bao nhiêu người trong số họ có con nhỏ. Sau đó tôi chỉ ra rằng chúng ta phải kỷ luật trẻ nhỏ ngay cả ở tuổi lên hai và ba. Bạn không cần phải dạy trẻ giật đồ chơi của trẻ khác, đánh trẻ khác hoặc không vâng lời. Chúng làm những điều này một cách tự nhiên. Nhiều bậc phụ huynh có mặt trên khán đài mỉm cười công nhận điều này là đúng. Chúng ta kỷ luật con cái của chúng ta để sửa chữa những khuynh hướng xấu này. Không phải một sự kết luận, nhưng đây cũng là bằng chứng cho thấy mỗi đứa trẻ đều có bản chất tội lỗi.

Vài năm trước, tôi đưa gia đình đi nghỉ ở Orlando, bang Florida. Khi chúng tôi vào một công viên giải trí, họ quét ngón tay cái của mọi người vì mục đích bảo mật. Ấy là bởi vì mặc dù tất cả các ngón tay cái của chúng ta trông giống nhau, nhưng mỗi chúng ta đều có dấu vân tay riêng. Cũng vậy, tất cả chúng ta đều có bản chất tội lỗi, nhưng mỗi người có một bản chất tội lỗi riêng. Dấu vân tay của bản chất tội lỗi của bạn khác với của tôi. Nói cách khác, xu hướng phạm tội của bạn trong một lĩnh vực cụ thể từ khi sinh ra có thể khác với của tôi. Tất cả chúng ta đều tranh chiến với nhiều loại cám dỗ, nhưng tùy thuộc vào bản chất tội lỗi của bạn, tranh chiến với cám dỗ nhất định của bạn có thể ít hơn hoặc nhiều hơn đáng kể so với những gì người khác trải qua.

Ta có thể nhớ việc mình đã phải tranh chiến sâu xa với sự ghen tị, tức giận hoặc thiếu tự chủ trong ăn uống, ngay cả khi còn ở trường mẫu giáo. Không phải mọi sự tranh chiến với một tội lỗi cụ thể đều có thể bắt nguồn từ những hoàn cảnh hoặc môi trường xấu trong cuộc sống của một con người. Vấn đề với một số nhà tâm lý học là họ không thừa nhận khả năng một người được sinh ra với bản chất tội lỗi. Trước sự ngạc nhiên của nhiều người, có thể bạn đang phải tranh chiến với một cám dỗ cụ thể, và đó có thể không phải là kết quả của một việc bạn đã làm trước đó trong đời. Nó cũng có thể không phải là kết quả của việc cha mẹ bạn đã làm hoặc không làm điều gì đó. Đó có thể không phải là chuyện bạn được trưởng dưỡng trong môi trường xấu. Thủ phạm thực sự khiến bạn phải tranh chiến với một cám dỗ cụ thể có thể là dấu vân tay của bản chất tội lỗi của bạn. Tuy nhiên, đừng đi đến một thái cực khác bằng cách biện minh cho tính hay chỉ trích, nghiện tình dục hoặc tính khí bạo lực của bạn bằng cách nói rằng: "Đức Chúa Trời đã tạo ra tôi theo cách này, người khác nên chấp nhận con người của tôi". Đúng là Đức Chúa Trời đã tạo ra bạn, nhưng bạn và tôi sinh ra đã là những con người sa ngã và tan vỡ. Bạn được sinh ra với bản chất tội lỗi. Tuy nhiên, Đức Chúa Trời đã bước vào mớ hỗn độn này để cứu chuộc bạn, phục hồi bạn, chữa lành cho bạn và ban cho bạn con đường chiến thắng cám dỗ. Tuy nhiên, tôi đảm bảo với bạn rằng đó có thể là một sự tranh chiến mà cuối cùng bạn sẽ giành chiến thắng, nhưng bạn sẽ phải hoàn toàn phó thác phần của mình.

BẢN CHẤT MỚI

Tôi và gia đình đã sống ở một vùng nông thôn trong phần lớn cuộc đời chúng tôi. Chúng tôi đã nuôi các con vật khác nhau. Lợn thì thích những vũng bùn. Nếu lợn được thả gần vũng bùn, thì thể nào cuối cùng chúng sẽ bị cuốn vào đó. Chúng thích ở trong bùn dơ. Bản chất của chúng là chơi đùa trong vũng bùn. Nhưng cừu lại khác. Cừu không thích lăn lộn trong vũng bùn mà muốn ăn cỏ trên đồng. Đây là bản chất của chúng. Cừu có thể ngã xuống vũng bùn, nhưng nếu bị vậy, chúng sẽ cố gắng thoát ra ngay.

Trước khi được cứu rỗi, một người có bản chất tội lỗi, họ không có lựa chọn nào khác ngoài làm nô lệ cho tội lỗi. Điều này không có nghĩa là trước khi được cứu rỗi, ta không thể vượt qua một tội lỗi hoặc thói quen xấu cụ thể nào. Tuy nhiên, khuynh hướng và xu hướng của người đó nói chung là hướng về tội lỗi. Người đó đã ở trong "vũng bùn". Kinh Thánh dạy rằng người tin vào sự cứu rỗi là người được ban cho một "bản chất mới" nhờ vào sự cư ngụ bên trong của Đức Thánh Linh. "Vậy, nếu ai ở trong Đấng Christ, thì nấy là người dựng nên mới; những sự cũ đã qua đi, nầy mọi sự đều trở nên mới" (2 Cor 5:17). Bản chất mới của tín hữu là vâng phục Đức Chúa Trời. Khuynh hướng và xu hướng của người ấy bây giờ là vâng phục Đức Chúa Trời. Có những lúc khi các tín hữu có thể vì xác thịt mà sa vào "vũng bùn" tội lỗi; nhưng nhờ vào bản chất mới của họ, họ sẽ đấu tranh để thoát ra. Thật ra, một cách để kiểm tra xem liệu một người có bản chất mới hay không ấy là đặt ra câu hỏi: "Sự khát khao sâu xa nhất trong lòng bạn là gì? Chơi đùa trong vũng bùn tội lỗi hay vâng lời Chúa Giê-xu Christ?" Khi tôi cố gắng xác định xem liệu một người đã được cứu hay chưa, tôi không chỉ hỏi người đó có lặp lại lời cầu nguyện mời Chúa Giê-xu Christ bước vào lòng mình chưa. Thay vào đó, tôi hỏi: "Bạn có yêu mến Chúa Giê-xu Christ không? Bạn có thực sự khao khát vâng lời Đức Chúa Trời và tuân giữ các mạng lệnh của Ngài không?" Đây là bằng chứng tốt nhất về việc một người có thực sự được cứu hay không. Sau khi một người được cứu và nhận được một bản chất mới, tội lỗi vẫn có thể thống trị cuộc sống của người đó, nhưng người tin Chúa giờ đây có sức mạnh để vượt qua cám dỗ nhờ ở trong Đức Thánh Linh.

CÁC BƯỚC ĐỂ CHIẾN THẮNG CÁM DỖ

Có một số bước mà người tín hữu ấy có thể thực hiện để chiến thắng cám dỗ, trong đó bao gồm cả việc nhận thức rằng bản chất tội lỗi của bạn đã bị đóng đinh với Chúa Giê-xu Christ rồi, coi mình là đã chết về tội lỗi, cầu xin Đức Chúa Trời thêm năng lực để bạn có ý chí và đưa những điều căn bản vào thực hành.

Thừa nhận bản chất tội lỗi của bạn đã được đóng đinh trên thập tự giá

Người tín hữu ấy phải nhận ra rằng mình không cần phải làm nô lệ cho tội lỗi nữa. Tôi không nói rằng tín hữu đã được cứu thì sẽ không bao giờ phạm tội nữa. Trái lại, tín hữu không cần để tội lỗi thống trị và điều khiển. Có vẻ đáng kinh ngạc nhưng Kinh Thánh bày tỏ rằng bản chất tội lỗi của tín hữu đã bị ghim chặt và đóng đinh với Chúa Giê-xu Christ trên thập tự giá rồi. Tôi không hiểu điều này diễn ra bằng cách nào bởi vì khi Chúa Giê-xu Christ chết trên thập tự giá, tôi vẫn chưa được sinh ra. Tuy nhiên, tôi biết rằng Kinh Thánh dạy rằng khi Chúa Giê-xu chết trên thập tự giá, Đức Chúa Trời đã nhìn vào tương lai của tôi và cất mọi tội lỗi mà tôi đã từng phạm đi và đặt những tội lỗi đó lên Chúa Giê-xu Christ. Đức Chúa Trời cũng mang lấy bản chất tội lỗi của tôi và đóng chặt nó vào thập tự giá với Đấng Christ. Điều này đã trở thành hiện thực đối với tôi vào thời điểm tôi được cứu rồi. "Vì biết rõ rằng người cũ của chúng ta đã bị đóng đinh trên thập tự giá với Ngài, hầu cho thân thể của tội lỗi bị tiêu diệt đi, và chúng ta không phục dưới tội lỗi nữa." (Rô 6:6, phần nhấn mạnh được thêm vào). Người tín hữu phải hiểu rằng bản chất tội lỗi của mình đã bị ghim chặt và đóng đinh trên thập tự giá với Chúa Giê-xu Christ. Nhờ vào sự kiện lịch sử này, tội lỗi không còn lý do kiểm soát cuộc sống của tín hữu nữa. Bước đầu tiên để chiến thắng cám dỗ là cảm ơn và đồng ý với Đức Chúa Trời rằng bản chất tội lỗi của bạn đã bị đóng đinh với Chúa Giê-xu Christ trên thập tự giá. "Tôi đã bị đóng đinh vào thập tự giá với Đấng Christ, mà tôi sống, không phải là tôi sống nữa, nhưng Đấng Christ sống trong tôi; nay tôi còn sống trong xác thịt, ấy là tôi sống trong đức tin của Con Đức Chúa Trời, là Đấng đã yêu tôi, và đã phó chính mình Ngài vì tôi" (Ga 2:20). Tín hữu phải khước từ lời nói dối rằng mình bất lực trong việc chống lại tội lỗi.

Xem chính mình như đã chết với tội lỗi

Bước thứ hai để chiến thắng cám dỗ là công bố trong đức tin rằng bạn "đã chết đối với tội lỗi." Kẻ thù hung tợn và ghê gớm nhất của bạn, kẻ sẽ cho bạn nhiều thử thách nhất trong cuộc đời này, không phải là ma quỷ mà chính là xác thịt của bạn. Xác thịt không chỉ là thân thể thực tại của con người mà còn là một thuật ngữ mô tả khả năng và sự thèm khát phạm tội của con người. Nếu bạn là tín đồ, mặc dù bản chất tội lỗi của bạn đã bị đóng đinh với Đấng Christ và bây giờ bạn có một bản chất mới, nhưng bạn vẫn có khả năng và sự thèm khát phạm tội. Tôi thường đề cập xác thịt như là tàn dư của bản chất tội lỗi. Để người tín hữu chiến thắng cám dỗ, người ấy phải làm cho xác thịt chết đi bởi quyền năng của Đức Thánh Linh. Hay nói cách khác, tín hữu phải làm chết các công việc của thân thể bằng quyền năng của Đức Thánh Linh. "Thật thế, nếu anh em sống theo xác thịt thì phải chết; song nếu nhờ Thánh Linh, làm cho chết các việc của thân thể, thì anh em sẽ sống." (Rô 8:13).

Vợ tôi may vá. Đôi khi cô ấy vô tình làm rơi cái ghim xuống sàn nhà. Bằng cách nào đó những chiếc ghim đó lăn tới gần chân tôi. Chắc hẳn có một cục nam châm trong chân tôi vì không ai khác trong gia đình chúng tôi ngoài tôi đi qua nhà và giẫm lên những chiếc đinh ghim này. Tôi không thể nói cho bạn biết đã bao nhiêu lần chiếc ghim cắm vào chân tôi, và thực sự rất đau. Tôi muốn bạn tưởng tượng rằng bạn đang ở một đám tang và bạn cắm một chiếc ghim đinh vào tay của người chết nằm trong quan tài. Sẽ không có phản ứng nào cả. Người đó sẽ không la lên "Ối!" Ấy là do người đó đã chết đối với việc bị đinh ghim châm vào. Tương tự, tín hữu phải công bố rằng họ như một người đã chết đối với việc bị đinh cám dỗ ghim vào. Người hữu tín phải công bố trong đức tin rằng mình "đã chết đối với tội lỗi." Sau đó, Đức Chúa Trời thực hiện phần của Ngài, ngăn chặn cũng như làm tê liệt đáp ứng của bạn đối với những suy nghĩ tội lỗi xuất hiện trong tâm trí bạn. Bạn làm phần của bạn, rồi Đức Chúa Trời làm phần của Ngài. "Vậy anh em cũng hãy coi mình như chết về tội lỗi và như sống cho Đức Chúa Trời trong Đức Chúa Giê-xu Christ." (Rô 6:11, phần nhấn mạnh được thêm vào). "Vậy hãy làm chết các chi thể của anh em ở nơi hạ giới, tức là tà dâm, ô uế, tình dục, ham muốn xấu xa, tham lam, tham lam chẳng khác gì thờ hình tượng;" (Cô 3:5).

Cầu xin Đức Chúa Trời củng cố ý chí con người

Bước thứ ba để chiến thắng cám dỗ là cầu xin Đức Chúa Trời ban cho bạn sức mạnh siêu nhiên trong ý chí của bạn để khước từ những cám dỗ tội lỗi. Tín hữu không thể vượt qua cám dỗ chỉ bằng việc quyết định rằng họ sẽ không bao giờ phạm tội, bởi sức riêng. Tuy nhiên, ý chí của bạn vẫn tham gia vào quá trình này. Khước từ tội lỗi là một hành động cần thiết của ý chí con người. Bạn không chỉ đơn thuần là một công cụ thụ động. "Nếu ngươi làm lành, há chẳng ngước mặt lên sao? Còn như chẳng làm lành, thì tội lỗi rình đợi trước cửa, thèm ngươi lắm; nhưng ngươi phải quản trị nó." (Sáng 4:7). Bạn phải làm chủ tội lỗi. Ý chí của bạn được tham gia vào quá trình này. Ý chí của bạn được sử dụng khi bạn cảm tạ và đồng ý với Đức Chúa Trời rằng bản chất tội lỗi của bạn đã bị đóng đinh với Chúa Giê-xu Christ trên thập tự giá và bạn không còn cần phải bị tội lỗi thống trị và kiểm soát nữa. Ý chí của bạn được sử dụng khi bạn tuyên bố rằng bạn "đã chết đối với tội lỗi." Ý chí của bạn cũng được sử dụng khi bạn khước từ những suy nghĩ tội lỗi xâm nhập vào tâm trí bạn.

Martin Luther đã từng tuyên bố rằng bạn không thể ngăn những con chim bay qua đầu mình, nhưng bạn có thể ngăn chúng làm tổ trên đầu bạn.[4]

Điều này cũng đúng với sự cám dỗ. Sa-tan có thể trực tiếp đặt những suy nghĩ vào tâm trí bạn. Bạn không chịu trách nhiệm cho mọi suy nghĩ xuất hiện trong đầu bạn. Không phải mọi suy nghĩ thù hận, giận dữ, ham muốn, cay đắng hay tự tử đều bắt nguồn từ bạn. Đó có thể là quyền lực của bóng tối hướng những mũi tên lửa của chúng vào tâm trí bạn. Tuy nhiên, bạn phải chịu trách nhiệm về những gì bạn làm với những suy nghĩ đó sau khi chúng xâm nhập vào tâm trí bạn.

Tôi thường bảo mọi người tuân theo "Quy Tắc Hai Giây". Quy tắc là bạn có một giây để nhận ra một suy nghĩ xấu xuất hiện trong tâm trí mình và sau đó bạn có thêm một giây để khước từ nó. Nếu bạn khước từ nó ngay lập tức, bạn đã không phạm tội với Chúa. Tuy nhiên, nếu bạn bắt đầu đắm chìm vào và chơi đùa với suy nghĩ đó, bạn chỉ cắn câu và chiếm hữu nó mà thôi. Bạn vừa phạm tội với Đức Chúa Trời vừa mở cửa cho các thế lực tối tăm. Khi một suy nghĩ xấu xuất hiện trong đầu bạn, tôi đề nghị bạn hãy cầu nguyện: "Lạy Cha Thiên Thượng, con khước từ suy nghĩ [tức là, sợ hãi, tức giận, thèm khát, tự tử, nghi ngờ] này." Tất nhiên, đây chỉ là những ví dụ đơn cử về một số suy nghĩ xấu mà thôi.

Chỉ có Đức Chúa Trời mới có thể cung cấp sức mạnh siêu nhiên trong ý chí của con người để chống lại cám dỗ một cách thành công. Bạn phải sử dụng ý chí của mình để chống lại sự cám dỗ, nhưng ý chí của bạn thôi thì không đủ, vì thế Đức Chúa Trời hợp nhất ý chí của Ngài với ý chí của bạn. Vì vậy, bạn cần xin Chúa gia cố ý chí của bạn bằng ý chí của Ngài. Gia cố chính là lý do tại sao các nhà thầu sử dụng cốt thép trong bê tông. Bạn cần cầu xin Chúa đặt một số cốt thép trong ý chí của bạn. Bạn cần cầu nguyện xin Chúa ban cho bạn sức mạnh siêu nhiên trong ý chí để khước từ cám dỗ.

Bạn có thể thực hiện cả ba bước để vượt qua cám dỗ thông qua việc cầu nguyện với Đức Chúa Trời khi bạn bị cám dỗ:

> "Lạy Cha Thiên Thượng, con khước từ lời nói dối rằng con không có sức mạnh chống lại cám dỗ. Con cảm ơn Cha vì bản chất tội lỗi của con đã bị đóng đinh với Chúa Giê-xu Christ trên thập tự giá và con không còn cần phải bị tội lỗi kiểm soát nữa."
> "Con công bố rằng con đã chết đối với tội lỗi rồi."

"Con cầu nguyện xin Ngài cho con sức mạnh siêu nhiên
trong ý chí để khước từ cám dỗ."

Các nguyên tắc cơ bản để chiến thắng cám dỗ

Vượt qua cám dỗ cũng đòi hỏi bạn phải thực hành các nguyên tắc cơ bản.
Nguyên tắc cơ bản đầu tiên là đọc Kinh Thánh. Bạn cần đọc ít nhất một
chương trong Kinh Thánh mỗi ngày. Nguyên tắc cơ bản thứ hai là ghi nhớ
những câu Kinh Thánh trả lời cho những cám dỗ cụ thể. Tôi sẽ cung cấp
những câu Kinh Thánh gợi ý trong Chương 5 khi tôi giải thích về Khí Giới
Của Đức Chúa Trời. Nguyên tắc cơ bản thứ ba là cầu nguyện mỗi ngày.

Nguyên tắc cơ bản thứ tư để chiến thắng cám dỗ là thông công với các tín
hữu khác. Tôi đã tham gia một câu lạc bộ nâng tạ. Bill, một thành viên của
câu lạc bộ, giải thích cho tôi lý do tại sao anh ấy tham gia câu lạc bộ sức
khỏe. Anh ấy nói rằng anh ấy có nhiều động lực để nâng tạ khi có người
khác hơn là chỉ nâng tạ một mình ở nhà. Bill nói rằng nếu anh ấy tự tập tạ
ở nhà, có thể anh ấy không tập luyện chăm chỉ và sau khoảng mười phút,
anh ấy có thể bỏ cuộc và nằm dài trên giường. Tôi ngưỡng mộ anh ấy vì
sự trung thực của anh ấy. Đây cũng là một trong những lý do tại sao chúng
ta đi nhà thờ. Nó giúp thúc đẩy chúng ta phục vụ Đức Chúa Trời. Ngoài ra,
việc tham dự hội thánh không chỉ là chuyện bạn "nhận được gì từ đó". Mục
đích của việc đi nhóm với hội thánh cũng là để luôn sẵn sàng khích lệ và
giúp đỡ người khác.

Nguyên tắc cơ bản thứ năm để chiến thắng cám dỗ là có một bạn đồng
hành chịu trách nhiệm giải trình. Việc có một người hỗ trợ phòng tập khi
bạn thực hiện đẩy tạ trên ghế nếu bạn đang nâng tạ nặng là rất cần thiết.
Đã có những người thiệt mạng khi thực hiện đẩy tạ trên ghế. Cánh tay của
họ khuỵu xuống, thanh đòn và tạ đổ ập xuống đầu họ. Để ngăn chặn thảm
kịch này, cần có người hỗ trợ phòng tập. Người hỗ trợ phòng tập đặt tay
mình ngay dưới thanh đòn để trong trường hợp bạn không thể tiếp tục
nâng tạ lên, người ấy có thể nắm lấy thanh đòn để nó không rơi vào đầu
bạn. Người hỗ trợ phòng tập có thể cứu mạng bạn. Khi tập tại phòng gym,
không có gì phải xấu hổ khi có người hỗ trợ. Đó là một điều bình thường
đối với những chàng trai và cô gái đang cố gắng thúc đẩy bản thân. Người
hỗ trợ phòng tập làm gì? Người ấy tạo động lực cho bạn. Người ấy thúc đẩy

bạn để bạn nâng tạ nhiều hơn bạn nghĩ bạn có thể nâng. Người ấy cho bạn sự tự tin. Bạn biết rằng nếu cánh tay của bạn đưa ra, người ấy sẽ ở ngay đó để nắm lấy thanh đòn. Trên thực tế, một người hỗ trợ phòng tập giỏi thậm chí còn có thể hét vào mặt bạn nếu bạn không cố gắng hết sức.

Khi bạn đang tranh chiến để vượt qua một cám dỗ cụ thể hoặc bạn muốn thúc ép bản thân sâu nhiệm hơn trong sự đầy dẫy Đức Thánh Linh, thì việc có một người hỗ trợ cũng rất hữu ích. Một số người gọi người này là người để giải trình. Thực ra, tôi thực sự không thích sử dụng thuật ngữ người giải trình vì nó có hàm ý chỉ Cơ Đốc nhân yếu đuối và thiếu trưởng thành mới cần phải giải trình trước những tín hữu khác. Tôi thích sử dụng thuật ngữ người hỗ trợ hơn, bởi vì người hỗ trợ thúc đẩy bạn trở thành người tốt nhất bạn có thể nhắm đạt đến những cấp độ mới trong Đức Thánh Linh. Mọi người đều cần một người hỗ trợ nếu muốn chiến thắng cám dỗ, trở nên giống như hình ảnh của Chúa Giê-xu và hoàn thành ý muốn của Đức Chúa Trời cho cuộc đời bạn.

— 5 —

KHÍ GIỚI CỦA ĐỨC CHÚA TRỜI

"Vả lại, anh em phải làm mạnh dạn trong Chúa, nhờ sức toàn năng của Ngài. Hãy mang lấy mọi khí giới của Đức Chúa Trời, để được đứng vững mà địch cùng mưu kế của ma quỉ. Vì chúng ta đánh trận, chẳng phải cùng thịt và huyết, bèn là cùng chủ quyền, cùng thế lực, cùng vua chúa của thế gian mờ tối nầy, cùng các thần dữ ở các miền trên trời vậy. Vậy nên, hãy lấy mọi khí giới của Đức Chúa Trời, hầu cho trong ngày khốn nạn, anh em có thể cự địch lại, và khi thắng hơn mọi sự rồi, anh em được đứng vững vàng. Vậy, hãy đứng vững, LẤY LẼ THẬT LÀM DÂY NỊT LƯNG, MẶC LẤY GIÁP BẰNG SỰ CÔNG BÌNH, dùng SỰ SẴN SÀNG CỦA TIN LÀNH BÌNH AN MÀ LÀM GIÀY DÉP. Lại phải lấy thêm đức tin làm thuẫn, nhờ đó anh em có thể dập tắt được các tên lửa của kẻ dữ. Cũng hãy lấy SỰ CỨU CHUỘC LÀM MÃO TRỤ, và cầm gươm của Đức Thánh Linh, là lời Đức Chúa Trời. Hãy nhờ Đức Thánh Linh, thường thường làm đủ mọi thứ cầu nguyện và nài xin. Hãy dùng sự bền đỗ trọn vẹn mà tỉnh thức về điều đó, và cầu nguyện cho hết thảy các thánh đồ." (Êph 6:10-18).

Từ khoảng năm 60 đến năm 62 S.C, sứ đồ Phao-lô ở trong ngục tù tại La Mã. Trước đó, ông đã rao giảng Phúc Âm. Các nhà lãnh đạo tôn giáo Do Thái cáo buộc ông gây chia rẽ trong dân chúng và làm ô uế Đền Thờ, nên họ tìm cách giết ông. Tuy nhiên, khi một chỉ huy của quân đội La Mã thẩm vấn ông, viên chỉ huy thấy rằng không lời buộc tội ông nào đáng phải xử án tử hoặc bỏ tù. Khi nhà cầm quyền La Mã chuẩn bị giao nộp ông cho các nhà lãnh đạo Do Thái xét xử, Phao-lô đã sử dụng quyền công dân La Mã của mình để được đích thân hoàng đế xét xử vụ án của mình.

Trong khi ở trong tù chờ vụ án của mình được đưa ra xét xử, Phao-lô đã viết thư cho nhiều hội thánh khác nhau, trong đó có một hội thánh ở thành Ê-phê-sô. Ở phần cuối của bức thư này, ông mô tả một cuộc chiến thuộc linh liên quan đến một đội quân đông đảo các hữu thể thuộc linh còn được gọi là ác linh. "Vì chúng ta đánh trận, chẳng phải cùng thịt và huyết, bèn là cùng chủ quyền, cùng thế lực, cùng vua chúa của thế gian mờ tối nầy, cùng các thần dữ ở các miền trên trời vậy." (Êph 6:12). Làm thế nào tín hữu có thể tự bảo vệ mình trước một kẻ thù mạnh mẽ nhưng vô hình như vậy? Phao-lô đã trả lời câu hỏi đó bằng cách so sánh từng khí giới của lính La Mã với khí giới thuộc linh của tín hữu. Việc ông lựa chọn lối so sánh này không có gì là ngạc nhiên cả! Trong thời gian ông bị giam, một người lính La Mã đã được giao nhiệm vụ canh giữ. Thường thì Phao-lô bị xích vào người lính ấy. Ông có nhiều thời gian để quan sát từng khí giới của người lính ấy và xem xét những loại khí giới thuộc linh tượng tự áp dụng cho đời sống của tín hữu. Chắc chắn Phao-lô cũng biết chuyện tiên tri Ê-sai so sánh sự cứu rỗi và sự công bình với khí giới của người lính (Ê-sai 59:17).

THẮT LƯNG BẰNG LẼ THẬT

Thứ đầu tiên trong bộ Khí Giới của Đức Chúa Trời là Thắt Lưng bằng Lẽ Thật. Trong Ê-phê-sô 6:14, sứ đồ Phao-lô viết để hướng dẫn người tín hữu đứng vững vì đã "lấy lẽ thật làm dây nịt lưng" hoặc thắt lưng bằng Lẽ Thật. Những người lính La Mã đeo một chiếc thắt lưng da rộng để bảo vệ phần dưới của cơ thể.

Nếu tín hữu không thể phân biệt được sự khác biệt giữa chân lý và sự lừa dối, thì Sa-tan có thể vô hiệu hóa hiệu quả của người đó trong chức vụ. Sa-tan là cha của sự nói dối. "Khi nó nói dối, thì nói theo tánh riêng mình, vì nó vốn là kẻ nói dối và là cha sự nói dối." (Giăng 8:44). Vì vậy, chúng ta cần cầu xin Đức Chúa Trời bày tỏ những khía cạnh dối trá trong cuộc đời của chúng ta. Sự lừa dối có thể xâm nhập vào đời sống của tín hữu khi người đó hiểu sai Lời Đức Chúa Trời. Rõ ràng là trong những ngày sau rốt, nhiều người sẽ bị lừa dối trong lĩnh vực giáo lý. "Vì sẽ có một thời kia, người ta không chịu nghe đạo lành; nhưng vì họ ham nghe những lời êm tai, theo tư dục mà nhóm họp các giáo sư xung quanh mình, bịt tai không nghe lẽ thật, mà xây hướng về chuyện huyễn." (2 Tim 4:3-4). Cho dù một tín hữu nghĩ rằng mình có bao nhiêu kiến thức về Kinh Thánh và cho dù anh ta là Cơ Đốc nhân bao lâu đi nữa, anh ta vẫn có thể bị lừa dối trong phương diện giáo lý. Cách duy nhất để đảm bảo rằng giáo lý của bạn chính xác là liên tục đọc và nghiên cứu Lời Chúa. Thắt Lưng Lẽ Thật cũng bảo vệ tín hữu khỏi bốn kiểu lời nói dối.

Lời nói dối về bản thân bạn

Thắt Lưng bằng Lẽ Thật sẽ bảo vệ bạn khỏi những lời nói dối về bản thân bạn. Chúng ta phải đối mặt với sự lừa dối và khước từ những lời nói dối về bản thân. Có rất nhiều lời nói dối xâm nhập vào tâm trí chúng ta. Một số lời nói dối mà nhiều tín hữu tranh chiến bao gồm:

"Bạn không đủ thông minh để học hay hiểu Kinh Thánh."
"Bạn sẽ thất bại trong mọi nỗ lực kinh doanh trong tương lai. Bạn thật là một kẻ thất bại!"
"Bạn không xứng đáng được Chúa và người khác yêu thương. Ai yêu bạn được cơ chứ?"
"Bạn sẽ không bao giờ chiến thắng được một số tội lỗi hoặc các thói quen tai hại."
"Bạn sẽ bị ung thư hoặc một số bệnh khác" (khi không có cơ sở hợp lý để tin như vậy.)
"Bạn không có khả năng chia sẻ Phúc Âm. Tốt hơn hết, đừng cố gắng chia sẻ Phúc Âm vì bạn sẽ gây hại nhiều hơn lợi."
"Bạn xấu xí, ngu ngốc, vô giá trị và không ai muốn làm bạn với bạn."

Những lời nói dối này và những lời nói dối khác phải bị phá bỏ để bạn có thể kinh nghiệm sự bình an và niềm vui đầy trọn của Đức Chúa Trời. Bạn nên cầu nguyện: "Xin Chúa chỉ cho con những lời nói dối về chính mình mà con đã tin."

Những lời nói dối về người khác

Thắt Lưng bằng Lẽ Thật bảo vệ bạn khỏi những lời nói dối về người khác. Chúng ta thường hiểu sai lời nói và hành động của người khác và rút ra những kết luận sai. Sự hiểu sai này là rào cản cản trở các mối quan hệ lành mạnh phát triển. Nó cũng có thể tạo ra sự cay đắng hoặc tức giận vô cớ. Một số lời nói dối phổ biến bao gồm:

> Người khác tức giận với bạn – khi họ không giận gì cả.
> Người phối ngẫu của bạn đã lừa dối bạn – trong khi người ấy không hề lừa dối bạn.
> Người khác đang chỉ trích vẻ ngoài của bạn và đang đoán xét bạn – khi người ấy không chỉ trích hay đoán xét gì bạn.
> Người khác có thành kiến với bạn vì chủng tộc hoặc điều kiện kinh tế của bạn. Người ấy đang coi thường bạn – trong khi người ấy không hề như vậy.
> Người khác muốn tiến tới về phương diện tình dục với bạn – trong khi người ấy không hề có ý đó.
> Người khác đầy cao ngạo – trong khi họ không hề như vậy.
> Bố mẹ bạn không yêu thương bạn – trong khi họ thật sự yêu bạn.

Những lời nói dối về người khác ảnh hưởng đến tình bạn, các thành viên trong gia đình và những đồng lao chức vụ của bạn. Sa-tan biết rằng nếu bạn bị cô lập, bạn sẽ dễ bị tổn thương về thuộc linh. Do đó, mục tiêu của Sa-tan là chia rẽ các mối quan hệ của bạn bằng cách gieo rắc những lời dối trá để khiến bạn bị cô lập. Bạn có thể tin vào một lời nói dối về người khác, hoặc bạn có thể đang nhận cái kết quả của một lời nói dối, mà điều này cũng rất đau đớn.

Trong một số trường hợp, bạn có thể đúng trong cách bạn nhìn nhận về người khác. Nếu vậy, thì bạn vẫn sẽ cần ân điển của Đức Chúa Trời. Đây là lý do tại sao chúng ta phải kiên nhẫn với tất cả mọi người. Chúng ta không dự phần vào một đau khổ sai trật. Tuy nhiên, thường thì người tin Chúa nghiễm nhiên chấp nhận một lời nói dối và suy đoán xem người khác đang nghĩ gì. Bạn nên cầu nguyện: "Lạy Chúa, xin chỉ cho con những điều dối trá mà con đã tin về người khác và phá bỏ những điều dối trá mà người khác tin về con."

Những lời nói dối về Đức Chúa Trời

Thắt lưng bằng lẽ thật cũng bảo vệ chống lại những lời nói dối về Đức Chúa Trời. Ở đây, Sa-tan đang cố gậy bánh xe vào mối quan hệ giữa bạn với Đức Chúa Trời. Trong Vườn Địa Đàng, Đức Chúa Trời đã nói với A-đam và Ê-va rằng nếu họ ăn trái cấm, họ chắc chắn sẽ chết:

> "Người nữ đáp rằng: Chúng ta được ăn trái các cây trong vườn, song về phần trái của cây mọc giữa vườn, Đức Chúa Trời có phán rằng: Hai ngươi chẳng nên ăn đến và cũng chẳng nên đá-động đến, e khi hai ngươi phải chết chăng. Rắn bèn nói với người nữ rằng: Hai ngươi chẳng chết đâu; nhưng Đức Chúa Trời biết rằng hễ ngày nào hai ngươi ăn trái cây đó, mắt mình mở ra, sẽ như Đức Chúa Trời, biết điều thiện và điều ác" (Sáng 3:2-5).

Sa-tan cám dỗ A-đam và Ê-va để họ tin rằng Đức Chúa Trời là kẻ nói dối. Sa-tan nói: "Hai ngươi chẳng chết đâu." Sa-tan gợi lên suy nghĩ rằng Đức Chúa Trời cấm họ ăn trái cây để ngăn cản họ trở nên "giống như Đức Chúa Trời". Nói cách khác, Đức Chúa Trời đang giữ lại điều gì đó tốt lành và đáng ước ao khỏi họ.

Những lời dối trá của Sa-tan thường chứa đựng một số sự thật. A-đam và Ê-va không chết ngay lập tức về thể xác, nhưng họ chết ngay lập tức về phần thuộc linh, họ đánh mất mối tương giao với Đức Chúa Trời. Sa-tan đã đúng khi nói rằng mắt họ sẽ mở ra, nhưng điều đó dẫn đến sự xấu hổ và tội lỗi. Giờ đây, A-đam và Ê-va đã biết điều thiện và điều ác qua cách tự mình trải nghiệm tội lỗi; tuy nhiên, tội lỗi đã tạo ra đau đớn, phiền muộn và cuối cùng là cái chết về thân xác của họ.

Ngày nay, chiến lược của Sa-tan không thay đổi. Hắn tiếp tục cám dỗ các Cơ Đốc nhân và những người khác tin vào những lời dối trá về Đức Chúa Trời. Khi Sa-tan nói dối về Đức Chúa Trời, hắn thường cẩn thận thêm vào một phần nhỏ sự thật để nghe có vẻ hợp lý. Một vài lời nói dối phổ biến mà các tín hữu nên khước từ đó là:

"Đức Chúa Trời sẽ không tha một số tội lỗi cho bạn, như tội đồng tính luyến ái, lạm dụng trẻ em, hiếp dâm, ngoại tình, giết người, ly dị hoặc loạn luân." Đây là một lời nói dối. Tất cả những tội lỗi này đều có thể được tha thứ.

"Đức Chúa Trời sẽ chỉ tiếp tục yêu thương bạn nếu bạn dừng phạm tội."

"Sẽ không có hậu quả gì nếu bạn phạm tội với Đức Chúa Trời vì Bạn sống dưới ân điển."
Đây là một lời nói dối. Hãy nhớ, Sa-tan thêm vào một chút sự thật vào để lôi kéo tín hữu ăn nuốt lời nói dối. Đúng là tín hữu ngày nay sống dưới ân điển, nhưng chuyện phạm tội với Chúa và không ăn năn sẽ không có hậu quả gì là một lời nói dối.

"Mỗi khi bạn bị bệnh, Đức Chúa Trời đang trừng phạt bạn vì những tội lỗi trong quá khứ của bạn." Đây là một lời nói dối. Bệnh tật có thể là cách Đức Chúa Trời kỷ luật một tội lỗi chưa ăn năn, nhưng không phải lúc nào cũng vậy.

"Đừng phó thác chuyện tiền bạc, việc làm hay sức khoẻ cho Đức Chúa Trời. Tốt hơn hết bạn nên tự chăm sóc bản thân vì Đức Chúa Trời có thể có sai sót."
"Đức Chúa Trời có ác tâm. Nếu Đức Chúa Trời thực sự toàn năng mà chẳng chịu vùa giúp bạn khi bạn đã cầu nguyện rồi, thì điều đó cho thấy rằng thực ra Ngài chẳng quan tâm đến bạn đâu."
"Nếu một người chân thành trong niềm tin của mình thì tất cả các tôn giáo đều dẫn đến Đức Chúa Trời cả."

"Ngươi đã phạm đến Đức Thánh Linh, một tội không thể tha thứ." Sa-tan thường cố gắng nhồi nhét lời nói dối này vào tâm trí của tín hữu ít nhất một lần trong cuộc đời. Phần Phụ Lục chứa đựng thông tin bổ sung về tội phạm đến Đức Thánh Linh thực chất là gì.

Bạn nên cầu nguyện: "Lạy Chúa, xin chỉ cho con những lời nói dối mà con đã tin về Ngài."

Những lời nói dối về Sa-Tan

Thắt lưng bằng lẽ thật bảo vệ khỏi những lời dối trá về Sa-tan. Có nhiều Cơ Đốc nhân tự nhận mình tin Kinh Thánh nhưng lại bác bỏ một số lẽ thật cơ bản mà Kinh Thánh bày tỏ về Sa-tan. Cơ Đốc nhân không thể hiểu quả trong cuộc chiến thuộc linh nếu họ tin vào những lời dối trá về Sa-tan. Một số lời nói dối phổ biến mà Sa-tan muốn Cơ Đốc nhân chấp nhận bao gồm:

"Sa-tan không tồn tại mà chỉ là một chuyện hoang đường hoặc chỉ là một biểu tượng của cái ác mà thôi."

"Tà linh không thể khai triển xiềng xích trong đời sống của một tín hữu, ngay cả khi người đó đắm mình trong tội lỗi đã thành quen làm và không chịu ăn năn."

"Địa ngục không tồn tại hoặc không kéo dài mãi."

"Sa-tan mạnh hơn Đức Chúa Trời." "Xiềng xích của ma quỷ đã luôn bị phá vỡ tại thời điểm một người được cứu rỗi." Đây là lời nói dối. Đôi khi những xiềng xích của ma quỷ bị phá vỡ vào thời điểm được cứu rỗi, nhưng không phải lúc nào cũng vậy.

Chấp nhận những lời dối trá về Sa-tan có thể làm suy yếu đức tin của tín hữu nơi Đức Chúa Trời. Bạn nên cầu nguyện: "Xin Chúa chỉ cho con những lời dối trá mà con đã tin về Sa-tan."

Tôi sở hữu một chiếc Toyota Prius. Nó vô cùng tiết kiệm xăng. Theo tôi, vấn đề với xe Prius là có một điểm mù ở phía bên tay trái. Khi đi vào làn đường bên trái, bạn không thể chỉ nhìn vào gương chiếu hậu là thấy; thay vào đó, bạn phải ngoái đầu lại để nhìn vì điểm mù ấy. Bốn lời nói dối mà tôi vừa mô tả thường là những điểm mù. Bạn không biết đó là những lời nói dối vì bạn tin chúng là thật. Nếu bạn biết chúng dối trá, thì bạn đã có thể khước từ chúng, nhưng đó lại là một điểm mù. Vì vậy, bạn cần cầu nguyện: "Lạy Chúa, xin chỉ ra cho con những điểm mù của con."

ÁO GIÁP CỦA SỰ CÔNG BÌNH

Khí giới thứ hai trong bộ khí giới của Đức Chúa Trời mà sứ đồ Phao-lô đề cập đến trong Ê-phê-sô 6:14 là áo giáp của sự công bình. Có thể Phao-lô đang đề cập đến hai dạng công bình: Sự công bình được ban tặng và sự công bình thực nghiệm.

Sự công bình được ban tặng

Sự công bình được ban tặng được mô tả trong sách Rô-ma: "Vả, nếu bởi tội một người mà sự chết đã cai trị bởi một người ấy, thì huống chi những kẻ nhận ân điển và sự ban cho của sự công bình cách dư dật, họ sẽ nhờ một mình Đức Chúa Jêsus Christ mà cai trị trong sự sống là dường nào!" (Rô 5:17). Chúa Giê-xu Christ là người thực sự hoàn toàn công bình duy nhất từng tồn tại. Ngài đã sống một cuộc đời không tội lỗi và nhận được ân huệ từ Đức Chúa Trời hoàn toàn dựa trên công đức của chính mình. Một người được ban tặng sự công bình của Chúa Giê-xu Christ như một món quà khi người ấy tiếp nhận Chúa Giê-xu Christ làm Chúa và Cứu Chúa. "Vậy nếu miệng ngươi xưng Đức Chúa Jêsus ra và lòng ngươi tin rằng Đức Chúa Trời đã khiến Ngài từ kẻ chết sống lại, thì ngươi sẽ được cứu; vì tin bởi trong lòng *mà được sự công bình*, còn bởi miệng làm chứng mà được sự cứu rỗi." (Rô 10:9-10, phần nhấn mạnh được thêm vào); "và được ở trong Ngài, được sự công bình, không phải công bình của tôi bởi luật pháp mà đến, bèn là bởi tin đến Đấng Christ mà được, tức là công bình đến bởi Đức Chúa Trời và đã lập lên trên đức tin;" (Phi 3:9). Khi đã được cứu rỗi, khi Đức Chúa Trời nhìn bạn, Ngài không còn nhìn thấy tội lỗi của bạn nữa. Thay vào đó, Đức Chúa Trời nhìn thấy sự công bình của Chúa Giê-xu Christ.

Thử tưởng tượng một người thất nghiệp, phá sản, nghèo khó và không có cách nào để mua những thứ thiết yếu cho cuộc sống của mình hoặc gia đình mình. Anh ta mắc nợ 50.000 đô-la. Một ngày nọ, một người giàu có tài sản ròng hơn một tỷ đô-la biết được hoàn cảnh tuyệt vọng của người đó và động lòng trắc ẩn. Người giàu sau đó đã trả giúp hết khoản nợ 50.000 đô-la đó. Chỉ điều đó thôi cũng đủ để hầu hết chúng ta vui mừng! Tất cả các khoản nợ của bạn đã được trả. Tuy nhiên, người giàu ấy còn tiến thêm một bước nữa bằng cách ký vào một văn bản không thể thu hồi, để tên người nghèo trên tất cả tài sản của người giàu ấy, bao gồm cả tài chính và bất động sản. Do đó, người nghèo bây giờ đồng sở hữu tất cả khối tài sản của người giàu. Của cải mới có được của người đó không dựa trên sự chăm chỉ làm việc hay số tiền người đó kiếm được, nhưng dựa trên ân sủng và lòng thương xót của người giàu.

Có hai điều xảy ra với bạn khi được cứu rỗi. Đầu tiên, món nợ tội lỗi của bạn được trả. Thứ hai, Đức Chúa Trời thêm vào tài khoản của bạn sự công bình của chính Chúa Giê-xu Christ. Vì vậy, khi Đức Chúa Trời nhìn bạn, Ngài không còn thấy một người tội lỗi và phá sản về mặt thuộc linh nữa. Thay vào đó, Đức Chúa Trời nhìn thấy bạn trong chính sự công bình của Chúa Giê-xu Christ. Trên thực tế, điều này có nghĩa là Đức Chúa Trời xem bạn là người công bình như Chúa Giê-xu Christ. Một khi món quà công bình được đón nhận bằng đức tin, thì Đức Chúa Trời sẽ không bao giờ loại bỏ nó khỏi người tín hữu. Món quà công bình là một món quà đời đời, vô điều kiện và không thể thu hồi. "Vì các sự ban cho và sự kêu gọi của Đức Chúa Trời chẳng hề đổi lại được bao giờ." (Rô 11:29).

Công bình thực nghiệm

Tôi thích ăn bánh kếp. Khi làm bánh kếp, bạn cần đảm bảo bánh chín vàng đều hai mặt. Đừng làm cho tôi một chiếc bánh kếp với một mặt vàng nâu và mặt còn lại còn nhão. Bạn cần lật nó lại và đảm bảo mặt còn lại cũng có màu vàng nâu. Chúng ta đã thảo luận về món quà công bình. Bây giờ chúng ta cần lật bánh kếp lại. Chúng ta cần thảo luận về sự công bình thực nghiệm.

Sứ đồ Phao-lô cũng đang đề cập đến sự công bình thực nghiệp trong Ê-phê-sô 6:14 khi ông khuyên tín hữu "mặc lấy giáp bằng sự công bình,". Sự công bình thực nghiệm là việc thực thi các việc lành và quay lưng lại với những cám dỗ tội lỗi. "Vả, ân điển Đức Chúa Trời hay cứu mọi người, đã được bày tỏ ra rồi. Ân ấy dạy chúng ta chừa bỏ sự không tin kính và tình dục thế gian, phải sống ở đời nầy theo tiết độ, công bình, nhân đức," (Tít 2:11-12). Sự công bình thực nghiệm phải là mục tiêu của tín đồ sau khi được cứu rỗi; tuy nhiên, bản thân sự công bình thực nghiệm không thể nổ lực để có được sự cứu rỗi hoặc duy trì sự cứu rỗi. Sự công bình thực nghiệm là kết quả tự nhiên của sự cứu rỗi. Khi tín hữu phạm tội thì phải ăn năn tội với Đức Chúa Trời. "Còn nếu chúng ta xưng tội mình, thì Ngài là thành tín công bình để tha tội cho chúng ta, và làm cho chúng ta sạch mọi điều gian ác." (1 Giăng 1:9). Sự cứu rỗi đã được ban cho như một món quà miễn phí, nhưng sự cứu rỗi không cấp cho tín hữu giấy phép để phạm tội. "Vì tội lỗi không cai trị trên anh em đâu; bởi anh em chẳng thuộc dưới luật pháp, mà thuộc dưới ân điển. Vậy thì làm sao! Vì chúng ta không thuộc dưới luật pháp, nhưng thuộc dưới ân điển, thì chúng ta sẽ phạm tội hay sao? Chẳng hề như vậy! (Rô 6:14-15).

Tội lỗi luôn luôn có những hậu quả, ngay cả đối với con cái của Đức Chúa Trời. Tội lỗi không cắt đứt mối quan hệ của một tín hữu với Đức Chúa Trời, nhưng nó cản trở mối tương giao và thông công của người ấy. Chẳng hạn, một tín hữu còn tội lỗi chưa ăn năn thì không nên mong đợi Đức Chúa Trời nhậm lời cầu nguyện của mình. "Nầy, tay Đức Giê-hô-va chẳng trở nên ngắn mà không cứu được; tai Ngài cũng chẳng nặng nề mà không nghe được đâu. Nhưng ấy là sự gian ác các ngươi làm xa cách mình với Đức Chúa Trời; và tội lỗi các ngươi đã che khuất mặt Ngài khỏi các ngươi, đến nỗi Ngài không nghe các ngươi nữa." (Ê-sai 59:1-2). Theo tôi, lý do hàng đầu mà lời cầu nguyện của các Cơ Đốc nhân không được nhậm là vì họ chưa ăn năn tội lỗi của mình. Nó giống như bạn đang cố gắng nói chuyện với Đức Chúa Trời về công việc mới, một chiếc ô tô hoặc một vấn đề nào khác, có thể Đức Chúa Trời nói: "Ta không muốn thảo luận về vấn đề đó cho đến khi chúng ta giải quyết xong vấn đề tội lỗi chưa ăn năn của con".

Sự hiện hữu của sự công bình thực nghiệm cũng có thể tiết lộ liệu một người có thực sự được cứu hay không. "Hỡi các con cái bé mọn, chớ để cho ai lừa dối mình: kẻ làm sự công bình là người công bình, như chính mình Chúa là công bình. Kẻ nào phạm tội là thuộc về ma quỉ; vì ma quỉ phạm tội từ lúc ban đầu. Vả, Con Đức Chúa Trời đã hiện ra để hủy phá công việc của ma quỉ." (1 Giăng 3:7-8). Sứ đồ Phao-lô cảnh báo những người thực hành việc phạm tội:

> "Vả, các việc làm của xác thịt là rõ ràng lắm: ấy là gian dâm,
> ô uế, luông tuồng, thờ hình tượng, phù phép, thù oán, tranh
> đấu, ghen ghét, buồn giận, cãi lẫy, bất bình, bè đảng, ganh gổ,

say sưa, mê ăn uống, cùng các sự khác giống như vậy. Tôi nói trước cho anh em, như tôi đã nói rồi: *hễ ai phạm những việc thể ấy thì không được hưởng nước Đức Chúa Trời.*" (Ga 5:19-21, phần nhấn mạnh được thêm vào).

Một người bị lừa dối nếu người ấy nghĩ rằng mình sẽ được lên Thiên Đàng chỉ vì người ấy lặp lại lời cầu nguyện "Chúa Giê-xu ôi, xin ngự vào lòng con," khi mà người ấy cứ tiếp tục sống trong tội lỗi vốn đã quen làm và tội lỗi cố ý. Những câu Kinh Thánh này là lời cảnh cáo của Đức Thánh Linh cho chúng ta.

GIÀY TIN LÀNH BÌNH AN

Khí giới thứ ba trong bộ khí giới của Đức Chúa Trời là "giày Tin Lành". Sứ đồ Phao-lô viết trong Ê-phê-sô 6:15 rằng, "dùng sự sẵn sàng của Tin lành bình an mà làm giày dép." Khi người tín hữu mang giày Phúc Âm, người ấy sẵn sàng chia sẻ sứ điệp cứu rỗi trong bất kỳ hoàn cảnh hay tình huống nào mà Đức Thánh Linh hướng dẫn. Vì vậy, người tín hữu ấy cần có một sự hiểu biết cơ bản về Phúc Âm và nhạy bén để chia sẻ Tin Mừng bất cứ khi nào Đức Thánh Linh dẫn dắt. "Nhưng hãy tôn Đấng Christ, là Chúa, làm thánh trong lòng mình. Hãy thường thường sẵn sàng để trả lời mọi kẻ hỏi lẽ về sự trông cậy trong anh em, song phải hiền hòa và kính sợ," (1 Phi 3:15). Nói một cách thực tế, bạn cần thuộc lòng những câu Kinh Thánh cụ thể, hoặc biết cách nhanh chóng tìm thấy chúng trong Kinh Thánh hầu cho có thể giải thích kế hoạch cứu rỗi cho một người hư mất. Tuy nhiên, bạn không cần phải thuộc lòng năm trăm câu Kinh Thánh thì mới có thể chia sẻ Phúc Âm. Bạn cần năm câu. Năm trăm câu là quá nhiều. Năm câu thì khả thi. Năm câu Kinh Thánh bạn cần thuộc lòng là:

1. Rô-ma 3:23 giải thích rằng mọi người đều đã phạm tội.
2. Rô-ma 6:23 giải thích rằng án phạt của tội lỗi là sự chết.
3. Giăng 3:16 giải thích rằng Chúa Giê-xu Christ đã trả giá cho án phạt ấy.
4. Lu-ca 13:5 giải thích rằng con người cần phải ăn năn tội lỗi.
5. Ê-phê-sô 2:8 giải thích rằng con người cần phải có đức tin.

Khi chia sẻ Phúc Âm, có thể bạn bị cám dỗ để lo lắng hoặc sợ hãi. Sẽ có lúc chúng ta cần cầu nguyện xin Chúa ban sự dạn dĩ và tự tin trong việc làm chứng. Ngay cả sứ đồ Phao-lô cũng xin sự dạn dĩ khi chia sẻ Phúc Âm. "Cũng hãy vì tôi mà cầu nguyện, để khi tôi mở miệng ra, Chúa ban cho tôi tự do mọi bề, bày tỏ lẽ mầu nhiệm của đạo Tin Lành," (Êph 6:19).

Câu nói của Phao-lô, "dùng sự sẵn sàng của Tin lành bình an mà làm giày dép", cũng liên quan đến loại giày mà lính La Mã thường đi. Những người lính đi giày có đinh cắm sâu xuống đất để họ không bị trượt ngã trong trận chiến. Có hai kiểu bình an có thể mang đến cho tín hữu một chỗ đứng vững chắc trong chiến trận thuộc linh để người ấy không trượt ngã.

Bình an với Đức Chúa Trời

Kiểu bình an đầu tiên là "bình an với Chúa". "Vậy chúng ta đã được xưng công bình bởi đức tin, thì được hòa thuận với Đức Chúa Trời, bởi Đức Chúa Jêsus Christ chúng ta," (Rô 5:1). Người tin Chúa có sự bình an, hay sự hoà thuận, với Đức Chúa Trời vì Chúa Giê-xu Christ đã hòa giải mối quan hệ giữa họ với Đức Chúa Trời. Trước khi được cứu rỗi, chúng ta là kẻ thù của Đức Chúa Trời. Đáng mừng thay, Đức Chúa Trời yêu thương cả kẻ thù của Ngài. Nếu bạn được cứu, bạn không còn là kẻ thù của Đức Chúa Trời nữa. Bạn có sự bình an với Ngài. Cuộc chiến giữa bạn và Đức Chúa Trời đã kết thúc. Điều này có nghĩa là khi bạn nhắm mắt qua đời, bạn có thể có được sự bình an vì bạn không phải là kẻ thù của Đức Chúa Trời. Trên thực tế, bạn là bạn của Đức Chúa Trời. Như vậy, bạn sẽ được Chúa Giê-xu Christ và các thiên sứ thánh chào mừng và tiếp nhận.

Bình an của Đức Chúa Trời

Kiểu bình an thứ hai là "bình an của Đức Chúa Trời." Kiểu bình an này mang đến cho tín hữu chỗ đứng vững chắc trong chiến trận thuộc linh. "Ta đã bảo các ngươi những điều đó, hầu cho các ngươi có lòng bình yên trong ta. Các ngươi sẽ có sự hoạn nạn trong thế gian, nhưng hãy cứ vững lòng, ta đã thắng thế gian rồi!" (Giăng 16:33). Đức Thánh Linh ngự trị bên trong có thể ban cho tín hữu sự bình an của Đức Chúa Trời khi sự hỗn loạn và thử thách xảy đến trong cuộc sống người ấy. Nó có thể là một lo lắng có lý hoặc một nỗi sợ phi lý. Vì vậy, chúng ta cần mang giày bình an của Phúc Âm để đối diện những hoàn cảnh đến trong cuộc đời của chúng ta khi chúng tạo ra sự sợ hãi, lo lắng và bấp bênh.

THUẪN ĐỨC TIN

Khí giới thứ tư trong bộ khí giới của Đức Chúa Trời là thuẫn đức tin. Trong Ê-phê-sô 6:16, sứ đồ Phao-lô khuyên các tín hữu cầm "thuẫn đức tin để dập tắt mọi tên lửa đang cháy của kẻ ác." Khi người lính La Mã ra trận, kẻ thù của họ thường bắn những mũi tên được nhúng trong hắc ín và châm lửa vào. Để chống lại kiểu tấn công này, người lính sẽ thấm thật đẫm nước vào khiên của họ, khiên có một phần được làm bằng da. Cách làm này góp phần dập tắt mũi tên lửa. Tương tự, tín hữu phải thấm nhuần Lời Chúa để dập tắt tên lửa đang cháy của kẻ dữ. Đức tin của bạn gia tăng khi bạn đọc, suy ngẫm và ghi nhớ Lời Chúa. "Như vậy, đức tin đến bởi sự người ta nghe, mà người ta nghe, là khi lời của Đấng Christ được rao giảng." (Rô 10:17).

Tên lửa đang cháy của kẻ dữ là những cám dỗ, lời nói dối, hoàn cảnh bất lợi trong cuộc sống và những nghi ngờ mà Sa-tan nhắm vào bạn. Ví dụ, kẻ dữ có thể gửi vào tâm trí bạn một ý nghĩ rằng Đức Chúa Trời không đáng tin cậy. Đức tin được sử dụng để dập tắt tên lửa đang cháy ấy bằng cách tin quyết và cậy nương nơi Lời Chúa. Điều này có nghĩa là bạn phải biết lời hứa của Đức Chúa Trời. Một số học giả Kinh Thánh cho rằng có hơn bốn ngàn lời hứa trong Kinh Thánh.[5]

Bạn không cần phải biết bốn ngàn lời hứa thì mới thành công trong chiến trận thuộc linh. Hãy thử bắt đầu với bốn lời hứa. Có bốn lời hứa quan tọng trong Kinh Thánh có thể hữu ích cho bạn.

Lời hứa 1 - Đức Chúa Trời ở cùng tôi

"Nầy, ta ở cùng ngươi, ngươi đi đâu, sẽ theo gìn giữ đó, và đem ngươi về xứ nầy; vì ta không bao giờ bỏ ngươi cho đến khi ta làm xong những điều ta đã hứa cùng ngươi" (Sáng 28:15).

Lời hứa 2 - Đức Chúa Trời sẽ giúp đỡ tôi

"Đừng sợ, vì ta ở với ngươi; chớ kinh khiếp, vì ta là Đức Chúa Trời ngươi! Ta sẽ bổ sức cho ngươi; phải, ta sẽ giúp đỡ ngươi, lấy tay hữu công bình ta mà nâng đỡ ngươi." (Ê-sai 41:10).

Lời hứa 3 - Đức Chúa Trời sẽ ban cho tôi sự khôn ngoan

"Ví bằng trong anh em có kẻ kém khôn ngoan, hãy cầu xin Đức Chúa Trời, là Đấng ban cho mọi người cách rộng rãi, không trách móc ai, thì kẻ ấy sẽ được ban cho." (Gia 1:5).

Lời hứa 4 - Đức Chúa Trời sẽ không bao giờ bỏ rơi tôi

"Chớ tham tiền; hãy lấy điều mình có làm đủ rồi, vì chính Đức Chúa Trời có phán rằng: Ta sẽ chẳng lìa ngươi đâu, chẳng bỏ ngươi đâu. Như vậy, chúng ta được lấy lòng tin chắc mà nói rằng: Chúa giúp đỡ tôi, tôi không sợ chi hết. Người đời làm chi tôi được?" (Hê 13:5-6).

Chỉ cần biết và công bố bốn lời hứa này là bạn có thể dập tắt nhiều tên lửa đang cháy của ma quỷ.

Thuẫn đức tin cũng được sử dụng khi hoàn cảnh ập đến trong cuộc sống của tín hữu khiến đảo lộn cảm nhận bản thân đang kiểm soát được tình hình. Đôi khi Đức Chúa Trời cho phép những khó khăn xảy đến trên đời sống của tín hữu và người ấy có thể cảm thấy mất kiểm soát kèm theo sợ hãi hoặc không chắc chắn. Tín hữu ấy có thể đang tích cực phục vụ và vâng lời Đức Chúa Trời, chỉ để rồi nhận ra rằng mình được chẩn đoán là mắc bệnh gan, ung thư giai đoạn cuối, bị mất việc, phá sản hoặc con cái qua đời. Hãy nhớ lại những gì đã xảy ra với Gióp. Khi người tín hữu ấy giương thuẫn đức tin ra, người đó tin rằng Đức Chúa Trời đang kiểm soát, ngay cả khi người tín hữu đó không kiểm soát được tình thế. "Đức Giê-hô-va đã lập ngôi Ngài trên các từng trời, Nước Ngài cai trị trên muôn vật." (Thi 103:19). Người tín hữu ấy đang tin cậy vào quyền tể trị của Đức Chúa Trời rằng không một điều gì có thể xảy đến trong cuộc sống của họ mà không đi qua một bộ lọc của Chúa. Điều này không có nghĩa là tín đồ sẽ luôn hiểu tại sao Đức Chúa Trời cho phép những hoàn cảnh bất lợi xảy ra.

MŨ CỨU RỖI

Khí giới thứ năm trong bộ khí giới của Đức Chúa Trời là mão trụ cứu rỗi. Sứ đồ Phao-lô viết trong Ê-phê-sô 6:17, hướng dẫn tín hữu đội "mão trụ cứu chuộc". Lính La Mã thường phải đối mặt với kẻ thù sử dụng thanh gươm hai lưỡi dài khoảng gần 1 mét cho đến 1,2 mét. Kẻ thù sẽ sử dụng thanh gươm này để chặt đầu hoặc làm vỡ hộp sọ lính La Mã. Chiếc mũ bảo vệ đầu là hoàn toàn cần thiết để sống sót.

Sách Ê-phê-sô là một bức thư mà Phao-lô viết cho các tín hữu. Ông không có ý nói rằng họ cần được cứu lần nữa khi ông nói "hãy đội mão cứu rỗi." Thay vào đó, Phao-lô đang nhấn mạnh tầm quan trọng của sự cứu rỗi. Tín hữu đó đã được cứu – sự xưng công bình. Tín hữu đó đang được cứu – sự thánh hóa. Tín hữu đó cũng sẽ được cứu – sự vinh hiển. Mũ hay mão cứu rỗi cũng bảo vệ sự bảo đảm về cứu chuộc của tín hữu ấy. Kinh Thánh nói rằng bạn có thể biết mình có sự sống đời đời. "Ta đã viết những điều nầy cho các con, hầu cho các con biết mình có sự sống đời đời, là kẻ nào tin đến danh Con Đức Chúa Trời." (1 Giăng 5:13). Như vậy, tín hữu có thể được bảo đảm về sự cứu rỗi.

Một số người trải qua trạng thái liên tục nghi ngờ không biết mình có thực sự được cứu hay chưa. Sự lo lắng về sự cứu rỗi có thể là dấu hiệu cảnh báo từ Đức Thánh Linh rằng bạn chưa được cứu hoặc các nghi ngờ từ Sa-tan. Trong cả hai trường hợp, giải pháp là suy ngẫm xem những đòi hỏi cần có để được sự cứu rỗi của Kinh Thánh đã được đáp ứng chưa. Nếu những đòi hỏi đó đã được đáp ứng rồi, thì tín hữu phải đứng vững trong đức tin và thực hành việc tin quyết nơi Lời Đức Chúa Trời. Như tôi đã nói ở phần trước, sự đảm bảo về sự cứu rỗi không phải là kết quả của việc lặp lại lời cầu nguyện đã lặp lại cách đây nhiều năm. Sự đảm bảo về sự cứu rỗi là kết quả của việc vâng lời. Sự vâng lời không phải là yêu cầu để được cứu rỗi. Thay vào đó, sự vâng lời cho thấy bạn có thực sự được cứu hay không. "Nầy tại sao chúng ta biết mình đã biết Ngài, ấy là tại chúng ta giữ các điều răn của Ngài." (1 Giăng 2:3).

GƯƠM THÁNH LINH

Khí giới thứ sáu trong bộ khí giới của Đức Chúa Trời là gươm Thánh Linh. Trong Ê-phê-sô 6:17, sứ đồ Phao-lô khuyên các tín hữu cầm lấy "gươm của Thánh Linh, là lời của Đức Chúa Trời." Lính La Mã sử dụng ít nhất hai loại gươm. Đầu tiên là một thanh gươm dài. Thứ hai là một thanh gươm ngắn, giống một con dao găm. Từ Hy Lạp dùng cho từ thanh gươm trong Ê-phê-sô 6:17 là "machaira", có nghĩa là thanh gươm ngắn, con dao găm.[6]

Khi Chúa Giê-xu Christ bị Sa-tan cám dỗ trong đồng vắng, Ngài đã dùng Lời Đức Chúa Trời để vô hiệu hóa những cám dỗ đó:

> "Ma quỉ [Sa-tan] cũng đem Ngài [Chúa Giê-xu] đến thành Giê-ru-sa-lem, để Ngài trên nóc đền thờ, mà nói rằng: 'Nếu ngươi là Con Đức Chúa Trời, hãy gieo mình xuống đi; vì có chép rằng: Chúa sẽ truyền cho thiên sứ gìn giữ ngươi, các đấng ấy sẽ nâng ngươi trong tay, kẻo ngươi vấp chân nhằm đá nào chăng.' *Đức Chúa Jêsus đáp: 'Có phán rằng: Ngươi đừng thử Chúa, là Đức Chúa Trời ngươi.'*" (Lu 4:9-12, phần nhấn mạnh được thêm vào)

Chúa Giê-xu Christ đã đáp lại sự cám dỗ của Sa-tan bằng cách trích dẫn Kinh Thánh. Thực ra, Ngài đã trích dẫn Phục Truyền Luật Lệ Ký 6:16. Khi đối diện với cám dỗ, tín hữu cũng cần trích dẫn và dựa vào Lời Chúa. Trên thực tế, điều này không chỉ đòi hỏi việc hiểu các nguyên tắc hoặc giáo lý khái quát của Lời Chúa (thanh gươm dài). Thay vào đó, bạn cũng phải ghi nhớ những câu Kinh Thánh nhắm vào những cám dỗ cụ thể (thanh gươm ngắn - con dao găm). Hầu hết các tín hữu chỉ đạt được thành công hạn chế trong việc chiến thắng những cám dỗ nhất định cho đến khi họ sử dụng Lời Chúa như một thanh gươm hoặc một con dao găm để chống lại quyền lực của bóng tối. Vua Đa-vít đã khám phá ra bí quyết để chiến thắng tội lỗi khi ông nói trong Thi Thiên 119:11: "Tôi đã giấu lời Chúa trong lòng tôi, để tôi không phạm tội cùng Chúa." Sau đây là những cám dỗ phổ thông với những câu Kinh Thánh gợi ý để bạn có thể sử dụng như con dao găm chống lại quyền lực của bóng tối:

Sự tranh cạnh

"Vả, tôi tớ của Chúa không nên ưa sự tranh cạnh;..." (2 Tim 2:24).

Sợ hãi

"Trong ngày sợ hãi, tôi sẽ để lòng nhờ cậy nơi Chúa." (Thi 56:3).

Trả thù

"Chính mình chớ trả thù ai..." (Rô 12:19).

Dục vọng

"Cũng hãy tránh khỏi tình dục trai trẻ,..." (2 Tim 2:22).

Chửi thề

"Chớ có một lời dữ nào ra từ miệng anh em;..." (Êph 4:29).

Nói dối

"Chớ nói dối nhau..." (Côl 3:9).

Lo lắng

"Chớ lo phiền chi hết..." (Phi 4:6).

Ích kỷ

"Chớ làm sự chi vì lòng tranh cạnh..." (Phi 2:3).

Lẩm bẩm

"Phàm làm việc gì chớ nên lẩm bẩm..." (Phi 2:14).

Nghĩ đến những thứ vô ích

"Xin xây mắt tôi khỏi xem những vật hư không..." (Thi 119:37).

Nghi ngờ

Nhưng phải lấy đức tin mà cầu xin, chớ nghi ngờ..." (Gia 1:6).

Vô tín

"Người chẳng có lưỡng lự hoặc hồ nghi về lời hứa Đức Chúa Trời,..." (Rô 4:20).

LỖ THỦNG TRONG BỘ KHÍ GIỚI

Khí giới của Đức Chúa Trời là cần cho chiến trận thuộc linh. Tội lỗi chưa ăn năn và sự lừa dối có thể tạo ra lỗ thủng trong bộ khí giới. Ví dụ, những giáo lý lầm lạc hoặc việc chấp nhận những lời nói dối về bản thân, về người khác, về Chúa và Sa-tan sẽ tạo ra một lỗ thủng trong thắt lưng bằng lẽ thật. Tội lỗi có thể tạo ra một lỗ thủng trên áo giáp công bình, khi tín hữu không nhận thức món quà công bình mà người đó được ban cho khi tin Chúa. Khi người tín hữu không sẵn sàng làm chứng hoặc khi tình trạng hỗn loạn và thử thách phá hủy sự bình an của người ấy, thì sẽ có một lỗ thủng trong giày Tin Lành. Khi người tín hữu ấy nghi ngờ Lời Chúa, thì có một lỗ thủng trong thuẫn đức tin. Khi tín hữu không tin chắc vào sự cứu rỗi của mình, thì sẽ có một lỗ thủng trên mão cứu rỗi. Khi khí giới của Đức Chúa Trời có lỗ thủng do hậu quả của tội lỗi, thì ăn năn là cách duy nhất để sửa nó lại. Khi lỗ thủng xuất hiện do sự lừa dối, thì chỉ áp dụng lẽ thật của Lời Chúa mới chặn được lỗ hổng đó. Bạn dễ bị ma quỷ xâm nhập hơn khi có một lỗ hổng trên bộ khí giới của Đức Chúa Trời.

— 6 —

CÁC THIÊN SỨ THÁNH

CÁC HỮU THỂ ĐƯỢC TẠO DỰNG

Có rất nhiều điều bí ẩn và thú vị trong Kinh Thánh liên quan đến các thiên sứ thánh. Kinh Thánh cung cấp một lượng thông tin đáng kể về các thiên sứ thánh. Kinh Thánh tuyên bố rằng tất cả mọi điều trong thế giới thuộc thể và thuộc linh đều được Chúa Giê-xu Christ tạo ra:

> "Ấy chính Ngài là hình ảnh của Đức Chúa Trời không thấy được, là Đấng sanh ra đầu hết thảy mọi vật dựng nên. Vì muôn vật đã được dựng nên trong Ngài, bất luận trên trời, dưới đất, vật thấy được, vật không thấy được, hoặc ngôi vua, hoặc quyền cai trị, hoặc chấp chánh, hoặc cầm quyền, đều là bởi Ngài và vì Ngài mà được dựng nên cả." (Côl 1:15-16).

Cụm từ "ngai, hoặc quyền lực hoặc chủ quyền hoặc uy quyền" ám chỉ các dạng thiên thần khác nhau, cả thiên sứ thánh và thiên sứ sa ngã. Do đó, Chúa Giê-xu Christ là Đấng tạo ra các thiên sứ thánh. Là những hữu thể được tạo dựng, các thiên sứ thánh không ngang bằng Đức Chúa Trời. Ngoài ra, các thiên sứ thánh cũng là một thọ tạo đặc biệt và khác biệt. Khi chết đi, con người không trở thành thiên sứ.

PHÂN LOẠI THIÊN SỨ

Có nhiều loại thiên sứ. Các chê-ru-bim dường như là cấp bậc cao nhất của các thiên sứ. Lu-xi-phe, kẻ sau khi sa ngã được gọi là Sa-tan, là chê-ru-bim được xức dầu (Êxê 28:14). Chê-ru-bim cực kỳ quyền năng và có thể có những thanh gươm rực lửa. "Vậy, Ngài đuổi loài người ra khỏi vườn, rồi đặt tại phía đông vườn Ê-đen các thần chê-ru-bim với gươm lưỡi chói lòa, để giữ con đường đi đến cây sự sống" (Sáng 3:24). Có thể hiểu được rằng các thiên sứ thánh sử dụng kiếm để chiến đấu với các tà linh trong vương quốc thuộc linh.

Một loại thiên sứ khác là thiên sứ trưởng. Mi-chen là thiên sứ trưởng duy nhất được nhắc tên trong Kinh Thánh. "Vả, khi chính mình thiên sứ trưởng Mi-chen chống với ma quỉ giành xác Môi-se, còn chẳng dám lấy lời nhiếc móc mà đoán phạt; người chỉ nói rằng: 'Cầu Chúa phạt ngươi!'" (Giu 9). Hãy lưu ý rằng ngay cả Mi-chen cũng thận trọng khi giao tiếp với Sa-tan. Vị thiên sứ trưởng này đã lựa chọn từ ngữ của mình rất cẩn thận. Phản ứng của thiên sứ này đối với Sa-tan khi tranh luận với hắn chỉ là: "Cầu Chúa phạt ngươi." Trong Chương 13, tôi sẽ chia sẻ nhiều hơn về chủ đề truyền thông với tà linh.

Sê-ra-phim là một loại thiên sứ khác. Chúng ta có rất ít thông tin về thiên sứ này. Tài liệu tham khảo duy nhất về thiên sứ đặc biệt này là trong sách Ê-sai, ở đó các sê-ra-phim ca ngợi Chúa. "Những sê-ra-phim đứng bên trên Ngài; mỗi sê-ra-phim có sáu cánh, hai cái che mặt, hai cái che chân và hai cái dùng để bay. Các sê-ra-phim cùng nhau kêu lên rằng: Thánh thay, thánh thay, thánh thay là Đức Giê-hô-va vạn-quân! Khắp đất đầy-dẫy sự vinh-hiển Ngài!" (Ê-sai 6:2-3). Từ phân đoạn này, chúng ta cũng biết rằng một số thiên sứ có cánh. Tuy nhiên, trong những đoạn khác của Kinh Thánh, một số thiên sứ được miêu tả là không có cánh.

ĐẶC ĐIỂM CỦA THIÊN SỨ THÁNH

Giữa các thiên sứ thánh có một số điểm chung. Thiên sứ thánh là bất tử. Có một khởi đầu cho sự tồn tại của họ, nhưng sẽ không có kết thúc. Họ sẽ không bao giờ chết. Trong Phúc Âm Lu-ca, Chúa Giê-xu đang thảo luận với các môn đồ của Ngài điều gì sẽ xảy ra sau khi các tín hữu được sống lại từ cõi chết và được ban cho thân thể vinh hiển. Chúa Giê-xu nói rằng họ sẽ giống như những thiên sứ không bao giờ chết. "Bởi họ sẽ không chết được nữa, vì giống như các thiên sứ, và là con của Đức Chúa Trời, tức là con của sự sống lại" (Lu 20:36).

Thiên sứ thánh là những tạo vật có cảm xúc. Họ có cá tính riêng. Thiên sứ thánh có những đặc điểm tương tự với con người, bao gồm cả ý chí và thậm chí cả cảm xúc. "Ta nói cùng các ngươi, trước mặt thiên sứ của Đức Chúa Trời cũng như vậy, sẽ mừng rỡ cho một kẻ có tội ăn năn" (Lu 15:10). Tôi thấy rất thú vị khi một người tiếp nhận Chúa Giê-xu Christ làm Chúa và Cứu Chúa của họ, điều đó khiến các thiên sứ vui mừng. Thiên sứ sa ngã hay tà linh cũng có cảm xúc; tuy nhiên, chúng không phô bày cảm xúc vui mừng. Thay vào đó, chúng thường thể hiện cảm xúc lo lắng và sợ hãi (Gia 2:19 và Lu 4:34).

SỐ LƯỢNG THIÊN SỨ THÁNH

Các thiên sứ thánh rất đông đảo. "Đoạn, tôi nhìn xem, nghe bốn bên ngôi và các sinh vật cùng các trưởng lão, có tiếng của vô số thiên sứ; thiên sứ hàng muôn hàng ngàn" (Khải 5:11). Cụm từ "hàng muôn hàng ngàn" được sử dụng vào thời cổ đại khi muốn mô tả một số lượng lớn, như hàng triệu, hàng tỷ, hàng nghìn tỷ hoặc thậm chí nhiều hơn.[7]

Đó là loại cụm từ được sử dụng để mô tả số lượng hạt cát mà vũ trụ có thể chứa hoặc số lượng các vì sao trên bầu trời.[8]

Kinh Thánh thường gọi các thiên sứ là những vì sao: "Trong khi ấy các sao mai đồng hát hòa nhau, Và các con trai Đức Chúa Trời cất tiếng reo mừng" (Gióp 38:7); "Ngài đếm số các vì sao, gọi từng tên hết thảy các vì ấy" (Thi 147:4). Nếu Đức Chúa Trời so sánh thiên sứ với các vì sao, chẳng lẽ thiên sứ thánh nhiều như sao trên trời sao? Một số nhà khoa học cho rằng có bảy mươi tỷ tỷ ngôi sao.[9]

Đó là số bảy mươi theo sau là hai mươi hai số không. Nếu bạn lấy những hạt cát trên mọi bãi biển và sa mạc trên thế giới rồi nhân chúng với mười, bạn sẽ nhận được khoảng bảy mươi tỷ tỷ. Do đó, có thể hình dung rằng số lượng các thiên sứ thánh có thể lên tới hàng triệu, hàng tỷ, hàng nghìn tỷ hoặc thậm chí nhiều hơn nữa.

QUYỀN NĂNG CỦA THIÊN SỨ THÁNH

Các thiên sứ thánh rất quyền năng! Trong Kinh Thánh, hai thiên sứ đã đến thăm Lót. Những người đàn ông trong thành cố gắng phá cửa nhà Lót, nơi các thiên sứ đang ở. Tuy nhiên, các thiên sứ có khả năng khiến những người đàn ông ấy bị mù:

> "Bọn dân chúng nói rằng: Ngươi hãy tránh chỗ khác! Lại tiếp rằng: Người nầy đến đây như kẻ kiều ngụ, lại muốn đoán xét nữa sao! Vậy, thôi! chúng ta sẽ đãi ngươi bạc tệ hơn hai khách kia. Đoạn, họ lấn ép Lót mạnh quá, và tràn đến đặng phá cửa. Nhưng hai thiên sứ giơ tay ra, đem Lót vào nhà, và đóng cửa lại, đoạn, hành phạt bọn dân chúng ở ngoài cửa, từ trẻ đến già, đều quáng lòa mắt, cho đến đỗi tìm cửa mệt mà không được" (Sáng 19:9-11).

Sau khi các thiên sứ khiến những người này bị mù lòa, hai thiên sứ ấy đã huỷ diệt các thành phố Sô-đôm và Gô-mô-rơ. Hai thiên sứ ấy nói: "Chúng ta sẽ hủy diệt chỗ nầy, vì tiếng kêu oan về dân thành nầy đã thấu lên đến Đức Giê-hô-va, nên Ngài sai chúng ta xuống mà hủy diệt" (Sáng 19:13). Tín hữu đừng bao giờ lo liệu các thiên sứ có đủ quyền năng để đánh bại kẻ thù thuộc thể hay thuộc linh hay không. Một thiên sứ thôi cũng có đủ quyền năng để giết 185.000 binh lính khi những binh lính ấy muốn tìm cách hãm hại con dân Chúa. "Bấy giờ, một thiên sứ của Đức Giê-hô-va vào trại quân của người A-si-ri, và giết mười tám vạn năm ngàn người. Sáng hôm sau, người ta dậy sớm, thấy rặt những thây chết" (Ê-sai 37:36).[10]

Mặc dù thiên sứ thánh là những sinh vật mạnh mẽ, nhưng Kinh Thánh cho biết rằng cuối cùng các tín hữu sẽ có địa vị cao hơn các thiên sứ. "Nhưng có kẻ đã làm chứng rằng: Loài người là gì, mà Chúa nhớ đến? Con người là ai, mà Chúa săn sóc đến? Chúa đã đặt Người ở dưới thiên sứ một chút; cho Người đội mão triều vinh hiển tôn trọng;" (Hê 2:6-7). Ở trạng thái vĩnh cửu, tín hữu sẽ có thứ hạng cao hơn, rất có thể là do các thiên sứ thánh không bao giờ được yêu cầu phải bước đi bằng đức tin. Họ bước đi bằng mắt. Họ nhìn thấy Đấng Chí Cao trong vinh quang trọn vẹn của Ngài. Các thiên sứ thánh chưa bao giờ trải qua việc được sinh ra với bản chất tội lỗi và đấu tranh với khuynh hướng phạm tội. Họ chưa bao giờ trải qua nỗi đau khi sống trong một thế giới sa ngã bao gồm bệnh tật và sự chết. Tuy nhiên, họ quan sát và kinh ngạc trước những tín hữu bước đi bởi đức tin và tình yêu nơi Đức Chúa Trời mặc dù họ chưa bao giờ nhìn thấy Ngài.

DIỆN MẠO THIÊN SỨ THÁNH

Nói chung, các thiên sứ thánh hoạt động trong thế giới tâm linh và không có cơ thể vật lý. Các thiên sứ thánh là những hữu thể thuộc linh và vô hình. "Các thiên sứ há chẳng phải đều là thần hầu việc Đức Chúa Trời, đã được sai xuống để giúp việc những người sẽ hưởng cơ nghiệp cứu rỗi hay sao?" (Hê 1:14). Đa-ni-ên đưa ra một mô tả ấn tượng về một thiên sứ thánh đã đến viếng thăm ông trong vinh quang trọn vẹn của thiên sứ:

> "Ta nhướng mắt nhìn xem, nầy, một người mặc vải gai, chung quanh lưng thắt đai bằng vàng ròng U-pha. Mình người như bích ngọc; mặt người như chớp, và mắt như đuốc cháy; tay và chân như đồng đánh bóng, và tiếng nói như tiếng đám đông" (Đa 10:5-6).

Một số người cho rằng sự xuất hiện của "con người" trong Đa-ni-ên Chương 10 chính là Chúa Giê-xu Christ tiền nhập thể. Đó là do lời mô tả về hữu thể ấy rất giống với thân thể vinh hiển của Chúa Giê-xu Christ trong chương 1 của sách Khải Huyền. Tuy nhiên, tôi không tin từ này nói về Chúa Giê-xu Christ. Chúng ta biết theo bối cảnh của đoạn Kinh Thánh này rằng đó là một thiên sứ thánh. Sau đó trong câu 13, sinh vật này nói rằng một tà linh ở Phe-rơ-sơ đã ngăn trở ông trong 21 ngày khi ông cố gắng đến thăm Đa-ni-ên. Sau đó, một thiên sứ khác, tên là Mi-chen, đã đến và giúp đỡ ông. Nói cách khác, sinh vật đầu tiên cần được giúp đỡ vì anh ta bị ngăn trở bởi một tà linh. Vì vậy, chúng ta biết rằng sinh vật đầu tiên là một thiên sứ thánh vì Chúa Giê-xu Christ không cần sự giúp đỡ này.

Thông thường khi một thiên sứ thánh xuất hiện, có sự kinh khiếp và sợ hãi. Những người lính La Mã run sợ khi một thiên sứ từ trời xuống và lăn tảng đá ra khỏi ngôi mộ. "Và nầy, đất rúng động dữ dội, vì có thiên sứ của

Chúa ở trên trời xuống, đến lăn hòn đá ra mà ngồi ở trên. Hình dung của
thiên sứ giống như chớp nhoáng, và áo trắng như tuyết. Vì đó, những lính
canh sợ hãi run rẩy, trở nên như người chết" (Mat 28:2-4). Ngay cả khi nhà
tiên tri Đa-ni-ên nhìn thấy một thiên sứ, ông đã sợ hãi và ngã sấp mặt:

> "Khi mà ta, Đa-ni-ên, nhìn xem sự hiện thấy đó, và ta tìm cách
> để rõ nghĩa, nầy, có như hình dạng người nam đứng trước ta.
> Ta nghe tiếng một người nam từ giữa bờ sông U-lai, kêu và
> bảo rằng: Gáp-ri-ên, hãy cho người nầy hiểu sự hiện thấy đó.
> Người bèn đến gần chỗ ta đứng; khi người đã đến, ta kinh hãi,
> và ngã sấp mặt xuống đất. Người bảo ta rằng: Hỡi con người,
> hãy hiểu biết; vì sự hiện thấy đó có quan hệ với kỳ sau rốt"
> (Đa 8:15-17).

Tuy nhiên, các thiên sứ thánh có thể che giấu toàn bộ vinh quang của họ
và họ có thể ở trong diện mạo có thể hòa với con người. Hai thiên sứ phá
hủy các thành Sô-đôm và Gô-mô-rơ có hình dạng con người:

> "Lối chiều, hai thiên sứ đến Sô-đôm; lúc đó, Lót đương ngồi
> tại cửa thành. Khi Lót thấy hai thiên sứ đến, đứng dậy mà
> đón rước và sấp mình xuống đất. Người thưa rằng: Nầy, lạy
> hai chúa, xin hãy đến ở nhà của kẻ tôi tớ, và hãy nghỉ đêm tại
> đó...Lót cố mời cho đến đỗi hai thiên sứ phải đi lại vào nhà
> mình. Người dâng một bữa tiệc, làm bánh không men, và hai
> thiên sứ bèn dùng tiệc" (Sáng 19:1-3).

Dường như không có đặc điểm thân thể vật lý nào của thiên sứ khiến người
khác tin rằng họ là thiên sứ. Đúng là Lót đã cúi đầu trước họ, nhưng điều
này có thể phần nhiều là một cách ông thừa nhận rằng những vị khách của
ông là tôi tớ của Đức Chúa Trời. Quan trọng nhất, không có điều gì trong
đoạn Kinh Thánh cho thấy Lót vô cùng sợ hãi giống như Đa-ni-ên đã kinh
nghiệm khi một thiên sứ hiện ra với ông. Thật vậy, Lót mời họ ở lại nhà ông
và dùng bữa tối. Có một đoạn Kinh Thánh hấp dẫn trong sách Hê-bơ-rơ nói
rằng một số người đã tiếp đãi các thiên sứ mà không hề hay biết. "Chớ quên
sự tiếp khách; có khi kẻ làm điều đó, đã tiếp đãi thiên sứ mà không biết"

(Hê 13:2). Các thiên sứ thánh luôn bao quanh các tín hữu. Vì vậy, theo nghĩa thuộc linh, chúng ta đang luôn tiếp đãi thiên sứ. Tuy nhiên, câu này cũng có thể có nghĩa là một số tín hữu đã tiếp đãi các thiên sứ thánh theo đúng nghĩa đen, có lẽ ăn tối với họ hoặc mời họ vào nhà nhưng không biết họ là thiên sứ.

TRÁCH NHIỆM CỦA CÁC THIÊN SỨ THÁNH

Thiên sứ có một phạm vi trách nhiệm rộng. Thiên sứ thánh mang thông điệp từ Đức Chúa Trời đến. Điều này được thấy trong cả Cựu Ước và Tân Ước. Ví dụ, nhiều người biết câu chuyện quen thuộc về thiên sứ Gáp-ri-ên được Đức Chúa Trời sai đến với Ma-ri để thông báo rằng bà sẽ sinh ra Chúa chúng ta:

> "Đến tháng thứ sáu, Đức Chúa Trời sai thiên sứ Gáp-ri-ên đến thành Na-xa-rét, xứ Ga-li-lê, tới cùng một người nữ đồng trinh tên là Ma-ri, đã hứa gả cho một người nam tên là Giô-sép, về dòng vua Đa-vít. Thiên sứ vào chỗ người nữ ở, nói rằng: 'Hỡi người được ơn, mừng cho ngươi; Chúa ở cùng ngươi' " (Lu 1:26-28).

Một phần khác trong mô tả công việc của thiên sứ là dâng lời ngợi khen và thờ phượng lên Đức Chúa Trời. Sau khi thiên sứ báo tin Chúa Giê-xu giáng sinh cho các mục đồng, nhiều thiên sứ xuất hiện và ngợi khen Đức Chúa Trời:

> "Bỗng chúc có muôn vàn thiên binh với thiên sứ đó ngợi khen Đức Chúa Trời rằng: Sáng danh Chúa trên các từng trời rất cao, Bình an dưới đất, ân trạch cho loài người! Sau khi các thiên sứ lìa họ lên trời rồi, bọn chăn chiên nói với nhau rằng: Chúng ta hãy tới thành Bết-lê-hem, xem việc đã xảy đến mà Chúa cho chúng ta hay" (Lu 2:13-15)

Thiên sứ thánh là những tôi tớ của Đức Chúa Trời phục vụ các tín hữu. Thiên sứ thánh phục vụ những người sẽ thừa hưởng sự cứu rỗi. "Các thiên sứ há chẳng phải đều là thần hầu việc Đức Chúa Trời, đã được sai xuống để giúp việc những người sẽ hưởng cơ nghiệp cứu rỗi hay sao?" (Hê 1:14). Đây là một đoạn Kinh Thánh rất thú vị vì nó nói rằng các thiên sứ "giúp việc những người *sẽ* hưởng cơ nghiệp cứu rỗi" (nhấn mạnh thêm). Đức Chúa Trời không tồn tại trong thời gian. Ngài nhìn thấy quá khứ, hiện tại và tương lai, tất cả cùng một lúc. Đức Chúa Trời biết ai sẽ tiếp nhận ơn tha thứ của Ngài. Không hoàn toàn rõ ràng, nhưng đoạn Kinh Thánh này có thể mang nghĩa ngay cả trước khi một người được cứu, Đức Chúa Trời đã cho các thiên sứ thánh dõi theo họ. Các thiên sứ thánh có lẽ đang sắp xếp hoàn cảnh trong cuộc sống của họ sao cho có thể để đưa họ đến chỗ nhận Chúa Giê-xu Christ là Chúa và Cứu Chúa của họ. Dù thế nào đi nữa, thì đoạn Kinh Thánh này cũng tiết lộ rằng tất cả các tín hữu đều có những thiên sứ hộ vệ trông nom họ.

Nếu bạn đã tiếp nhận ơn tha thứ của Đức Chúa Trời, thì các thiên sứ cũng sẽ phục vụ bạn bằng cách đảm bảo rằng bạn được đem lên thiên đàng một cách an toàn. Tôi tin chắc rằng các thiên sứ thánh sẽ ở bên bạn lúc chết và thực sự đưa bạn lên thiên đàng. "Vả, người nghèo [La-xa-rơ] chết, thiên sứ đem để vào lòng Áp-ra-ham; người giàu cũng chết, người ta đem chôn" (Lu 16:22). Lòng của Áp-ra-ham là một phép ẩn dụ trong Cựu Ước để nói về địa đàng hay thiên đàng. Phân đoạn này tiết lộ rằng các thiên sứ đã mang La-xa-rơ lên thiên đàng. Một số người sợ chết. Họ thực sự không biết phải mong đợi điều gì. Một số người sợ sẽ phải chết trong cô độc. Tuy nhiên, nếu bạn là một tín hữu, bạn sẽ không bao giờ chết trong cô độc vì các thiên sứ thánh sẽ ở bên bạn khi linh hồn bạn lìa khỏi cơ thể. Các thiên sứ thánh sẽ mang bạn đến thiên đàng.

Khi một người chết mà chưa tiếp nhận Chúa Giê-xu Christ là Chúa và Cứu Chúa, thì một số người tự hỏi không biết liệu thiên sứ thánh hay tà linh sẽ đưa linh hồn người đó xuống địa ngục. Kinh Thánh không trực tiếp trả lời câu hỏi này. Tuy nhiên, Sa-tan không có chìa khóa của địa ngục. Kinh Thánh nói rằng Chúa Giê-xu Christ có "chìa khóa của sự chết và Âm phủ" (Khải 1:18). Địa ngục là nơi cơn thịnh nộ của Đức Chúa Trời sẽ trút xuống những người đã khước từ lời ơn tha thứ của Đức Chúa Trời. Thiên sứ thánh tham gia thi hành cơn thịnh nộ của Đức Chúa Trời:

"Trong khi Đức Chúa Jêsus từ trời hiện đến với các thiên sứ của quyền phép Ngài, giữa ngọn lửa hừng, báo thù những kẻ chẳng hề nhận biết Đức Chúa Trời, và không vâng phục Tin lành của Đức Chúa Jêsus Christ chúng ta. Họ sẽ bị hình phạt hư mất đời đời, xa cách mặt Chúa và sự vinh hiển của quyền phép Ngài" (2 Tê 1:7-9).

"Còn người ta nhổ cỏ lùng mà đốt trong lửa thể nào, thì ngày tận thế cũng sẽ như vậy; Con người sẽ sai các thiên sứ Ngài thâu mọi gương xấu và những kẻ làm ác khỏi nước Ngài, và quăng những người đó vào lò lửa, là nơi sẽ có khóc lóc và nghiến răng" (Mat 13:40-42).

Vào hồi chung kết, có vẻ như chính thiên sứ thánh sẽ là những người thực sự ném những kẻ vô tín, những kẻ khước từ ơn tha thứ của Đức Chúa Trời, vào hồ lửa. Cần phải hiểu rằng thiên sứ thánh không phải là những sinh vật thụ động dễ sai bảo. Họ thi hành cơn thịnh nộ và sự phán xét của Đức Chúa Trời. Ma quỷ vô cùng sợ thiên sứ thánh. Chúng ta tạ ơn Đức Chúa Trời vì những điểm này trong chiến trận thuộc linh, khi chúng ta cầu xin Đức Chúa Trời sai các thiên sứ thánh trừng phạt và đẩy các tà linh xuống hỏa ngục khi chúng tấn công chúng ta.

Tôi tin chắc rằng mọi tín hữu đều có ít nhất một thiên sứ hộ mệnh. "Vì Ngài sẽ ban lệnh cho thiên sứ Ngài, bảo gìn giữ ngươi trong các đường lối ngươi" (Thi 91:11). Tuy nhiên, điều này không có nghĩa là thiên sứ luôn bảo vệ tín hữu khỏi những nguy hiểm về thể xác. Thiên sứ thực hiện kế hoạch và mục đích tối cao của Đức Chúa Trời. Có nhiều tình huống mà những mối nguy hiểm về thể xác ập đến với cuộc sống của tín hữu hoặc người họ yêu thương và Đức Chúa Trời ra lệnh cho các thiên sứ không can thiệp. Điều này thường khó hiểu và là một bí ẩn. "Những sự bí mật thuộc về Giê-hô-va Đức Chúa Trời chúng ta; song những sự bày tỏ thuộc về chúng ta, và con cháu chúng ta đời đời," (Phục 29:29). Tuy nhiên, khi chúng ta về thiên đàng, điều đó sẽ được giải thích cho chúng ta, ngay cả những đau đớn và gian khổ mà chúng ta đã trải qua trong cuộc sống này đều là một phần trong kế hoạch tối thượng của Đức Chúa Trời và mang lại vinh quang cho danh Ngài.

Luôn có các thiên sứ bao quanh các tín hữu. Bạn sẽ rất tự tin trong chiến trận thuộc linh khi bạn hiểu biết về thực tế và sự bảo vệ của các thiên sứ thánh. Thiên sứ thánh đứng giữa tín đồ và các thế lực tối tăm. Nếu người tín đồ ấy có thể nhìn vào được thế giới thuộc linh, người ấy sẽ thấy các thiên sứ thánh và những xe ngựa lửa bao quanh mình. Khi Ê-li-sê và đầy tớ của ông bị kẻ thù bao vây, Ê-li-sê đã cầu nguyện Chúa mở mắt cho đầy tớ của mình để thấy các thiên sứ đang bảo vệ họ:

> "Tôi tớ của người Đức Chúa Trời chổi dậy sáng sớm đi ra, thấy một đạo binh cùng ngựa và xe đương vây thành. Người nói với Ê-li-sê rằng: 'Hởi ôi! chúa, chúng ta sẽ làm sao?' Ê-li-sê đáp rằng: 'Chớ sợ, những người ở với chúng ta đông hơn những người ở với chúng nó.' Đoạn, Ê-li-sê cầu nguyện mà rằng: 'Đức Giê-hô-va ôi, xin mở mắt kẻ tôi tớ tôi, để nó thấy được.' *Đức Giê-hô-va mở mắt người ra, thì người thấy núi đầy những ngựa và xe bằng lửa ở* xung quanh Ê-li-sê" (2 Vua 6:15-17, phần nhấn mạnh được thêm vào).

Khi Đức Chúa Trời mở mắt người đầy tớ của Ê-li-sê, người ấy thấy vô số thiên sứ thánh bao quanh họ. Tín hữu cần phải nhìn thấy bằng đức tin những gì người đầy tớ của Ê-li-sê đã thấy bằng mắt thường.

Dường như các thiên sứ có một công tác đặc biệt là bảo vệ trẻ em. "Hãy giữ mình đừng khinh dể một đứa nào trong những đứa trẻ nầy; vì ta bảo các ngươi, các thiên sứ của chúng nó trên trời thường thấy mặt Cha ta, là Đấng ở trên trời" (Mat 18:10). Tôi thường tự hỏi Đức Chúa Trời đã hướng dẫn các thiên sứ thánh bảo vệ các con tôi bao nhiêu lần rồi, có lẽ khỏi một người lái xe say rượu hoặc một số mối nguy hiểm khác mà tôi thậm chí không biết vì không có tai nạn hoặc tổn hại nào xảy ra. Trên thực tế, chỉ khi có một vụ tan nạn suýt xảy ra thì chúng ta mới nghĩ rằng Đức Chúa Trời có thể đã chỉ đạo các thiên sứ thánh can thiệp. Tôi tin chắc rằng khi chúng ta lên thiên đàng, Đức Chúa Trời sẽ bày tỏ tất cả những lần các thiên sứ thánh can thiệp thay cho chúng ta. Có lẽ đây là lý do tại sao Kinh Thánh nói rằng các tín hữu sẽ phán xét các thiên sứ. "Anh em chẳng biết chúng ta sẽ xét đoán các thiên sứ sao? (1 Côr 6:3). Tôi tin rằng điều này cũng có thể ám chỉ đến việc các tín hữu tham gia vào việc phán xét các thiên sứ sa ngã, những kẻ hiện là các tà linh.

Thiên sứ thánh xuyên suốt Cựu Ước và Tân Ước đã bảo vệ các đầy tớ của Đức Chúa Trời khỏi điều ác. Trong thế giới thuộc linh, các thiên sứ thánh chiến đấu với các tà linh, kẻ tìm cách cản trở kế hoạch và mục đích của Đức Chúa Trời. Ví dụ, trong sách Đa-ni-ên, hoàng tử của vương quốc Phe-rơ-sơ là một tà linh tìm cách cản trở một thiên sứ thánh đang mang một sứ điệp đến cho Đa-ni-ên. Có một trận chiến trong thế giới thuộc linh giữa các thiên sứ thánh và các tà linh trong 21 ngày trước khi vị thiên sứ ấy cuối cùng đến được với Đa-ni-ên:

> "Đoạn, người bảo ta rằng: Hỡi Đa-ni-ên, đừng sợ; vì kể từ ngày đầu mà ngươi đã chuyên lòng hiểu, hạ mình ngươi xuống trước mặt Đức Chúa Trời ngươi, thì những lời ngươi đã được nghe, và vì cớ những lời ngươi mà ta đã đến. Song vua nước Phe-rơ-sơ đã ngăn trở ta trong hai mươi mốt ngày; nhưng, nầy, Mi-ca-ên là một trong các quan trưởng đầu nhứt, đã đến mà giúp đỡ ta, và ta ở lại đó với các vua Phe-rơ-sơ" (Đa 10:12-13).

Sau khi thiên sứ chuyển thông điệp ấy cho Đa-ni-ên, thiên sứ nói rằng giờ đây vị thiên sứ ấy sẽ trở lại chiến đấu chống lại tà linh ở Phe-rơ-sơ và cũng sẽ chiến đấu với tà linh ở đất nước Hy Lạp. "Người lại nói cùng ta rằng: 'Ngươi có biết tại sao ta đến cùng người chăng? Bây giờ ta trở về để đánh trận cùng vua của Phe-rơ-sơ, và khi ta đi, kìa, vua của Gờ-réc sẽ đến'" (Đa 10:20).

Trong Tân Ước, trận chiến giữa các thiên sứ vẫn tiếp tục xảy ra. Có một trận chiến không ngừng giữa các thiên sứ thánh và các tà linh, những kẻ tìm cách ngăn trở các mục đích của Đức Chúa Trời. "Bấy giờ có một cuộc chiến đấu trên trời: Mi-chen và các sứ người tranh chiến cùng con rồng, rồng cũng cùng các sứ mình tranh chiến lại" (Khải 12:7). Phần lớn cuộc chiến trong vương quốc thuộc linh liên quan đến việc các thiên sứ thánh tìm cách ngăn chặn các tà linh làm hại con người, cả về mặt thuộc linh lẫn thuộc thể. Khi còn ở trên đất, Chúa Giê-xu Christ đã tuyên bố rằng Đức

Chúa Cha sẽ sai phái hơn mười hai đạo thiên sứ đến cho Ngài nếu Ngài xin điều đó. "Ngươi tưởng ta không có thể xin Cha ta lập tức cho ta hơn mười hai đạo thiên sứ sao?" (Mat 26:53). Một quân đoàn gồm sáu ngàn quân.[11]

Do đó, Chúa Giê-xu Christ nói rằng Ngài có thể cầu xin Đức Chúa Trời sai đến hơn 72.000 thiên sứ thánh. Tôi tin chắc rằng, khi tham gia vào chiến trận thuộc linh, Đức Thánh Linh có thể thúc giục tín hữu xin thêm các thiên sứ thánh.

— 7 —

HUYẾT CỦA CHÚA GIÊ-XU CHRIST

Huyết của Chúa Giê-xu Christ có thể là một vũ khí hữu hiệu chống lại Sa-tan và các đạo quân của hắn. "Chúng đã thắng nó [Sa-tan] bởi huyết Chiên Con và bởi lời làm chứng của mình; chúng chẳng tiếc sự sống mình cho đến chết" (Khải 12:11). Câu này cho thấy các tín hữu đã chiến thắng Sa-tan vì ba lý do: huyết của Chiên Con, lời làm chứng của họ và việc họ không tiếc mạng sống của mình ngay cả khi đối mặt với cái chết. Cả ba lý do đều cực kỳ quan trọng, nhưng tôi muốn tập trung vào lý do đầu tiên giúp các tín hữu này đã chiến thắng Sa-tan. Họ đã chiến thắng Sa-tan bằng huyết của Chúa Giê-xu Christ.

Có thể bạn đã nghe một Cơ Đốc nhân có ý tốt nói rằng: "Nếu Sa-tan tấn công bạn, bạn chỉ cần cầu xin huyết Chúa". Một số người ngụ ý rằng nó gần giống như một viên đạn bạc chống lại ma quỷ, rằng cụm từ đó có sức mạnh siêu nhiên. Tuy nhiên, ma quỷ không sợ cụm từ hoặc câu thần chú tôn giáo lặp đi lặp lại được sử dụng một cách sáo rỗng và không có đức tin. "Cầu xin huyết Chúa" có thể là một vũ khí rất hữu hiệu để chống lại các tà linh chỉ khi nó được kết nối với điều mà nó tượng trưng bằng đức tin. Vì vậy, bạn phải hiểu mục đích của huyết Chúa Giê-xu.

SỰ THA THỨ TỘI LỖI (TẠI THỜI ĐIỂM CỨU RỖI)

Mục đích chính của huyết Chúa Giê-xu Christ là để Đức Chúa Trời tha tội cho con người. Không đổ huyết thì không có sự tha thứ. "Theo luật pháp thì hầu hết mọi vật đều nhờ huyết mà được sạch: không đổ huyết thì không có sự tha thứ" (Hê 9:22). Sự đổ huyết của Chúa Giê-xu Christ đã giải phóng tín hữu khỏi án phạt của tội lỗi. "Lại từ nơi Đức Chúa Jêsus Christ là Đấng làm chứng thành tín, sinh đầu nhứt từ trong kẻ chết và làm Chúa của các vua trong thế gian" (Khải 1:5).

CỨU KHỎI CƠN THỊNH NỘ CỦA ĐỨC CHÚA TRỜI

Huyết của Chúa Giê-xu Christ giải thoát các tín hữu khỏi cơn thịnh nộ và sự phán xét của Đức Chúa Trời. Tai hoạ và sự phán xét cuối cùng mà Đức Chúa Trời giáng trên người Ai Cập vào thời Môi-se được mô tả trong sách Xuất Ai Cập Ký:

> "Đêm đó ta sẽ đi qua xứ Ê-díp-tô, hành hại mọi con đầu lòng xứ Ê-díp-tô, từ người ta cho đến súc vật; ta sẽ xét đoán các thần của xứ Ê-díp-tô; ta là Đức Giê-hô-va. Huyết bôi trên nhà các ngươi ở, sẽ dùng làm dấu hiệu; khi ta hành hại xứ Ê-díp-tô, thấy huyết đó, thì sẽ vượt qua, chẳng có tai nạn hủy diệt các ngươi." (Xuất 12:12-13).

Sự kiện này được biết đến là Lễ Vượt Qua. Đức Chúa Trời tuyên bố rằng Ngài sẽ giết con đầu lòng của mỗi gia đình. Sự bày tỏ quyền năng của Đức Chúa Trời này đã thuyết phục Pha-ra-ôn để con cháu Y-sơ-ra-ên rời khỏi Ai Cập. Tuy nhiên, Đức Chúa Trời đã hứa rằng Ngài sẽ vượt qua và không giết con đầu lòng của dân Y-sơ-ra-ên nếu họ tuân theo những chỉ dẫn cụ thể. Họ phải giết một con chiên và bôi huyết nó lên cửa nhà mình. Bằng cách tuân theo những hướng dẫn này, con cháu Y-sơ-ra-ên đã thể hiện đức tin của họ nơi Đức Chúa Trời rằng Ngài sẽ bảo vệ họ. Các gia đình Ai Cập không được bao phủ bởi huyết sẽ không được thiên sứ huỷ diệt vượt qua và phải chịu việc con đầu lòng của họ bị chết.

Huyết của Chúa Giê-xu Christ vốn áp dụng cho cuộc đời của một người vào thời điểm người ấy được cứu rỗi đã giải thoát người ấy khỏi cơn thịnh nộ và sự phán xét sắp đến của Đức Chúa Trời. "Huống chi nay chúng ta đã nhờ huyết Ngài được xưng công bình, thì sẽ nhờ Ngài được cứu khỏi cơn thạnh nộ là dường nào" (Rô 5:9). Đức Chúa Trời không bao giờ thay đổi. Đức Chúa Trời không phải là Đức Chúa Trời phẫn nộ trong Cựu Ước để rồi đổi thành Đức Chúa Trời yêu thương trong Tân Ước. Đức Chúa Trời là Đức

Chúa Trời phẫn nộ và yêu thương trong cả Cựu lẫn Tân Ước. "Ai tin Con, thì được sự sống đời đời; ai không chịu tin Con, thì chẳng thấy sự sống đâu, nhưng cơn thạnh nộ của Đức Chúa Trời vẫn ở trên người đó" (Giăng 3:36). Tuy nhiên, nếu bạn đã chấp nhận ơn tha thứ của Đức Chúa Trời, thì giờ đây bạn được bao phủ bởi huyết Chúa Giê-xu Christ, vì vậy cơn thịnh nộ của Đức Chúa Trời sẽ vượt qua bạn. Tuy nhiên, cơn thịnh nộ của Đức Chúa Trời sẽ không bỏ qua cho ma quỷ. Lửa thịnh nộ của Đức Chúa Trời đang ngắm thẳng đến ma quỷ.

TẨY SẠCH TỘI LỖI (SAU KHI ĐƯỢC CỨU)

Huyết của Chúa Giê-xu Christ tẩy sạch tín hữu khỏi tội lỗi mà người đó phạm phải sau khi được cứu. "Nhưng, nếu chúng ta đi trong sự sáng cũng như chính mình Ngài ở trong sự sáng, thì chúng ta giao thông cùng nhau; và huyết của Đức Chúa Jêsus, Con Ngài, làm sạch mọi tội chúng ta" (1 Giăng 1:7). Khi một người tiếp nhận Chúa Giê-xu Christ làm Chúa và Cứu Chúa của mình, người ấy được tha án phạt tội lỗi nhờ huyết đổ ra của Đấng Christ. Sau khi được cứu, tín hữu vẫn có thể trải qua tội lỗi. Khi Đức Thánh Linh cáo trách tín hữu một tội lỗi cụ thể, người ấy cần phải ăn năn để được thanh tẩy bằng huyết của Đấng Christ để quyền lực của tội lỗi không thống trị và kiểm soát đời sống của người ấy. Tín hữu cần kinh nghiệm sự thanh tẩy hàng ngày khỏi tội lỗi. Tôi giả định rằng bạn rửa tay ít nhất một lần một ngày. Tương tự, bạn cũng cần trải nghiệm sự thanh tẩy tội lỗi hàng ngày để quyền lực của tội lỗi không bén rễ trong cuộc đời của bạn. "Còn nếu chúng ta xưng tội mình, thì Ngài là thành tín công bình để tha tội cho chúng ta, và làm cho chúng ta sạch mọi điều gian ác" (1 Giăng 1:9). Ví dụ về lời cầu nguyện ăn năn cho những tội lỗi đã phạm sau sự cứu rỗi sẽ là:

"Lạy Đức Chúa Trời, con ăn năn về [tội lỗi cụ thể, tức là không tha thứ, lo lắng, ham muốn, vô tín, tức giận, cay đắng, v.v.]. Con quay lưng khỏi tội lỗi này. Con cảm ơn Ngài vì sự tha thứ mà con có được bởi Chúa Giê-xu Christ đã đổ huyết ra trên thập tự giá. Cảm ơn Ngài vì đã thanh tẩy con khỏi tội lỗi này. Con đã đóng chặt cửa trước các thế lực tối tăm trong lĩnh vực này."

MỞ RA CON ĐƯỜNG TRỰC TIẾP ĐẾN VỚI ĐỨC CHÚA TRỜI

Huyết của Chúa Giê-xu Christ mở ra con đường cho người tin Chúa trực tiếp đến với Đức Chúa Trời. "Hỡi anh em, vì chúng ta nhờ huyết Đức Chúa Jêsus được dạn dĩ vào nơi rất thánh" (Hê 10:19). Trong Cựu Ước, một người không có quyền được trực tiếp đến gần với Đức Chúa Trời. Đền Thờ trong Cựu Ước có ba phần: Hành lang, nơi thánh và nơi chí thánh. Có một bức màn ngăn giữa nơi thánh và nơi chí thánh. Bên trong nơi chí thánh là nơi Đức Chúa Trời truyền đạt cho Môi-se về các luật lệ áp dụng cho dân Y-sơ-ra-ên (Xuất 25:22). Đây cũng là nơi thầy tế lễ thượng phẩm sẽ vào, nhưng chỉ một lần mỗi năm. Thầy tế lễ thượng phẩm sẽ vì con cháu Y-sơ-ra-ên mà rưới huyết con dê. Sau đó, ông sẽ rảy huyết trên ngôi thi ân, là nắp của Hòm Giao Ước. Người bình thường không được đến gần nơi chí thánh để nói chuyện gần gũi với Đức Chúa Trời theo cách mà Môi-se và thầy tế lễ thượng phẩm đã kinh nghiệm.

Ngày nay, tín hữu có quyền trực tiếp đến gần với Đức Chúa Trời nhờ huyết của Chúa Giê-xu Christ. Đây là lý do tại sao bức màn ngăn cách nơi chí thánh và nơi thánh bị xé ra khi Chúa Giê-xu Christ chết trên thập tự giá. Nó bày tỏ cho thế gian biết rằng tất cả mọi người đều có thể trực tiếp đến gần với Đức Chúa Trời. Họ không cần đến gặp Đức Chúa Trời qua thầy tế lễ thượng phẩm nữa. Hãy tưởng tượng nếu tổng thống đưa cho bạn số điện thoại di động cá nhân của ông ấy và nói rằng bạn có thể gọi cho ông ấy bất cứ lúc nào dù ngày hay đêm về bất kỳ vấn đề nào. Nhiều người sẽ coi bạn là một người rất quyền lực chỉ vì bạn được tiếp xúc với tổng thống. Tín hữu cũng có quyền trực tiếp đến gần với Đức Chúa Trời nhờ huyết của Chúa Giê-xu Christ. Tín hữu có thể thảo luận mọi vấn đề với Chúa, bất kể ngày hay đêm. Tín hữu có thể cầu xin Đức Chúa Trời hành động và can thiệp vào cuộc sống của mình hoặc vào cuộc sống của người khác. Nhiều người coi việc đến gần với Đức Chúa Trời là điều hiển nhiên vì họ không kinh nghiệm sống trong thời Cựu Ước khi việc đến gần với Đức Chúa Trời bị hạn chế.

CHÚA GIÊ-XU CHRIST CHUỘC MUA TÍN HỮU BẰNG HUYẾT CỦA NGÀI

Kinh Thánh nói rằng Chúa Giê-xu Christ đã chuộc mua tín hữu bằng chính huyết của Ngài. *"Anh em hãy giữ lấy mình, và luôn cả bầy mà Đức Thánh Linh đã lập anh em làm kẻ coi sóc, để chăn Hội thánh của Đức Chúa Trời, mà Ngài đã mua bằng chính huyết mình"* (Công 20:28). Khi bạn mua một thứ gì đó, điều đó có nghĩa là bạn đang sở hữu nó. Nếu bạn là một tín hữu, Chúa Giê-xu Christ đã chuộc mua bạn bằng huyết của Ngài và giờ đây Ngài sở hữu bạn. Chúa Giê-xu Christ sở hữu bạn và tất cả của cải vật chất của bạn. *"Anh em há chẳng biết rằng thân thể mình là đền thờ của Đức Thánh Linh đang ngự trong anh em, là Đấng mà anh em đã nhận bởi Đức Chúa Trời, và anh em chẳng phải thuộc về chính mình sao? Vì chưng anh em đã được chuộc bằng giá cao rồi. Vậy, hãy lấy thân thể mình làm sáng danh Đức Chúa Trời"* (1 Cô. 6:19-20). Đừng bao giờ quên rằng Đức Chúa Trời là chủ của tất cả tiền bạc và vật chất của bạn. Bạn chỉ là người quản gia chịu trách nhiệm quản lý tài sản của Đức Chúa Trời mà thôi.

CẮT ĐỨT MỐI QUAN HỆ GIỮA CHÚNG TA VỚI SA-TAN

Huyết của Chúa Giê-xu Christ đã cắt đứt mối quan hệ của tín hữu với Sa-tan. Tội lỗi đã ngăn cách con người khỏi Đức Chúa Trời và khiến Sa-tan tuyên bố tất cả mọi người đều thuộc về vương quốc của hắn. Khi Đức Chúa Trời chuộc mua tín hữu bằng huyết của Chúa Giê-xu Christ, người đó được dời từ vương quốc của Sa-tan sang Vương Quốc của Đức Chúa Trời. *"Ngài đã giải thoát chúng ta khỏi quyền của sự tối tăm, làm cho chúng ta dời qua nước của Con rất yêu dấu Ngài, trong Con đó chúng ta có sự cứu chuộc, là sự tha tội"* (Côl 1:13, phần nhấn mạnh được thêm vào). Giờ đây, tín hữu đã được chuyển đến Vương Quốc của Đức Chúa Trời, mối quan hệ của người đó với Sa-tan đã bị cắt đứt. Sa-tan không còn bất kỳ thẩm quyền, quyền hạn hay quyền lực pháp lý nào đối với tín hữu ấy. Trước khi được cứu, ma quỷ có thể coi thân thể của một người là ngôi nhà của chúng như đã thảo luận trong Chương 3. Tuy nhiên, khi một người tiếp nhận Chúa Giê-xu

Christ làm Chúa và Cứu Chúa của mình, thì "quyền sở hữu ngôi nhà" được chuyển giao và thuộc quyền sở hữu mới. Bạn (ngôi nhà) bây giờ thuộc sở hữu của Đức Chúa Trời. Nó đã được trả bằng huyết của Chúa Giê-xu Christ.

Hãy tưởng tượng nếu bạn đã hoàn tất việc mua ngôi nhà mơ ước của mình, ký tất cả các giấy tờ và được trao chìa khóa. Tuy nhiên, khi bạn đến nhà mới, bạn phát hiện ra chủ cũ vẫn sống trong ngôi nhà ấy và có ý định ở lại. Bạn sẽ có vài lựa chọn. Lựa chọn đầu tiên của bạn có thể là lịch sự yêu cầu người chủ cũ rời đi, nhưng hắn ta nói một cách cộc cằn rằng hắn chắc chắn sẽ không đi đâu cả. Hắn ta khoe khoang mình cao lớn và rắn rỏi hơn bạn. Hắn cũng có tính khí thất thường. Bạn thực sự không thích đối đầu, vì vậy bạn quyết định sẽ thỏa hiệp. Bạn và gia đình của bạn sẽ chuyển đến, nhưng người chủ cũ sẽ được phép sống ở một trong các phòng ngủ. Đây không phải là một lựa chọn tốt, nhưng bạn thỏa hiệp. Lựa chọn thứ hai đòi hỏi một chút đối đầu. Bạn bình tĩnh nhắc hắn rằng bạn là chủ nhân mới của ngôi nhà. Ngôi nhà đã được chuyển giao cho bạn. Bây giờ hắn là một kẻ xâm phạm gia cư. Nếu thông minh, hắn sẽ rời đi ngay lập tức. Mù quáng bởi sự kiêu ngạo, người chủ cũ có thể tiếp tục đe dọa bạn. Tuy nhiên, nếu hắn không rời đi ngay lập tức, bạn có thể gọi cảnh sát. Khi cảnh sát đến, họ sẽ bao vây ngôi nhà, kéo người chủ cũ ra ngoài và tống hắn vào tù.

Nếu bạn đã tiếp nhận Chúa Giê-xu Christ làm Cứu Chúa và Chúa của mình, thân thể bạn (ngôi nhà của bạn) đều thuộc sở hữu của Đức Chúa Trời. Bạn đã được chuyển từ vương quốc của Sa-tan sang Vương Quốc của Chúa. Mối quan hệ của bạn với Sa-tan đã bị cắt đứt. Vấn đề là một số quỷ hành động như thể chúng vẫn sở hữu ngôi nhà ấy. Chúng không muốn dọn ra. Chúng muốn tiếp tục được ở trong phòng ngủ. Một số Cơ Đốc nhân không nhận ra sự hiện diện của ma quỷ. Chúng ta cần phải đương đầu với ma quỷ và nhân danh Chúa đuổi chúng khỏi "căn phòng ngủ" của chúng ta.

XIN HUYẾT LINH NGHIỆM CỦA CHÚA GIÊ-XU

Nài xin huyết của Chúa Giê-xu Christ nhắc cho ma quỷ rằng chúng chỉ là những kẻ xâm phạm, những kẻ lấn chiếm và phải rời đi. Nó là một vũ khí rất hiệu quả để chống lại các tà linh nếu vũ khí ấy được kết nối với những gì huyết của Chúa tượng trưng cho, bởi đức tin. Đầu tiên, huyết của Chúa

Giê-xu tượng trưng cho việc bạn đã được tha tội. Thứ hai, huyết của Chúa Giê-xu tượng trưng cho việc Đức Chúa Trời đã mua bạn và sở hữu bạn. Thứ ba, huyết của Chúa Giê-xu cho thấy rằng mối quan hệ của bạn với Sa-tan đã bị cắt đứt. Nhiều Cơ Đốc nhân rơi vào cái bẫy quên hoặc không biết ý nghĩa và mục đích của huyết Chúa Giê-xu. Họ sử dụng cụm từ "nài xin huyết" đơn thuần như một câu thần chú, một cụm từ mê tín, ma thuật, hoàn toàn không có tác động hay quyền năng nào trong lĩnh vực tâm linh.

Việc nài xin huyết cũng có sức mạnh hạn chế thôi khi có tội lỗi nào đó trong đời sống của người tín hữu đó chưa được ăn năn. Bạn sẽ nghĩ gì nếu một người công bố sự bảo vệ của huyết Đấng Christ trong khi vẫn sử dụng một bàn cầu cơ để liên lạc với các ác linh. Bạn có nghĩ rằng việc nài xin huyết sẽ bảo vệ họ khỏi các thế lực tối tăm trong tình huống đó không? Tôi không nghĩ vậy. Tôi nhận ra rằng đây là một ví dụ cực đoan, nhưng tôi đang cố làm rõ vấn đề. Để tin tưởng vào sự bảo vệ của huyết Đấng Christ, người tín hữu phải ăn năn mọi tội lỗi đã biết. Nếu có bất kỳ tội lỗi nào được biết là chưa ăn năn, thì huyết Đấng Christ sẽ chỉ có tác dụng hạn chế trong việc bảo vệ khỏi Sa-tan. Mục đích chính của sự đổ huyết của Chúa Giê-xu Christ là để được tha thứ tội lỗi. Tuy nhiên, nếu tín hữu chống nghịch Đức Chúa Trời và không sẵn sàng ăn năn về các tội lỗi cụ thể, thì người ấy tất yếu sẽ không được bảo vệ khỏi Sa-tan, ngay cả khi người đó công bố sự bảo vệ của huyết Chúa Giê-xu.

— 8 —

SA-TAN VÀ CÁC THIÊN SỨ SA NGÃ

Sa-tan là một thực thể tâm linh có thật. Kinh Thánh mô tả Sa-tan có trái tim và ý chí; đây là những thuộc tính của một cá nhân. Do đó, Sa-tan không phải là sản phẩm của trí tưởng tượng, một ảnh hưởng xấu xa, một thế lực huyền bí hay từ đồng nghĩa của điều ác. Thay vào đó, hắn là một thực thể thuộc linh mang nhiều thuộc tính của con người. Đáng ngạc nhiên là nhiều người, kể cả Cơ Đốc nhân, nhận mình tin Kinh Thánh nhưng lại không thừa nhận rằng Sa-tan là một thực thể thuộc linh. Bạn không thể chiến đấu chống lại một kẻ thù mà bạn không tin là có tồn tại. Cần phải hiểu được nguồn gốc của Sa-tan.

SỰ NỔI LOẠN CỦA SA-TAN

> "Hỡi con người, hãy làm một bài ca thương về vua Ty-rơ và nói cùng người rằng: Chúa Giê-hô-va phán như vầy: Người gồm đủ tất cả, đầy sự khôn ngoan, tốt đẹp trọn vẹn. Người vốn ở trong Ê-đen, là vườn của Đức Chúa Trời... Người là một chê-ru-bim được xức dầu đương che phủ; ta đã lập người *lên*" (Êxê 28:12-14).

Chương 28 của sách Ê-xê-chi-ên mô tả một vị vua trần gian, vua Ty-rơ. Có vẻ như chương này cũng đề cập đến một thực thể siêu nhiên. Như vậy, đoạn Kinh Thánh này đề cập đến hai cá nhân riêng biệt. Theo phương diện giải kinh, một từ trau chuốt dùng diễn tả phương pháp giải nghĩa Kinh Thánh, điều này được gọi là "Nguyên Tắc Đề Cập Kép."[12]

Đây là chỗ mà một phân đoạn Kinh Thánh áp dụng chủ yếu cho một người hoặc một sự kiện sắp xảy ra (vua trần gian của Ty-rơ), nhưng đồng thời cũng áp dụng cho một người hoặc một sự kiện khác (Sa-tan). Có một số phân đoạn Kinh Thánh tiên tri sử dụng Nguyên Tắc Đề Cập Kép. Một phân đoạn trong sách Ô-sê: "Khi Y-sơ-ra-ên còn thơ ấu, ta yêu dấu nó; ta gọi con trai ta ra khỏi Ê-díp-tô" (Ô-sê 11:1). Bối cảnh trực tiếp của phân đoạn này đề cập đến Y-sơ-ra-ên. Tuy nhiên nó cũng là một phân đoạn tiên tri nói về Chúa Giê-xu:

> "Giô-sép bèn chờ dậy, đem con trẻ [Chúa Giê-xu] và mẹ Ngài đang ban đêm lánh qua nước Ê-díp-tô. Người ở đó cho tới khi vua Hê-rốt băng, *hầu cho ứng nghiệm lời Chúa đã dùng đấng tiên tri mà phán rằng:* TA ĐÃ GỌI CON TA RA KHỎI NƯỚC Ê-DÍP-TÔ" (Mat 2:14-15, phần nhấn mạnh được thêm vào).

Một ví dụ khác trong Phục Truyền Luật Lệ Ký: "Từ giữa anh em ngươi, Giê-hô-va Đức Chúa Trời ngươi sẽ lập lên một đấng tiên tri như ta; các ngươi khá nghe theo đấng ấy" (Phục 18:15). Phân đoạn này đang nói đến Giô-suê. Môi-se đang bàn về người kế vị ông, là Giô-suê, và việc con cháu Y-sơ-ra-ên phải nghe lời Giô-suê. Tuy nhiên, dưới sự soi dẫn của Đức Thánh Linh, sứ đồ Phi-e-rơ đã tiết lộ rằng đây cũng là một đoạn Kinh Thánh tiên tri đề cập đến Chúa Giê-xu Christ:

> "[Ăn năn và quay lại] và Chúa sai *Đấng Christ* đã định cho các ngươi, tức là Jêsus, mà trời phải rước về cho đến *kỳ muôn vật đổi mới,* là kỳ *mà Đức Chúa Trời thuở xưa đã phán trước bởi miệng các thánh tiên tri.* Môi-se có nói rằng: 'CHÚA LÀ ĐỨC CHÚA TRỜI CHÚNG TA SẼ DẤY LÊN TRONG ANH EM CÁC NGƯƠI MỘT ĐẤNG TIÊN TRI NHƯ TA; CÁC NGƯƠI PHẢI nghe theo mọi điều Ngài sẽ phán dặn." (Công 3:20-22, phần nhấn mạnh được thêm vào).

Trong Ô-sê và Phục Truyền Luật Lệ Ký, bối cảnh trực tiếp của các phân đoạn nói đến Y-sơ-ra-ên và Giô-suê, nhưng chúng cũng có nghĩa rộng hơn.

Sa-tan từng là thiên sứ thánh

Kinh Thánh cung cấp manh mối rõ ràng rằng Ê-xê-chi-ên chương 28 cũng đang nói đến Sa-tan. Một trong những manh mối đó là nó đặt người này vào Vườn Địa Đàng: "Ngươi vốn ở trong vườn Ê-đen, là vườn của Đức Chúa Trời . . ." (Êxê 28:13). Theo chúng ta biết thì ai đã ở trong Vườn Địa Đàng? A-đam, Ê-va, Đức Chúa Trời và Sa-tan! Ê-xê-chi-ên cũng mô tả người này là chê-ru-bim: "Ngươi là chê-ru-bim được xức dầu..." (Êxê 28:14). Một chê-ru-bim là một loại thiên sứ được đề cập trong Kinh Thánh. Sa-tan là một chê-ru-bim. Hắn được gọi là "sao mai, con trai của sáng sớm" (Ê-sai 14:12), được dịch là Lu-xi-phe (BD2011).

Kinh Thánh không bao giờ nói rằng trước khi phạm tội, Sa-tan là thiên sứ hùng mạnh nhất hoặc vĩ đại nhất. Hắn được gọi là "chê-ru-bim được xức dầu". Điều này không hẳn có nghĩa hắn là thiên sứ hùng mạnh nhất hoặc vĩ đại nhất. Nếu ai đó là trung úy hàng đầu trong Quân đội Hoa Kỳ, chúng ta sẽ không hiểu mức độ trách nhiệm hoặc quyền hạn của người ấy trừ khi chúng ta cũng biết toàn bộ hệ thống cấp bậc hoặc bộ chỉ huy trong quân đội. Kinh Thánh là cuốn sách có kiến thức tuyệt đối và hoàn hảo, nhưng Kinh Thánh không phải là cuốn sách có kiến thức toàn diện. Kinh Thánh không cung cấp mô tả chi tiết về thứ bậc và thẩm quyền của từng loại thiên sứ hoặc liệu có những loại thiên sứ khác hay không. Do đó, ta không chắc liệu Sa-tan có phải là thiên sứ hùng mạnh nhất hay vĩ đại nhất trước khi hắn phạm tội hay không. Tuy nhiên, với tư cách là chê-ru-bim được xức dầu, Sa-tan có thẩm quyền và sức mạnh rất lớn trong cõi đời đời thời quá vãng.

Sa-tan đã phạm tội với Chúa

> Đường lối ngươi trọn vẹn từ ngày ngươi được dựng nên, cho đến lúc thấy sự gian ác trong ngươi... và ngươi đã phạm tội; vậy ta đã xô ngươi như là vật ô uế xuống khỏi núi Đức Chúa Trời; hỡi chê-ru-bim che phủ kia, ta diệt ngươi giữa các hòn ngọc sáng như lửa! Lòng ngươi đã kiêu ngạo vì sự đẹp ngươi, và sự vinh hiển của ngươi làm cho ngươi làm hư khôn ngoan mình. (Êxê 28:15-17, phần nhấn mạnh được thêm vào).

Lu-xi-phe (nay được gọi là Sa-tan) đã từng là một thiên sứ thánh và được tạo dựng với vẻ đẹp và sự khôn ngoan lạ thường. Tuy nhiên, hắn đã phạm tội với Đức Chúa Trời. Tội của Sa-tan là tội kiêu ngạo. "Lòng ngươi đã kiêu ngạo vì sự đẹp ngươi, và sự vinh hiển của ngươi làm cho ngươi làm hư khôn ngoan mình" (Êxê 28:17). Theo logic, sự sa ngã của Lu-xi-phe phải xảy ra sau khi Chúa tạo ra các thiên sứ thánh, nhưng trước khi hắn cám dỗ A-đam và Ê-va trong Vườn Địa Đàng. Tuy nhiên, Kinh Thánh không xác định chính xác thời điểm Sa-tan ta sa ngã.

Sách Ê-sai thêm chi tiết về sự sa ngã của Sa-tan. Sa-tan được mô tả là đã dẫn đầu một cuộc nổi loạn chống lại Đức Chúa Trời:

> "Hỡi sao mai [Lu-xi-phe], con trai của sáng sớm kia, sao ngươi từ trời sa xuống! Hỡi kẻ giày đạp các nước kia, ngươi bị chặt xuống đất là thể nào! Ngươi vẫn bụng bảo dạ rằng: 'Ta sẽ lên trời, sẽ nhắc ngai ta lên trên các ngôi sao Đức Chúa Trời. Ta sẽ ngồi trên núi hội về cuối cùng phương bắc. Ta sẽ lên trên cao những đám mây, làm ra mình bằng Đấng Rất Cao.' Nhưng ngươi phải xuống nơi âm phủ, sa vào nơi vực thẳm" (Ê-sai 14:12-15).

Chủ thể trực tiếp trong lời tiên tri của Ê-sai là vua Ba-by-lôn (Ê-sai 14:4), nhưng ông cũng đang đề cập đến một thực thể siêu nhiên. Đây là một ví dụ khác về "Nguyên Tắc Đề Cập Kép". Tại đây, Sa-tan đã đưa ra một số tuyên bố cho thấy hắn thèm thuồng được tồn tại độc lập với Đức Chúa Trời và giống như Đức Chúa Trời.

Sa-tan muốn cai trị các thiên sứ thánh. Sa-tan tuyên bố: "Ta sẽ lên trời, sẽ nhắc ngai ta lên trên các ngôi sao Đức Chúa Trời" (Ê-sai 14:13). Sa-tan đang không không đến các ngôi sao trong thế giới vật chất, thay vào đó, hắn đang đề cập đến thẩm quyền của mình so với các thiên sứ thánh. Như chúng ta đã thảo luận trong Chương 6, Kinh Thánh nhắc đến các thiên sứ như những ngôi sao: "Trong khi ấy các sao mai đồng hát hòa nhau, và các con trai Đức Chúa Trời cất tiếng reo mừng" (Gióp 38:7). Về bản chất, Sa-tan muốn cai trị tất cả các thiên sứ thánh.

Sa-tan muốn có được sự vinh quang của Đức Chúa Trời. Sa-tan tuyên bố: "Ta sẽ lên trên cao những đám mây" (Ê-sai 14:14). Có lẽ Sa-tan đang không có ý nói đến những đám mây trong thế giới vật chất. Thay vào đó, rất có thể hắn muốn nói đến tham vọng có được vinh hiển và tôn trọng vốn chỉ thuộc về một mình Đức Chúa Trời mà thôi. Kinh Thánh ở một số chỗ đề cập đến vinh quang của Đức Chúa Trời như một đám mây: "Vả, khi A-rôn nói cùng cả hội chúng Y-sơ-ra-ên, thì họ xây mặt về phía đồng vắng, thấy sự vinh quang của Ngài hiện ra trong đám mây." (Xuất 16:10).

Lời tuyên bố cuối cùng của Sa-tan tóm tắt mục đích của hắn khi phản nghịch Đức Chúa Trời. Sa-tan tuyên bố: "làm ra mình bằng Đấng Rất Cao." (Ê-sai 14:14b). Rõ ràng, Sa-tan không hài lòng với việc chỉ là tạo vật thờ phượng và hầu việc Đấng Tạo Hóa. Sa-tan muốn trở thành Đức Chúa Trời.

Sa-tan đã lừa dối một phần ba các thiên sứ thánh

Sa-tan đã thành công trong việc lừa dối một số thiên sứ thánh đi theo hắn. Một số học giả Kinh Thánh tin rằng Sa-tan đã lừa dối 1/3 số thiên sứ thánh tham gia vào cuộc nổi loạn.[13]

"Đuôi kéo một phần ba các ngôi sao trên trời, đem quăng xuống đất" (Khải 12:4)*. Trước cuộc nổi loạn, Sa-tan và các thiên sứ đi theo hắn có bản chất thánh khiết. Tuy nhiên, sau cuộc nổi loạn ấy, chúng đã từ bỏ bản chất thánh khiết đó. Chúng không bao giờ có thể kinh nghiệm được tình yêu, niềm vui và bình an mà chúng có được trước ngai Đức Chúa Trời. Không có sự cứu rỗi nào dành cho Sa-tan và các thiên sứ đi theo hắn trong cuộc nổi loạn.

Cuộc nổi loạn của Sa-tan đã thất bại

Cuộc nổi loạn của Sa-tan đã không thành công. Đức Chúa Trời phán: "Nhưng ngươi [Sa-tan] phải xuống nơi Âm phủ, sa vào nơi vực thẳm!" (Ê-sai 14:15). Sau khi Sa-tan phạm tội, hắn không bị giam cầm ngay lập tức mà được tạm hoãn thi hành án phạt. Sự phán xét cuối cùng dành cho Sa-tan và các thiên sứ sa ngã của hắn là chúng sẽ bị chia cách khỏi Đức Chúa Trời đời đời và bị quảng vào Hồ Lửa. "Còn ma quỉ là đứa đã dỗ dành chúng, thì bị quăng xuống hồ lửa và diêm, trong đó đã có con thú và tiên tri giả rồi. Chúng nó sẽ phải chịu khổ cả ngày lẫn đêm cho đến đời đời" (Khải 20:10).

SỰ HIỂU BIẾT CỦA SA-TAN

Trước khi Sa-tan phạm tội, Đức Chúa Trời đã tạo ra hắn với sự khôn ngoan và hiểu biết phi thường. "Hỡi con người, hãy làm một bài ca thương về vua Ty-rơ và nói cùng người rằng: Chúa Giê-hô-va phán như vầy: Ngươi gồm đủ tất cả, đầy sự khôn ngoan, tốt đẹp trọn vẹn" (Êxê 28:12). Rõ ràng, Sa-tan đã không dùng sự khôn ngoan của mình khi quyết định phản nghịch lại Đức Chúa Trời. Tuy nhiên, khi phạm tội, Sa-tan không mất hết tri thức và sự khôn ngoan của hắn. Thay vào đó, hắn trở nên bại hoại bởi tội lỗi. Tuy nhiên, tri thức và khôn ngoan mà Sa-tan và các tà linh có được vẫn vượt xa mọi ý tưởng của con người.

Mặc dù Sa-tan có sự hiểu biết phi thường, nhưng đừng bao giờ nghĩ rằng hắn biết hết mọi thứ. Sa-tan có tri thức và sự hiểu biết hạn chế - ngay cả trong những vấn đề thuộc linh. Cũng không có chỗ nào trong Kinh Thánh nói rõ ràng rằng Sa-tan có thể nói trước được tương lai. Tôi tin rằng Sa-tan chỉ biết về những sự kiện trong tương lai nếu Đức Chúa Trời tiết lộ cho hắn. Sa-tan không toàn tri (biết mọi sự). Thậm chí một số phân đoạn Kinh Thánh cũng là một bí ẩn đối với Sa-tan. Hắn sẽ không tìm cách giết Chúa Giê-xu nếu hắn biết rằng Đức Chúa Trời có kế hoạch làm cho Ngài sống lại từ cõi chết, đem lại sự cứu rỗi cho thế gian và đánh dấu sự thất bại của chính hắn. Tôi tin chắc rằng Sa-tan chỉ hiểu được ý muốn của Đức Chúa Trời trong một số tình huống sau khi Đức Thánh Linh đã bày tỏ điều đó cho tín hữu. Có thể hình dung rằng một trong những lý do tại sao Đức Chúa Trời yêu cầu các tín hữu bước đi bằng đức tin là để bảo vệ họ khỏi các thế lực tối tăm. Đức Chúa Trời hiếm khi tiết lộ tất cả các chi tiết trong tương lai về ý muốn của Ngài cho cuộc đời bạn. Có lẽ nếu Đức Chúa Trời làm vậy, Sa-tan có thể dễ dàng tìm cách cản trở chúng hơn. Cũng vậy, Sa-tan và các tà linh có thể thu thập và đánh giá một lượng lớn thông tin và có thể đưa ra một số lời tiên đoán chính xác đến kinh ngạc. Do đó, tín hữu không nên chấp nhận nguồn của một lời tiên tri hoặc một sự tiên đoán rõ ràng là đến từ Đức Chúa Trời chỉ dựa trên cơ sở sự ứng nghiệm của nó.

Tôi tin rằng sự hiểu biết của Sa-tan giúp hắn không chỉ hiểu được các nguyên tắc chung của vũ trụ mà còn hiểu được những chi tiết nhỏ nhặt trong cuộc sống của một cá nhân. Chẳng hạn, Sa-tan biết bạn có chấp nhận ơn tha thứ của Đức Chúa Trời hay không. Sa-tan biết liệu có bất kỳ tội lỗi nào chưa ăn năn trong đời sống của bạn hay không và có cánh cửa nào mở ra để hắn hành động hay không. Sa-tan biết liệu là có bất kỳ lĩnh vực nào trong đời sống của bạn chưa đầu phục Chúa Giê-xu Christ hay không. Có vẻ như tín hữu là một cuốn sách mở cho Sa-tan. Sa-tan và ma quỷ thực sự biết chúng ta hơn chúng ta biết chính mình. Tôi tin rằng tà linh liên tục trò chuyện trong vương quốc tâm linh. Chúng thảo luận về điểm mạnh, điểm yếu của tín hữu và cách nào tốt nhất để vô hiệu hóa hiệu quả của họ trong vai trò nhân chứng cho Chúa Giê-xu Christ.

SA-TAN ĐÃ BỊ ĐÁNH BẠI VÀ TƯỚC VŨ KHÍ

Nhiều Cơ Đốc nhân sợ Sa-tan và các tà linh vì họ không hiểu rằng chúng đã bị đánh bại. Sau khi Chúa Giê-xu Christ chết trên thập tự giá, đổ huyết Ngài ra để đền tội và sau ba ngày Ngài phục sinh, Sa-tan đã hoàn toàn bị đánh bại và bị tước vũ khí. "Ngài đã truất bỏ các quyền cai trị cùng các thế lực, dùng thập tự giá chiến thắng chúng nó, và nộp ra tỏ tường giữa thiên hạ" (Côl 2:15). Sa-tan và các tà linh không chỉ bị truất bỏ, hay tước vũ khí, mà thất bại của chúng còn được loan truyền vào thế giới tâm linh để tất cả các thiên sứ thánh đều biết về thất bại của chúng. Điều đó tương tự như thông lệ của Quân đội La Mã sau khi chinh phục một quốc gia. Người La Mã sẽ tước vũ khí của đội quân bại trận và làm nhục họ một cách công khai.

QUYỀN NĂNG CỦA SA-TAN

Mặc dù Sa-tan đã bị đánh bại và tước bỏ vũ khí trong mối quan hệ của hắn với tín hữu, nhưng Sa-tan vẫn có thẩm quyền và sức mạnh ghê gớm trong thời đại này. Hắn được xem là "Vua chúa của thế gian" bởi Đức Thánh Linh. "Ta [Chúa Giê-xu] sẽ chẳng nói chi với các ngươi nữa, vì vua chúa thế gian nầy hầu đến; người chẳng có chi hết nơi ta" (Giăng 14:30). Sa-tan cũng được gọi là "chúa đời này." "Cho những kẻ chẳng tin mà chúa đời nầy đã làm mù lòng họ, hầu cho họ không trông thấy sự vinh hiển chói lói của Tin Lành Đấng Christ, là ảnh tượng của Đức Chúa Trời" (2 Côr 4:4). Tôi đã nghe những Cơ Đốc nhân có thiện chí gọi Sa-tan là một con sư tử không có răng. Nói cách khác, họ sẽ cho rằng Sa-tan có thể gầm gừ, nhưng thực sự không thể cắn hay làm tổn thương bạn. Điều này là sai. Các thế lực tối tăm có thể làm tổn thương bạn. Có bao nhiêu cuộc hôn nhân đã bị Sa-tan phá hủy? Có bao nhiêu Cơ Đốc nhân đã bị Sa-tan làm cho lời chứng của họ bị lu mờ? Hắn đã cám dỗ bao nhiêu Cơ Đốc nhân tự tử? Tuy nhiên, tín hữu không được quên rằng mặc dù Sa-tan rất mạnh, nhưng Đức Chúa Trời là Đấng toàn năng. Sa-tan mạnh nhưng Đức Chúa Trời là toàn năng. "Hỡi các con cái bé mọn, phần các con, là thuộc về Đức Chúa Trời, đã thắng được họ rồi, vì Đấng ở trong các con là lớn hơn kẻ ở trong thế gian" (1 Giăng 4:4).

Có vẻ như không nhất quán khi nói rằng Sa-tan đã bị tước vũ khí nhưng hắn vẫn có thể làm hại tín đồ. Tuy nhiên, chân lý này không hề thiếu nhất quán. Bạn sẽ nghĩ gì về một người phải đối mặt với một tên cướp không có vũ khí trong nhà? May thay, chủ nhà vô tình đang cầm một khẩu súng. Tên cướp bắt đầu đe dọa chủ nhà. Chủ nhà rút súng chĩa thẳng vào tên cướp và yêu cầu hắn rời khỏi nhà ngay lập tức. Tuy nhiên, tên cướp bắt đầu nói chuyện với chủ nhà và thuyết phục chủ nhà hạ súng xuống. Tên cướp sau đó thuyết phục chủ nhà đưa súng cho hắn. Sau đó, tên cướp chĩa súng thẳng vào chủ nhà và không ngần ngại bắn chủ nhà. Có thể bạn nghĩ: "Thật là một kẻ ngốc! Điều đó sẽ không bao giờ xảy ra với tôi!" Nhưng đây lại chính là điều xảy ra hàng ngày với Cơ Đốc nhân trong các chiến trận thuộc linh xảy ra với thế lực tối tắm. Sa-tan đã bị tước vũ khí. Do đó, vũ khí duy nhất mà Sa-tan có thể sử dụng để làm hại bạn là vũ khí mà chính bạn trao cho hắn. Sa-tan có một kế hoạch hay chiến lược để đánh bại các tín hữu. "Hầu đừng để cho quỉ Sa-tan thắng chúng ta, vì chúng ta chẳng phải là không biết mưu chước của nó" (2 Cô. 2:11). Sa-tan đã bị tước vũ khí, nhưng hắn có chiến lược để được tái vũ trang.

Sa-tan dựa vào ba loại vũ khí cơ bản để được tái vũ trang mà hắn chỉ có thể có được từ chính người tin Chúa. Ba vũ khí là quyền lực của tội lỗi, sự lừa dối và nỗi sợ bị bắt bớ. Hầu hết các cuộc tấn công của Sa-tan chống lại tín hữu đều có thể được xếp vào một trong ba loại này. Trước đây chúng ta đã thảo luận trong Chương 1 về cách Sa-tan sử dụng tội lỗi chưa chịu ăn năn làm cánh cửa mở trong đời sống của bạn. Bạn ngăn cản Sa-tan có được vũ khí này bằng cách ăn năn. Chúng ta cũng đã thảo luận trong Chương 5 về cách bảo vệ bạn khỏi sự lừa dối bằng cách đeo thắt lưng bằng lẽ thật, một phần trong bộ khí giới của Đức Chúa Trời. Cách thứ ba Sa-tan tấn công tín hữu là qua nỗi sợ bị bắt bớ. Cơ Đốc nhân ở nhiều nơi trên thế giới thường xuyên phải đối mặt với sự bắt bớ nghiêm trọng. Một số bắt bớ là do ma quỷ chủ mưu và xúi giục. "Ngươi chớ ngại điều mình sẽ chịu khổ. Này, ma quỉ sẽ quăng nhiều kẻ trong các ngươi vào ngục, hầu cho các ngươi bị thử thách; các ngươi sẽ bị hoạn nạn trong mười ngày. Khá giữ trung tín cho đến chết, rồi ta sẽ ban cho ngươi mão triều thiên của sự sống" (Khải 2:10)

Tôi muốn nhấn mạnh rằng Sa-tan không thể đụng một ngón tay nào của hắn lên tín hữu nếu không được Đức Chúa Trời cho phép. Điều này được dạy rõ ràng trong Sách Gióp.

> "Sa-tan thưa với Đức Giê-hô-va: "Lẽ nào Gióp kính sợ Đức Chúa Trời vô cớ sao? *Chẳng phải chính Ngài đã dựng hàng rào bảo vệ quanh ông ta và gia đình cùng mọi sản vật của ông ta đó sao?* Ngài đã ban phước trên công việc của tay ông ta và làm cho của cải ông ta lan tràn khắp đất. Nhưng bây giờ Chúa thử giơ tay đánh vào tất cả những gì thuộc về ông ta, xem ông ta có phỉ báng Chúa ra mặt không!" *Đức Giê-hô-va phán với Sa-tan: "Nầy, Ta giao mọi vật thuộc về Gióp vào tay ngươi, nhưng không được tra tay vào người Gióp."* Sa-tan liền rút lui khỏi sự hiện diện của Đức Giê-hô-va" (Gióp 1:9-12,BTTHĐ phần nhấn mạnh được thêm vào)

Bắt bớ có nhiều hình thức. Đó có thể là sự lạm dụng bằng lời nói, chiếm đoạt tài sản của bạn hoặc thậm chí là bị giết chết. Tuy nhiên, chúng ta có thể tin chắc rằng Đức Chúa Trời cho phép bất kỳ sự bắt bớ nào xảy ra trong đời sống chúng ta. Đức Chúa Trời tể trị và đặt Sa-tan vào tầm kiểm soát chặt chẽ. Bất kỳ sự bắt bớ nào đến với đời sống của tín hữu trước hết phải đi qua bộ lọc của Chúa, tương tự như những gì đã xảy ra với Gióp. Tuy nhiên, hội thánh sẽ thiếu sót nếu không huấn luyện Cơ Đốc nhân chuẩn bị sẵn sàng cho sự bắt bớ và sẵn sàng hy sinh tính mạng vì Phúc Âm. Đau khổ là lẽ thường mà người tín hữu cần chuẩn bị tinh thần. "Như có chép rằng: 'Vì cớ Ngài, chúng tôi bị giết cả ngày; Họ coi chúng tôi như chiên định đem đến hàng làm thịt'" (Rô 8:36). Mục tiêu chính của chúng ta với tư cách là Cơ Đốc nhân không phải là tối đa hóa số năm sống trên đất bằng bất cứ giá nào, mà là tối đa hóa sự phục vụ của chúng ta đối với Chúa. Mọi tín hữu phải sẵn sàng hy sinh mạng sống của mình cho Phúc Âm. Có hàng triệu người trên khắp thế giới chưa bao giờ nghe đến Phúc Âm. Nhiều người sống ở những khu vực bị bức hại gay gắt. Các tín hữu cần phải hoàn toàn đầu phục Chúa Giê-xu Christ và sẵn sàng đem Phúc Âm đến bất cứ nơi nào trên trái đất mà Đức Chúa Trời hướng họ đến.

Sa-tan không giành được quyền lực đối với tín hữu thông qua sự bắt bớ. Thay vào đó, Sa-tan có được quyền lực đối với tín hữu thông qua nỗi sợ bị bắt bớ (nỗi sợ người khác). Đây là một khác biệt rất quan trọng. Thật vui là sách Khải Huyền đã cho biết các tín hữu chiến thắng Sa-tan bằng cách nào. "Chúng đã thắng nó [Sa-tan] bởi huyết Chiên Con và bởi lời làm chứng của mình; *chúng chẳng tiếc sự sống mình cho đến chết*" (Khải 12:11, phần nhấn mạnh được thêm vào). Câu này cho biết tín hữu chiến thắng Sa-tan vì ba lý do. Thứ nhất, huyết Chiên Con. Thứ hai, lời chứng của họ. Thứ ba, họ không yêu mạng sống của mình ngay cả khi đối mặt với cái chết. Nhiều Cơ Đốc nhân tập trung vào lý do thứ nhất và thứ hai làm cho những cá nhân này chiến thắng Sa-tan, nhưng thường bỏ qua lý do thứ ba. Chiến thắng Sa-tan đòi hỏi chúng ta phải yêu Chúa hơn chính mạng sống của mình.

Sự đầu phục Chúa Giê-xu Christ tuyệt đối loại bỏ quyền lực và đòn bẩy của sự sợ hãi bắt bớ mà Sa-tan áp trên người tin Chúa. Chúa Giê-xu Christ đã nói với người lãnh đạo trẻ tuổi giàu có trong Phúc Âm Ma-thi-ơ rằng anh ta cần bán tài sản của mình và phân phát cho người nghèo (Mat 19:16-23). Có thể Chúa Giê-xu Christ không dẫn dắt mọi tín hữu phải bán tài sản của mình đi, nhưng Ngài đang yêu cầu tất cả các tín hữu ít nhất cũng phải sẵn lòng bán tài sản của mình. Tương tự, có thể Chúa Giê-xu Christ không dẫn dắt mọi tín hữu đến một đất nước xa lạ hoặc mạo hiểm mạng sống vì Phúc Âm, nhưng Ngài đang yêu cầu tất cả các tín hữu, chí ít, cũng phải sẵn lòng đi đến một đất nước xa lạ và hy sinh mạng sống vì Phúc Âm. Các tín hữu nên chống lại việc bị Sa-tan thao túng bằng nỗi sợ bị bắt bớ. Nếu tín hữu thất bại trong việc chống lại kẻ thù này, có thể họ sẽ không hoàn thành ý muốn của Đức Chúa Trời cho cuộc đời của họ. Hãy nhớ rằng, ân điển của Đức Chúa Trời bày tỏ khi chúng ta cần, không phải trước khi chúng ta cần.

TỔ CHỨC CỦA SA-TAN

Vương quốc của Sa-tan có trật tự. Sách Đa-ni-ên Chương 10 cung cấp một cái nhìn thoáng qua về chiến trận thuộc linh nhằm tranh giành các quốc gia diễn ra giữa các tà linh và các thiên sứ thánh:

> "Đoạn, người bảo ta rằng: Hỡi Đa-ni-ên, đừng sợ; vì kể từ ngày đầu mà ngươi đã chuyên lòng hiểu, hạ mình ngươi xuống trước mặt Đức Chúa Trời ngươi, thì những lời ngươi đã được nghe, và vì cớ những lời ngươi mà ta đã đến. *Song vua nước Phe-rơ-sơ đã ngăn trở ta trong hai mươi mốt ngày;* nhưng, nầy, Mi-ca-ên là một trong các quan trưởng đầu nhứt, đã đến mà giúp đỡ ta, và ta ở lại đó với các vua Phe-rơ-sơ." (Đa 10:12-13, phần nhấn mạnh được thêm vào).

Đa-ni-ên đã được thiên sứ trưởng Mi-chen thông báo rằng có tà linh tại nước Phe-rơ-rơ. Ở phần sau của chương này, Đa-ni-ên cũng đề cập đến một tà linh tại nước Hy Lạp (Đa 10:20). Đoạn Kinh Thánh này cung cấp bằng chứng cho thấy Sa-tan có một cơ cấu tổ chức. Quân đội nào cũng cần phải được tổ chức nếu muốn thành công trong chiến trận. Ví dụ, có hàng triệu người nam và người nữ được tổ chức trong quân đội, nhiều người ở các cấp bậc và trách nhiệm khác nhau. Có thể nào vương quốc của Sa-tan cũng được tổ chức giống như một đạo quân không? Chúng ta không thể giáo điều về vấn đề này, nhưng không phải là vô lý khi tin rằng cơ cấu tổ chức của Sa-tan có thể bao các tà linh ở khắp các khu vực ở trên thế giới, các dân tộc, các nhà nước, các thành phố, các tôn giáo lầm lạc và thậm chí cả các cá nhân.

Chỉ có một Ác Quỷ duy nhất có tên là Sa-tan. Như chúng ta đã thảo luận trong Chương 6, có hằng hà vô số thiên sứ thánh. Nếu các học giả Kinh Thánh đúng khi nói rằng một phần ba số thiên sứ thánh đã sa ngã trong cuộc nổi loạn của Sa-tan, thì số lượng tà linh cũng có thể là hàng triệu, hàng tỷ, hàng nghìn tỷ hoặc thậm chí nhiều hơn. Một tà linh là một thiên sứ sa ngã hoạt động như một tay sai của Sa-tan. Sa-tan không có mặt khắp nơi và không thể tấn công tất cả mọi người trên thế giới cùng một lúc. Tuy nhiên, cách Sa-tan tổ chức vương quốc của hắn theo cách cho phép hắn tấn công mọi người trên thế giới cùng một lúc. Do đó, khi tín hữu bị cám dỗ, trong hầu hết các trường hợp, có lẽ đó không phải Sa-tan đang đích thân cám dỗ. Thay vào đó, sự cám dỗ đó có lẽ được giao cho một tà linh được chỉ định cho tín hữu đó. Hơn nữa, một số tà linh có nhiều quyền năng hơn những tà linh khác. Chúng ta biết điều này nhờ câu trả lời của Chúa Giê-xu khi các môn đồ không thể đuổi được một con quỷ cụ thể. Chúa Giê-xu Christ đã phán: "Nhưng thứ quỉ nầy nếu không cầu nguyện và không kiêng ăn thì chẳng trừ nó được" (Mat 17:21). Thật ra, sự hiểu biết của chúng ta về cơ cấu tổ chức của Sa-tan chẳng khác nào nhìn vào phần nổi của tảng băng trôi. Ngay cả một tín hữu có sự hiểu biết sâu sắc về thuộc linh và kiến thức về Kinh Thánh cũng chỉ có thể hiểu biết hoặc phân biệt được một phần rất nhỏ trong tổ chức của Sa-tan.

Cuối cùng, không phải sự hiểu biết của tín hữu về vương quốc của Sa-tan mang lại chiến thắng, mà là đức tin nơi Chúa Giê-xu Christ. Khi hiểu điều này, thì Sa-tan và các tà linh sẽ không bao giờ có thể phân rẽ chúng ta khỏi tình yêu của Đức Chúa Trời. Sứ đồ Phao-lô nói rằng không gì có thể phân rẽ người tin Chúa ra khỏi tình yêu thương của Đức Chúa Trời: "Vì tôi chắc rằng bất kỳ sự chết, sự sống, các thiên sứ, các kẻ cầm quyền, việc bây giờ, việc hầu đến, quyền phép, bề cao, hay là bề sâu, hoặc một vật nào, chẳng có thể phân rẽ chúng ta khỏi sự yêu thương mà Đức Chúa Trời đã chứng cho chúng ta trong Đức Chúa Jêsus Christ, là Chúa chúng ta." (Rô 8:38-39).

— 9 —
THẨM QUYỀN CỦA TÍN HỮU

Nếu một cậu bé mười tuổi bước vào một căn phòng và bắt đầu ra lệnh cho bạn ra ngoài, bạn sẽ phản ứng thế nào? Chắc chắn bạn sẽ không bị đe dọa. Thậm chí bạn còn có thể bật cười. Một đứa trẻ lại dám to gan ra lệnh cho một người lớn! Hãy để tôi thay đổi dữ kiện một chút. Điều gì sẽ xảy ra nếu cậu bé mười tuổi đó bước vào một căn phòng và bạn nhận thấy cậu ta có một khẩu súng thật còn trong bao súng. Lúc đó bạn sẽ phản ứng thế nào? Mọi người trong phòng sẽ phải chú ý. Bạn sẽ phản ứng thế nào nếu chính cậu bé đó khi ấy chĩa súng vào một người trong phòng, bóp cò và giết chết anh ta? Mọi người trong phòng sẽ sợ hãi. Điều gì sẽ xảy ra nếu sau đó cậu bé chĩa súng thẳng vào bạn và bảo bạn ra khỏi phòng? Bạn sẽ kinh hãi. Tôi thiết tưởng bạn sẽ rời khỏi phòng ngay lập tức. Tất cả chúng ta đều hiểu rằng cậu bé mười tuổi không phải là mối đe dọa. Tuy nhiên, cậu bé mười tuổi với khẩu súng đã lên đạn sẵn sàng để bóp cò lại là một câu chuyện hoàn toàn khác.

Trong mắt các tà linh, ngay cả Cơ Đốc nhân trưởng thành và thuộc linh nhất cũng giống như một cậu bé mười tuổi. Nhưng chúng cũng biết rằng mọi tín hữu đều mang theo một khẩu súng đã nạp đạn và nó được gọi là Uy quyền của Tín hữu. Tuy nhiên, các tà linh biết rằng hầu hết các Cơ Đốc nhân đều thậm chí chẳng nhận ra mình có vũ khí này. Nhiều Cơ Đốc nhân không bao giờ rút súng ra khỏi bao súng. Thực tế là các tà linh hoàn toàn khiếp sợ khi một Cơ Đốc nhân biết về thẩm quyền của tín hữu, sẵn sàng hướng thẩm quyền về các thế lực tối tăm và bóp cò bằng đức tin. Thẩm quyền của tín hữu là một trong những vũ khí lớn nhất mà các tín hữu có để chống lại các thế lực tối tăm. Một sự hiểu biết cơ bản về nền tảng Kinh Thánh của thẩm quyền này là điều bắt buộc với mọi tín hữu. Trước tiên, tôi muốn giải thích thẩm quyền của Chúa Giê-xu Christ trong mối liên hệ với thế lực tối tăm.

THẨM QUYỀN CỦA CHÚA GIÊ-XU TRÊN THẾ LỰC TỐI TĂM

Chúa Giê-xu Christ đã chết trên thập tự giá vì tội lỗi của thế gian và thân thể của Ngài được đặt trong một ngôi mộ. Vào ngày thứ ba, Ngài đã sống lại từ cõi chết và thăng thiên. "Đức Chúa Jêsus phán như vậy rồi, thì được đem lên trời, ngồi bên hữu Đức Chúa Trời." (Mác 16:19). Sau khi công việc của Chúa Giê-xu Christ trên thế gian được hoàn tất, Ngài ngồi bên hữu Đức Chúa Trời. Chúa Giê-xu Christ được "ngồi" ở vị trí thẩm quyền, không chỉ cao hơn con người và các thiên sứ thánh, mà còn con hơn Sa-tan và các tà linh:

> "Và biết quyền vô hạn của Ngài, đối với chúng ta có lòng tin, là lớn dường nào, y theo phép tối thượng của năng lực mình, mà Ngài đã tỏ ra trong Đấng Christ, khi khiến Đấng Christ từ kẻ chết sống lại và làm cho ngồi bên hữu mình tại các *nơi trên trời, cao hơn hết mọi quyền, mọi phép, mọi thế lực, mọi quân chủ* cùng mọi danh vang ra, không những trong đời nầy, mà cũng trong đời hầu đến nữa. Ngài đã bắt muôn vật phục dưới chân Đấng Christ, và ban cho Đấng Christ làm đầu Hội thánh," (Êph 1:19-22, phần nhấn mạnh được thêm vào).

Chúa Giê-xu Christ đang ngồi bên hữu của Đức Chúa Trời *"cao hơn hết mọi quyền, mọi phép, mọi thế lực, mọi quân chủ..."* Ngôn ngữ này đang mô tả hệ thống cấp bậc thiên sứ và ác quỷ. Hãy lưu ý cách Phao-lô sử dụng ngôn ngữ tương tự khi mô tả quyền lực của ma quỷ trong sách Ê-phê-sô: "Vì chúng ta đánh trận, chẳng phải cùng thịt và huyết, bèn là cùng chủ quyền, cùng thế lực, cùng vua chúa của thế gian mờ tối nầy, cùng các thần dữ ở các miền trên trời vậy." (Êph 6:12).

THẨM QUYỀN CỦA TÍN HỮU TRÊN THẾ LỰC TỐI TĂM

"Anh em đã chết vì những vi phạm và tội lỗi của mình, là những gì mà anh em đã từng theo đuổi khi sống theo cách của thế gian, thuận theo kẻ cầm quyền chốn không trung, là thần hiện đang hành động trong những con cái không vâng phục... nên ngay khi chúng ta đã chết vì những vi phạm thì Ngài khiến chúng ta cùng sống với Đấng Christ — ấy là nhờ ân điển mà anh em được cứu — và trong Đấng Christ Jêsus, Đức Chúa Trời đã khiến chúng ta *đồng sống lại và đồng ngồi với Ngài ở các nơi trên trời*," (Êph 2:1-6, BTTHĐ, phần nhấn mạnh được thêm vào).

Người tín hữu có thẩm quyền trên Sa-tan và các tà linh bởi vì người ấy "ngồi với Đấng Christ". Cụm từ "với Đấng Christ" rất quan trọng để khái niệm hóa. Nó khải thị một lẽ thật đáng kinh ngạc về mối liên hệ giữa chúng ta với Chúa Giê-xu Christ. Rõ ràng là, khi sống trên đất, người tín hữu không đồng ngồi với Đấng Christ về mặt thể lý. Tuy nhiên, về mặt thuộc linh, người tín hữu ấy được "ngồi cùng Đấng Christ", là Đấng (hiện) đang ngồi bên hữu Đức Chúa Trời ở các nơi trên trời. Điều này có được là nhờ Đức Thánh Linh, Đấng ngự trong mỗi người đã tiếp nhận ơn tha thứ của Đức Chúa Trời. Mối quan hệ độc nhất của tín hữu với Đức Chúa Cha, Đức Chúa Con và Đức Thánh Linh đã được soi sáng trong Phúc Âm Giăng: "Nội ngày đó, các ngươi sẽ nhận biết rằng ta ở trong Cha ta; các ngươi ở trong ta, và ta ở trong các ngươi" (Giăng 14:20). Hãy nhớ rằng, Sa-tan và các tà linh phải phục tùng thẩm quyền của Chúa Giê-xu Christ. Sa-tan và các tà linh cũng phải tuân theo thẩm quyền của tín hữu, vì người tín hữu ấy "ngồi cùng Đấng Christ."

Nếu bạn được Tổng thống bổ nhiệm làm đại sứ, chẳng hạn như tại Nga, thì trước hết bạn sẽ đến Washington, D.C., giơ tay phải lên và tuyên thệ sẽ tuân thủ luật pháp và Hiến pháp của Hoa Kỳ. Sau đó bạn sẽ bay đến Nga. Khi Tổng thống ủy quyền cho bạn thay mặt Hoa Kỳ đưa ra các quyết định ở Nga, thẩm quyền của bạn dựa trên cơ sở nào? Thẩm quyền của bạn có nền tảng "ở Washington, D.C" và toàn bộ Hoa Kỳ ủng hộ bạn, bao gồm cả Tổng thống và quân đội. Tương tự, khi tín hữu tham gia vào chiến trận thuộc linh chống lại các thế lực tối tăm và trói buộc một tà linh bằng uy quyền mà người ấy có được "trong Đấng Christ", tì cả Thiên Đàng sẽ thi hành mệnh lệnh đó. Nó được thực thi bởi Chúa Cha, Chúa Con, Chúa Thánh Linh và vô số các thiên sứ thánh.

Có lần tôi đến một sân bay và nhận thấy có một sĩ quan cảnh sát đang điều khiển giao thông. Anh ấy thực sự có thể bước ra giữa đường, giơ tay lên và tất cả mọi phương tiện dừng lại. Viên cảnh sát không có quyền lực để ngăn chặn các phương tiện giao thông theo phương diện vật lý. Theo logic, người lái xe chỉ cần cán qua viên cảnh sát là xong, nhưng tất cả các phương tiện đều dừng lại khi viên cảnh sát chỉ cần giơ tay. Điều này là do sĩ quan cảnh sát đại diện cho ai và theo thẩm quyền của ai. Tất cả mọi người đều biết rằng nếu bạn không tuân theo một sĩ quan cảnh sát, bạn không chỉ phải đối mặt với viên chức cụ thể đó mà còn với toàn bộ sở cảnh sát và hệ thống tư pháp. Viên cảnh sát có một bộ đàm và nếu bạn không tuân theo lệnh của cảnh sát đó, trong vòng một phút có thể có mười cảnh sát bao vây bạn và họ sẽ bắt giữ bạn. Ngoài ra, nếu bạn làm tổn hại đến một sĩ quan cảnh sát, thì tôi thiết tưởng họ sẽ lấy bạn làm gương và buộc tội bạn với tội danh rất nghiêm trọng. Bạn có thể bị tống vào tù trong một thời gian rất dài. Vì vậy, khi viên cảnh sát giơ tay và yêu cầu bạn dừng xe, bạn hãy đưa ra quyết định sáng suốt là tuân theo viên cảnh sát ấy. Tương tự, Chúa Giê-xu Christ đã trao cho tín hữu thẩm quyền trên các thế lực tối tăm. Chúa Giê-xu Christ đã trao cho người tin Ngài chìa khóa của vương quốc Thiên Đàng để có thể trói buộc các tà linh. "Ta sẽ giao chìa khóa nước thiên đàng cho ngươi; hễ điều gì mà ngươi buộc dưới đất, thì cũng sẽ buộc ở trên trời, và điều gì mà ngươi mở dưới đất, thì cũng sẽ được mở ở trên trời." (Mat 16:19).

NẮM GIỮ THẨM QUYỀN TRÊN CÁM DỖ

Thẩm quyền mà Chúa Giê-xu Christ đã ban cho tín hữu có nhiều mục đích thực tiễn, bao gồm cả việc trói buộc các tà linh cám dỗ tín hữu: "Vậy, không thể đợi lâu hơn nữa, nên tôi đã sai Ti-mô-thê đi, để cho biết đức tin anh em ra làm sao, e rằng kẻ cám dỗ đã cám dỗ anh em, mà công phu của chúng tôi trở nên vô ích chăng." (1 Tê 3:5). Một trong những hoạt động chính của

Sa-tan là cám dỗ. Sa-tan không thể cám dỗ tất cả mọi người trên thế giới cùng một lúc. Sa-tan không có mặt khắp nơi. Điều này có nghĩa là chính Sa-tan không hiện diện ở mọi nơi cùng một lúc. Do đó, trong phần lớn các trường hợp, cám dỗ đến với hầu hết các tín hữu là cám dỗ từ các tà linh. Các tà linh có thể gieo ý tưởng và suy nghĩ vào tâm trí của tín hữu. Bạn phải nhận ra rằng tà linh có thể nói vào tâm trí của bạn. Mọi suy nghĩ mà bạn có không hẳn là của chính bạn. Nó trở thành suy nghĩ của bạn khi bạn đắm chìm trong suy nghĩ đó, sau đó bạn sở hữu suy nghĩ đó.

Nếu tín hữu nhận thức được có một hữu thể tâm linh đang gieo rắc những ý nghĩ xấu xa vào tâm trí mình, thì tín hữu đó có thể nắm lấy thẩm quyền trên tà linh và ra lệnh cho nó rời đi. Ví dụ, tín hữu có thể cầu nguyện:

"Lạy Cha Thiên Thượng, con nhận lấy thẩm quyền thuộc linh mà con có khi con 'ngồi cùng Đấng Christ' bên tay hữu của Ngài và trói buộc tà linh đang gieo rắc ý nghĩ này [tức là sợ hãi, lo lắng, dục vọng, tự tử, nghi ngờ, v.v.] vào tâm trí con. Con ra lệnh cho tà linh này rời đi."

Khi quyết định có nên trói buộc một tà linh hay không, bạn phải tiến hành cách thận trọng vì không phải tất cả các cám dỗ đều đến từ ma quỷ. Bạn phải nhạy bén với Đức Thánh Linh để biết nguồn gốc của cám dỗ đó. Thành thật mà nói, đôi khi rất khó để phân biệt nguồn chính xác. Tuy nhiên, nếu một ý nghĩ đột ngột xuất hiện và không tuân theo một khuôn mẫu suy nghĩ nhất quán nào, thì ít nhất nó cũng đưa ra một dấu hiệu cảnh báo. Tuy nhiên, tôi cũng nhận ra rằng những suy nghĩ trong tiềm thức của chúng ta có thể là từ xác thịt đi vào tâm trí có ý thức của chúng ta tức thì và có thể không phải là do ma quỷ. Vì vậy, xin để tôi nói rõ lại. Một sự cám dỗ có thể đến từ hai nguồn. Thứ nhất, có thể là một tà linh đưa tư tưởng xấu ấy vào tâm trí bạn. Thứ hai, một cám dỗ có thể bắt nguồn từ chính xác thịt của bạn. "Nhưng mỗi người bị cám dỗ khi mắc tư dục xui giục mình." (Gia 1:14).

Cám dỗ từ xác thịt phải được xử lý bằng cách khác. Khi một cám dỗ bắt nguồn từ xác thịt của tín hữu, thì việc trói buộc tà linh sẽ không mang lại kết quả gì vì nguồn gốc của cám dỗ đó không phải là từ ma quỷ. Nguồn gốc của cám dỗ đó là chính bạn. Do đó, bạn phải đặt xác thịt mình dưới sự kiểm soát của Đức Thánh Linh. Người tín hữu ấy phải có ý thức khước từ mọi tư tưởng tội lỗi. Bạn phải giam cầm các suy nghĩ đó lại bằng cách sử dụng ý chí của chính mình, thông qua quyền năng của Đức Thánh Linh. "Nhờ khí giới đó chúng tôi đánh đổ các lý luận, mọi sự tự cao nổi lên nghịch cùng sự hiểu biết Đức Chúa Trời, và bắt hết các ý tưởng làm tôi vâng phục Đấng Christ." (2 Côr 10:5). Đổ lỗi cho Sa-tan về mọi ý nghĩ xấu xa xâm nhập vào tâm trí chúng ta là một sự lừa dối. Bạn phải chịu trách nhiệm cho tất cả những suy nghĩ mà bạn đắm chìm trong đó. Như tôi đã nói trong Chương 4, bạn có thể cầu nguyện: "Lạy Cha Thiên Thượng, con khước từ ý nghĩ này [tức là sợ hãi, lo lắng, dục vọng, ý định tự tử, nghi ngờ, v.v.]."

Để một ý nghĩ xấu xâm nhập vào tâm trí bạn không phải là chuyện tội lỗi, nhưng sẽ là tội khi bạn đắm chìm trong ý nghĩ đó. Vì vậy, hãy khước từ mặc cảm tội lỗi sai lầm. Ngoài ra, hãy nhớ quy tắc hai giây đã được thảo luận trước đó trong Chương 4. Khi một ý nghĩ xấu xuất hiện trong tâm trí bạn, bạn có một giây để nhận diện nó. Sau đó, bạn có một giây để khước từ nó. Nếu bạn chơi đùa với suy nghĩ đó trong hơn hai giây, thì lúc ấy bạn đã chiếm hữu nó rồi. Nếu điều đó xảy ra, thì bạn cần phải ăn năn, nếu không cánh cửa ấy sẽ vẫn mở cho các thế lực tối tăm. Cuộc chiến trong thế giới thuộc linh thường diễn ra trong tâm trí. Chừng nào tín hữu còn chưa dâng tâm trí của mình cho Đức Thánh Linh, chừng ấy người đó sẽ chỉ có được chiến thắng hạn chế trong cuộc chiến với những thực thể xấu xa trong thế giới tâm linh mà thôi.

CẦU NGUYỆN HIỆU QUẢ CHO NGƯỜI HƯ MẤT

Thẩm quyền của tín hữu có thể được sử dụng để cầu nguyện một cách hiệu quả cho một người đón nhận ơn tha thứ của Đức Chúa Trời. Khi cầu nguyện cho một người, tín hữu đó có thể kêu cầu Đức Chúa Trời thực hiện một số điều.

Thứ nhất, tín hữu có thể cầu nguyện để người hư mất được nghe và hiểu Phúc Âm. "Chưa nghe nói về Ngài thì làm thể nào mà tin?" (Rô 10:14).

Thứ hai, tín hữu có thể xin Đức Chúa Trời dùng lời Kinh Thánh xuyên thấu vào tấm lòng người đó và để Đức Thánh Linh cáo trách họ. Khi tôi nói cáo trách, ý tôi là một sự nhận thức cá nhân sâu sắc, không chỉ đơn thuần là sự đồng ý về mặt lý trí. Bạn có thể xin cho người đó được cáo trách về tội lỗi của mình. Bạn cũng có thể cầu nguyện để người đó có một nhận thức sâu sắc về đức thánh khiết và công bình của Đức Chúa Trời. Cuối cùng, bạn có thể cầu nguyện để người đó được thuyết phục rằng sẽ có một ngày phán xét. "Khi Ngài [Đức Thánh Linh] đến thì sẽ khiến thế gian tự cáo về tội lỗi, về sự công bình và về sự phán xét." (Giăng 16:8).

Thứ ba, khi cầu nguyện cho một người tiếp nhận ơn tha tội của Đức Chúa Trời, bạn cũng có thể xin Đức Chúa Trời giúp người hư mất ấy tin nhận Phúc Âm: "Vậy nếu miệng ngươi xưng Đức Chúa Jêsus ra và lòng ngươi tin rằng Đức Chúa Trời đã khiến Ngài từ kẻ chết sống lại, thì ngươi sẽ được cứu;" (Rô 10:9). Một số người hư mất đối diện với những tranh chiến đơn giản về phương diện lý trí trong việc tin Phúc Âm. Qua lời cầu nguyện, Đức Chúa Trời có thể giúp người ấy giải quyết được những vấn đề này.

Thứ tư, khi cầu nguyện cho một người tiếp nhận ơn tha thứ của Đức Chúa Trời, tín hữu cũng có thể nắm giữ thẩm quyền trên các tà linh và trói buộc các tà linh đang làm mù mắt một người, khiến họ không thể hiểu và nhận ra bản thân cần tiếp nhận Chúa Giê-xu Christ là Chúa và Cứu Chúa của mình. "Nếu Tin lành của chúng tôi còn che khuất, là chỉ che khuất cho những kẻ hư mất, cho những kẻ chẳng tin mà chúa đời nầy đã làm mù lòng họ, hầu cho họ không trông thấy sự vinh hiển chói lói của Tin lành Đấng Christ, là ảnh tượng của Đức Chúa Trời." (2 Cô 4:3-4). Kinh Thánh nói rõ rằng Sa-tan có thể cản trở một người hiểu Phúc Âm và thấy bản thân cần một Đấng Cứu Thế.

Tôi có cơ hội chia sẻ Phúc Âm cho một phụ nữ tên là Sheila. Tôi đã giải thích cho cô ấy thấy cần phải tiếp nhận Chúa Giê-xu Christ. Cô biết mình là tội nhân. Cô biết rằng tiền công của tội lỗi là hình phạt đời đời. Cô tin rằng Chúa Giê-xu Christ đã chết trên thập tự giá, đổ huyết Ngài ra vì tội lỗi của cô và đã sống lại từ cõi chết. Sau đó, tôi nói với cô về việc cần phải ăn năn tội lỗi. Khi tôi thảo luận về sự cần thiết của việc ăn năn, cô nói rằng điểm đó khiến cô sợ hãi. Tôi hỏi cô sợ điều gì. Cô thực sự không thể giải thích được nỗi sợ ấy. Dường như đó là một nỗi sợ phi lý. Điều này giống như một lá cờ đỏ cảnh báo được giương lên cho tôi vậy. Tôi nghĩ rằng có lẽ quyền lực của bóng tối có thể đứng đằng sau nỗi sợ ấy và đang cản trở cô tiếp nhận Đấng Christ. Tôi hỏi cô tôi có thể cầu nguyện cho cô được không. Cô đồng ý. Qua lời cầu nguyện của mình, tôi đã lấy uy quyền trong Đấng Christ của mình mà trói buộc mọi thế lực tối tăm đang gây ra nỗi sợ này. Sau khi cầu nguyện, tôi lại giải thích về nhu cầu cần phải ăn năn. Lần này cô không hề tỏ ra sợ hãi. Khoảng mười phút sau, cô đã cầu nguyện trong nước mắt để tiếp nhận Chúa Giê-xu Christ làm Chúa và Cứu Chúa của mình. Vì vậy, trong một số trường hợp, tín hữu cần phải trói buộc các tà linh đang cản trở một người tiếp nhận Chúa Giê-xu Christ. Chẳng hạn, bạn có thể cầu nguyện:

"Lạy Cha Thiên Thượng, con nhận dùng thẩm quyền thuộc linh mà con có khi con 'ngồi với Đấng Christ' bên hữu Ngài và con trói buộc các tà linh đang làm mù mắt và cản trở [Tên của Người] hiểu Phúc Âm và thấy nhu cầu cần tiếp nhận Chúa Giê-xu Christ là Chúa và Cứu Chúa của mình."

Cuối cùng, thẩm quyền của tín hữu cũng có thể được sử dụng để trói buộc các tà linh đang tìm cách đánh cắp Lời Chúa. Sa-tan có thể đánh cắp Lời Chúa khi Lời ấy được rao ra nhằm cản trở một người tiếp nhận Chúa Giê-xu Christ là Chúa và Cứu Chúa. "Khi người nào nghe đạo nước thiên đàng, mà không hiểu, thì quỉ dữ đến cướp điều đã gieo trong lòng mình; ấy là kẻ chịu lấy hột giống rơi ra dọc đàng." (Mat 13:19). Chẳng hạn, nếu một hội thánh đang tổ chức một buổi nhóm truyền giảng sứ điệp cứu rỗi, thì các tà linh xuất hiện cố gắng ngăn cản Lời Chúa bén rễ trong lòng người hư mất. Vì vậy, tín hữu có thể cầu nguyện:

"Lạy Cha Thiên Thượng, con nhận lấy thẩm quyền thuộc linh của con mà con có được khi con 'ngồi với Đấng Christ' bên hữu Ngài và con trói buộc các tà linh, những kẻ sẽ cố gắng đánh cắp Lời của Đức Chúa Trời từ tấm lòng và tâm trí của mọi người nhằm ngăn cản họ tiếp nhận Chúa Giê-xu Christ làm Chúa và Cứu Chúa."

Thẩm quyền của tín hữu là một vũ khí chiến trận quan trọng trong truyền giáo.

MA QUỶ CHỐNG LẠI CÔNG TÁC CỦA CHÚA

Thẩm quyền của tín hữu cũng có thể được sử dụng để trói buộc các tà linh khi chúng cố gắng cản trở công tác của Chúa. Chẳng hạn, Sa-tan thường chống đối các tín hữu khi họ thành lập một hội thánh mới, dạy Kinh Thánh, bắt đầu một chương trình môn đồ hoá, hoặc tiếp cận cộng đồng thông qua truyền giáo. Sa-tan và các tà linh sẽ chống đối và tấn công bất cứ công tác mục vụ nào đi theo ý muốn của Đức Chúa Trời. Nhiều mục vụ đã thất bại vì bị Sa-tan cản trở. Sa-tan đã cản trở sứ đồ Phao-lô khi ông đích thân muốn thi hành chức vụ ở một hội thánh tại Tê-sa-lô-ni-ca. "Vì vậy, đã hai lần, chúng tôi, nhứt là tôi, Phao-lô, muốn đi đến cùng anh em; nhưng quỉ Sa-tan đã ngăn trở chúng tôi." (1 Tê 2:18).

Nếu chúng ta không kháng cự Sa-tan lại trong trận chiến thuộc linh bằng sự cầu nguyện, thì hắn thường thắng thế trong việc phá hủy một mục vụ. Ý muốn của Đức Chúa Trời là ban cho con cái Y-sơ-ra-ên Đất Hứa. Tuy nhiên, họ phải chiến đấu và đánh bại một số kẻ thù rất mạnh. Đức Chúa Trời không ban Đất Hứa cho con cái Y-sơ-ra-ên một cách dễ dàng. Tương tự, Sa-tan và các tà linh có thể cần phải bị đối đầu và đánh bại trong trận chiến thuộc linh để ngăn chúng cản trở mục vụ. Thẩm quyền của tín hữu là một vũ khí quan trọng nên được sử dụng để bảo vệ và thiết lập bất kỳ mục vụ nào. Ví dụ, nếu một hội thánh mới đang được thành lập, tín hữu có thể cầu nguyện:

> "Lạy Cha Thiên Thượng, con sử dụng thẩm quyền thuộc linh mà con có khi con được 'ngồi với Đấng Christ' bên hữu của Ngài và con trói buộc những tà linh đang cố gắng cản trở việc thiết lập mục vụ này."

Mục vụ kém hiệu quả không phải lúc nào cũng là kết quả của sự tấn công trực tiếp từ ma quỷ. Đó có thể là tội lỗi chưa ăn năn trong đời sống của những người lãnh đạo hoặc từ hội chúng. Đó có thể là do thiếu cầu nguyện.

Nhiều Cơ Đốc nhân dâng lời cầu nguyện trên môi miệng. Tuy nhiên, họ không thực sự tin rằng lời cầu nguyện của mình có hiệu quả. Đó có thể là mục vụ cụ thể đó không nằm trong ý muốn của Đức Chúa Trời. Chẳng hạn, ý muốn Đức Chúa Trời được khải thị cho Phao-lô đó là ông không nên rao giảng Tin lành ở Á châu: "Đoạn, trải qua xứ Phi-ri-gi và đất Ga-la-ti, vì Đức Thánh Linh đã cấm truyền đạo trong cõi A-si." (Công 16:6). Rõ ràng, Đức Chúa Trời không ủng hộ cho chuyện thời điểm Phao-lô rao giảng ở Á châu. Tôi thiết tưởng nếu Phao-lô đi thẳng đến Á châu ngay lập tức, suy nghĩ theo xác thịt rằng "những người này cũng cần được nghe Phúc Âm," thì chức vụ của ông sẽ thất bại, không hiệu quả và ít kết quả. Nó sẽ thất bại, không phải vì bị Sa-tan cản trở, mà vì Phao-lô đã không theo ý muốn Đức Chúa Trời về công tác tại Á châu vào thời điểm đặc biệt đó. Xin nói thêm, sau này Đức Chúa Trời đã mở cửa cho người ở Á châu được nghe Phúc Âm. Chúng ta cũng cần tin cậy vào thời điểm của Đức Chúa Trời đối với vấn đề cơ hội làm mục vụ.

ĐUỔI TÀ LINH

Thẩm quyền của tín hữu cũng có thể được sử dụng trong việc đuổi tà linh và bẻ gãy xiềng xích trong cuộc đời của bạn hoặc trong cuộc đời của một người khác. Tà linh có thể ảnh hưởng đến một người từ bên ngoài và chúng cũng có thể ngự trị bên trong một người. Chúa Giê-xu Christ đã ban cho tín hữu thẩm quyền lệnh cho tà linh rời đi:

> "Một ngày kia, chúng ta đi cầu nguyện, gặp một đứa đầy tớ gái bị quỉ Phi-tôn ám vào, hay bói khoa, làm lợi lớn cho chủ nó. Nó theo Phao-lô và chúng ta, mà kêu la rằng: Những người đó là đầy tớ của Đức Chúa Trời Rất Cao, rao truyền cho các ngươi đạo cứu rỗi. [18]Trong nhiều ngày nó cứ làm vậy, *nhưng Phao-lô lấy làm cực lòng, xây lại nói cùng quỉ rằng: Ta nhân danh Đức Chúa Jêsus Christ mà truyền mầy ra khỏi người đàn bà nầy. Chính giờ đó, quỉ liền ra khỏi.*" (Công 16:16-18, phần nhấn mạnh được thêm vào)

Có một ân tứ thuộc linh được gọi là "phân biệt các linh" (1 Côr 12:10). Ân tứ thuộc linh này có thể hữu ích trong việc xác định xem một người có bị xiềng xích của ma quỷ không. Tuy nhiên, điều quan trọng cần phải hiểu rằng khả năng đuổi tà linh hay phá bỏ xiềng xích của ma quỷ không phải là một ân tứ thuộc linh. Thay vào đó, nó dựa trên thẩm quyền mà tất cả các tín hữu đều có khi họ "ngồi với Đấng Christ":

> "Nầy, ta đã ban quyền cho các ngươi giày đạp rắn, bò cạp, và mọi quyền của kẻ nghịch dưới chân; không gì làm hại các ngươi được. *Dầu vậy, chớ mừng vì các quỉ phục các ngươi*; nhưng hãy mừng vì tên các ngươi đã ghi trên thiên đàng." (Lu 10:19-20, phần nhấn mạnh được thêm vào).

Nếu các thế lực tối tăm đã tạo ra một xiềng xích thuộc linh trong cuộc đời của bạn, hoặc do tội lỗi chưa ăn năn (và giờ đây bạn đã ăn năn về những tội lỗi đó) hoặc do bị dối gạt (và giờ đây bạn đã khước những lời dối trá đó), thì bước tiếp theo là sử dụng thẩm quyền của tín hữu để phá bỏ xiềng xích thuộc linh đó. Bạn cần phải bóp cò. Ví dụ, bạn có thể cầu nguyện:

> "Thưa Cha Thiên Thượng, con đã ăn năn về [tội lỗi cụ thể, chẳng hạn như không tha thứ, lo lắng, dục vọng, vô tín, tức giận, cay đắng, v.v.]. Con đã đóng cửa trước các thế lực tối tăm trong cuộc đời con. Giờ đây, con nắm lấy thẩm quyền thuộc linh của mình mà con có được khi con 'ngồi với Đấng Christ' bên hữu của Ngài và con trói buộc những tà linh đã tạo ra xiềng xích thuộc linh này trong cuộc đời con, và con ra lệnh cho chúng ra khỏi con và đi xuống vực sâu."

Có một điểm quan trọng cần ghi nhớ. Có những xiềng xích bị phá vỡ ngay lập tức, và có những xiềng xích khác lại bị phá vỡ qua thời gian. Vì vậy, đừng nản lòng nếu xiềng xích không bị phá vỡ ngay lập tức mà hãy tiếp tục đứng vững trước các thế lực tối tăm, ra lệnh cho chúng rời đi, công bố những lời hứa trong Lời Chúa và sốt sắng cầu nguyện.

Thật sự hoàn toàn ngu ngốc khi đương đầu với một tà linh trong một người khác mà không hiểu và sử dụng thẩm quyền của tín hữu. Trong sách Công

Vụ, có một câu chuyện kể về một nhóm người đối đầu với tà linh bằng sức mạnh riêng của bản thân và thảm kịch đã xảy ra:

> "Bấy giờ có mấy thầy trừ quỉ là người Giu-đa đi từ nơi nầy sang chỗ kia, mạo kêu danh Đức Chúa Jêsus trên những kẻ bị quỉ dữ ám, rằng: Ta nhân Đức Chúa Jêsus nầy, là Đấng mà Phao-lô giảng, để truyền khiến chúng bay. Các kẻ làm việc đó là bảy con trai của Sê-va, tức là một người trong bọn thầy tế lễ cả Giu-đa. Song quỉ dữ đáp lại rằng: Ta biết Đức Chúa Jêsus, và rõ Phao-lô là ai; nhưng các ngươi là kẻ nào? Người bị quỉ dữ ám bèn sấn vào chúng, thắng được hai người trong bọn và hành hạ dữ lắm, đến nỗi phải trần truồng và bị thương, trốn ra khỏi nhà." (Công 19:13-16).

Mặt khác, các tín hữu không cần phải sợ tà linh khi họ đối đầu với chúng khi chúng ở trong một người khác bằng thẩm quyền "trong Đấng Christ". Nếu bạn hiểu và sử dụng thẩm quyền của tín hữu, thì ma quỷ sẽ biết bạn là ai, chúng biết tên bạn và chúng sợ bạn.

Trong phần lớn các trường hợp, khi bạn ra lệnh cho một con quỷ rời đi hoặc phá bỏ xiềng xích của ma quỷ trong một người, thì không có biểu hiện bề ngoài thấy được nào cả. Người đó sẽ không cảm thấy gì, ngoại trừ có lẽ một gánh nặng đã được trút bỏ. Trong một số ít trường hợp, tà linh có thể nói chuyện bằng cách sử dụng dây thanh quản của người mà nó cư ngụ (trong Lu 8:26-31). Đôi khi, ma quỷ sẽ đưa ra các lời nhận xét đe dọa người tín hữu đang tìm cách nắm thẩm quyền và ra lệnh cho chúng rời đi. Tín hữu đó không nên bị khuất phục trước sự sợ hãi mà ma quỷ cố gắng gieo vào lòng người ấy. Chúng thường chỉ thử bạn và khoác lác mà thôi. Quỷ sợ bạn hơn bạn sợ chúng. Bạn có khẩu súng thẩm quyền của tín hữu – và chúng biết điều đó! Chúng sợ những tín hữu nào sẵn sàng sử dụng thẩm quyền của mình "trong Đấng Christ" và bóp cò. Ma quỷ cũng nhận ra rằng Chúa Giê-xu Christ đã đánh bại và tước vũ khí của chúng tại thập tự giá nhờ sự đổ huyết của Ngài. Như tôi đã nói trong Chương 8, ma quỷ nhận ra rằng chúng không có quyền năng gì đối với bạn, ngoại trừ tội lỗi chưa ăn năn, sự lừa dối và nỗi sợ bị bắt bớ của bạn. Ma quỷ nhận ra rằng chúng không thể đụng vào bạn trừ khi được Đức Chúa Trời cho phép. Ngay cả Sa-tan cũng phải xin phép Đức Chúa Trời thì mới dám hành hại Gióp và sàng sảy Phi-e-rơ. Ma quỷ cũng nhận ra rằng các thiên sứ thánh đang ở ngay bên cạnh bạn để thực thi mệnh lệnh của bạn và bảo vệ bạn. Cuối cùng, tà linh nhận ra rằng tín hữu có thẩm quyền đuổi chúng xuống vực sâu.

THẨM QUYỀN ĐUỔI QUỶ XUỐNG VỰC SÂU

Hồ Lửa ban đầu được tạo ra cho Sa-tan và các tà linh. Một ngày nào đó, tất cả bọn chúng đều sẽ bị ném vào Hồ Lửa. Đây sẽ là sự phán xét cuối cùng của chúng. "Kế đó, Ngài [Chúa Giê-xu Christ] sẽ phán cùng những người ở bên tả rằng: Hỡi kẻ bị rủa, hãy lui ra khỏi ta; đi vào lửa đời đời đã sắm sẵn cho ma quỉ và những quỉ sứ nó." (Mat 25:41). Sau khi Sa-tan và các thiên sứ của hắn phạm tội chống nghịch Đức Chúa Trời trong cuộc nổi loạn, Đức Chúa Trời đã tạo ra một nơi gọi là vực sâu không đáy, còn được gọi là vực hay địa ngục. Đây có vẻ là nơi giam giữ ma quỷ tạm thời cho đến ngày phán xét cuối cùng. Thuật ngữ "vực sâu không đáy" và "vực sâu" thường được sử dụng thay thế cho nhau hoặc trong cùng một ngữ cảnh (Khải 9:1 và Lu 8:31).

Có những tà linh hiện đang bị giam cầm trong vực sâu. Một số thiên sứ đã tham gia vào cuộc nổi loạn của Sa-tan chống lại Đức Chúa Trời, ngay lập tức bị ném xuống hố, trong khi những thiên sứ khác được phép sinh sống trên trái đất. "Vả, nếu Đức Chúa Trời chẳng tiếc các thiên sứ đã phạm tội, nhưng quăng vào trong vực sâu, tại đó họ bị trói buộc bằng xiềng nơi tối tăm để chờ sự phán xét;" (2 Phi 2:4). Chúng ta không chắc tại sao một số thiên sứ sa ngã lại bị giam giữ ngay sau cuộc nổi loạn và những thiên sứ khác thì không. Tôi cũng tin rằng một số ma quỷ đã tham gia vào tội ác được thực hiện trên trái đất trước cơn nước lụt, theo mô tả trong sách Sáng Thế Ký chương 6, cũng bị giam cầm trong vực sâu. Cũng có cơ sở để tin rằng các quỷ đã ban cho các thuật sĩ Ai Cập quyền năng để thực hiện những phép lạ vào thời Môi-se và được tôn thờ như những vị thần ở Ai Cập cũng có thể bị giam cầm trong vực sâu. "Đêm đó ta sẽ đi qua xứ Ê-díp-tô, hành hại mọi con đầu lòng xứ Ê-díp-tô, từ người ta cho đến súc vật; *ta sẽ xét đoán các thần của xứ Ê-díp-tô; ta là Đức Giê-hô-va.*" (Xuất 12:12, phần nhấn mạnh được thêm vào). Câu Kinh Thánh này dường như cho thấy rằng Đức

Chúa Trời đã xét đoán các tà linh giả mạo các thần ở Ai Cập. Tuy nhiên, không rõ liệu "thực thi sự xét đoán" đối với những tà linh này có phải có nghĩa là chúng bị đày xuống hố hay không. Vì vậy, những học giả có lý có thể đưa ra quan điểm khác nhau về vấn đề này.

Khi Chúa Giê-xu Christ xử lý những con quỷ trong người đàn ông đến từ Giê-ra-sê, những con quỷ ấy đã thỉnh cầu Chúa Giê-xu đừng truyền lệnh quăng chúng xuống vực sâu:

> "Kế đó, ghé vào đất của dân Giê-ra-sê, ngang xứ Ga-li-lê. Khi Đức Chúa Jêsus lên bờ, có một người ở thành ấy bị nhiều quỉ ám đi gặp Ngài. Đã lâu nay, người không mặc áo, không ở nhà, song ở nơi mồ mả. Người ấy vừa thấy Đức Chúa Jêsus thì la lên inh ỏi, và đến gieo mình nơi chân Ngài, nói lớn tiếng rằng: Lạy Đức Chúa Jêsus, Con Đức Chúa Trời Rất Cao, tôi với Ngài có sự chi chăng? Tôi cầu xin Ngài, đừng làm khổ tôi. Vì Đức Chúa Jêsus đương truyền cho tà ma phải ra khỏi người đó... Đức Chúa Jêsus hỏi người rằng: Mầy tên gì? Người thưa rằng: Quân đội; vì nhiều quỉ đã ám vào người. *Chúng nó bèn cầu xin Đức Chúa Jêsus đừng khiến mình xuống vực sâu.*" (Lu 8:26-31, phần nhấn mạnh được thêm vào).

Mặc dù không được nêu rõ trong Kinh Thánh, nhưng có thể hình dung rằng trong những lần gặp ma quỷ trước đây, Chúa Giê-xu Christ đã đuổi những con quỷ khác xuống vực. Đây có thể là lý do tại sao ma quỷ nghĩ rằng lần này Chúa Giê-xu Christ cũng sẽ ra lệnh quăng chúng xuống vực. Cá nhân tôi tin chắc rằng thẩm quyền của tín hữu cũng có thể được sử dụng để ra lệnh cho các tà linh lao xuống vực sâu và bị giam giữ ở đó. Đây là điều tôi thường thực hành. Tôi không muốn con quỷ nào được thoát. Tôi cầu xin Đức Chúa Trời cho các thiên sứ thánh đuổi chúng, tiêu diệt chúng và quăng chúng xuống vực sâu. Không có chỗ nào trong Kinh Thánh bảo tín hữu phải thương xót hay thương hại ma quỷ. Đúng hơn, chúng ta cần phải thực hành thương xót và nhân từ đối với con người.

— 10 —

MA QUỶ TÁC ĐỘNG TRÊN TÍN HỮU BẰNG CÁCH NÀO?

XIỀNG XÍCH MA QUỶ PHÁT TRIỂN BẰNG CÁCH NÀO

Xiềng xích của ma quỷ có thể phát triển theo nhiều cách, bao gồm sự lạm dụng, sợ hãi, kinh nghiệm sang chấn, hoặc việc dính líu đến tà thuật. Xiềng xích ma quỷ có thể phát triển khi tín hữu mở cửa (do tội lỗi chưa ăn năn hoặc do bị lừa dối) và nộp một căn phòng hoặc một lĩnh vực trong đời sống của mình cho các thế lực tối tăm. "và đừng cho ma quỉ nhân dịp." (Êphê 4:27). Chữ "chỗ" trong tiếng Hy Lạp là *tópos*, từ chữ này chúng ta có chữ tiếng Anh topography, có nghĩa là cơ hội, khu vực, lĩnh vực, vị trí hoặc căn phòng.[14]

Khi tín hữu phạm tội, người ấy cho Sa-tan lý do, một nơi chốn, hoặc một căn phòng trong cuộc đời của mình. Một tín hữu phạm tội và không ăn năn dù được Đức Thánh Linh cáo trách là người mở cửa cho các thế lực tối tăm.

Người tín hữu sẽ không nhất thiết phát triển một xiềng xích của ma quỷ trong cuộc đời của mình chỉ vì người ấy phạm tội một lần. Tuy nhiên, ta có thể thấy xiềng xích của ma quỷ vẫn có thể là kết quả khi tín hữu phạm tội một lần. Ví dụ, một xiềng xích của ma quỷ có thể xuất hiện nếu tín hữu tham gia vào các hoạt động tà thuật, chẳng hạn như sử dụng bảng cầu cơ hoặc đến gặp một nhà ngoại cảm để cầu hỏi. Tuy nhiên, nói chung thì xiềng xích của ma quỷ được phát triển thông qua một khuôn mẫu không phục tùng Đức Chúa Trời trong một thời gian dài. Việc phạm tội làm suy yếu ý chí của tín hữu, theo đó ma quỷ có thể có khả năng kiểm soát tín hữu ấy đủ mạnh để tạo ra một xiềng xích. Điều này xảy ra khi người tín hữu ấy cố đặt bản thân mình vào những ảnh hưởng của thế gian, đầu hàng trước cám dỗ, phớt lờ sự cáo trách của Đức Thánh Linh và thất bại trong việc ăn năn tội. Hoạt động của ma quỷ đôi khi được thể hiện ra qua việc tín hữu ấy không thể chiến thắng một tội cụ thể. Đức Thánh Linh vĩ đại và quyền năng hơn xác thịt. Nếu tín hữu chỉ đơn thuần có thói quen tội lỗi xác thịt, người ấy có thể đoạn tuyệt và từ bỏ thói quen đó. Dĩ nhiên, không phải bằng sức riêng, nhưng nhờ cầu nguyện, đọc Lời Chúa, và quyền năng của Đức Thánh Linh. Tuy nhiên, tín hữu ấy phải thận trọng không tự động đổ thói quen tội lỗi của xác thịt cho tà linh. Một số thói quen tội lỗi của xác thịt có thể mất nhiều năm mới đoạn tuyệt được. Nhưng, nếu tín hữu phát hiện ra một lĩnh vực tội lỗi trong đời sống của mình mà suốt một thời gian dài vẫn không thể đoạn tuyệt được, thì nên xem thử đó có thể không chỉ là thói quen tội lỗi của xác thịt mà còn là sự trói buộc của ma quỷ.

TÍN HỮU KHÔNG THỂ BỊ QUỶ ÁM (SỞ HỮU)

Nếu tín hữu ở dưới xiềng xích của ma quỷ, thì xiềng xích đó bắt nguồn từ đâu? Quỷ ở bên ngoài hay bên trong tín hữu ấy? Tất nhiên, quỷ có thể áp bức tín hữu từ bên ngoài cơ thể, nhưng con quỷ đang tạo ra xiềng xích ấy có đang hoạt động bên trong tín hữu ấy không? Một vấn đề rất gây tranh cãi là liệu Cơ Đốc nhân đã được tái sinh có khi nào bị "quỷ ám" không. Có một số đoạn Kinh Thánh làm sáng tỏ vấn đề này.

Tín hữu là người đã được chuộc bởi Chúa Giê-Xu Christ

"Anh em đã được chuộc bằng giá cao, chớ trở nên tôi mọi của người ta làm chi." (1 Côr 7:23).

Tín hữu thuộc về Chúa Giê-xu Christ

"Về phần anh em, nếu thật quả Thánh Linh Đức Chúa Trời ở trong mình, thì không sống theo xác thịt đâu, nhưng theo Thánh Linh; song nếu ai không có Thánh Linh của Đấng Christ, thì người ấy chẳng thuộc về Ngài." (Rô 8:9).

Tín hữu thuộc sở hữu của Chúa Giê-xu Christ

"Anh em há chẳng biết rằng thân thể mình là đền thờ của Đức Thánh Linh đang ngự trong anh em, là Đấng mà anh em đã nhận bởi Đức Chúa Trời, và anh em chẳng phải thuộc về chính mình sao? Vì chưng anh em đã được chuộc bằng giá cao rồi. Vậy, hãy lấy thân thể mình làm sáng danh Đức Chúa Trời." (1 Côr 6:19-20).

Tín hữu được ấn chứng bởi Chúa Giê-xu Christ

"Anh em chớ làm buồn cho Đức Thánh Linh của Đức Chúa Trời, vì nhờ Ngài anh em được ấn chứng đến ngày cứu chuộc." (Êph 4:30).

Tín hữu được bảo vệ bởi Chúa Giê-xu Christ

"Ta ban cho nó sự sống đời đời; nó chẳng chết mất bao giờ, và chẳng ai cướp nó khỏi tay ta." (Giăng 10:28).

Tin tốt lành là nếu việc ma quỷ ám được định nghĩa là bị quỷ tuyên bố quyền sở hữu tín hữu ấy, thì một Cơ Đốc nhân tái sinh không bao giờ có thể bị quỷ ám. Kinh Thánh rất rõ ràng về điểm này.

MA QUỶ CÓ THỂ KIỂM SOÁT MỘT PHẦN LĨNH VỰC TRONG ĐỜI SỐNG TÍN HỮU

Một số nhầm lẫn về việc liệu tín đồ có bị quỷ ám hay không nảy sinh do cách dịch một từ Hy Lạp trong một số bản dịch Kinh Thánh. Từ *daimonizomai* trong tiếng Hy Lạp thường được dịch là "quỷ ám" (quỷ sở hữu – ND) trong một số bản Kinh Thánh.[15]

Cách dịch này không hoàn toàn chính xác. Quỷ ám (hay quỷ sở hữu-ND) ám chỉ quyền sở hữu. Một bản dịch chính xác hơn của từ Hy Lạp này sẽ là "quỷ hóa" hoặc "dưới sự kiểm soát của một hoặc nhiều con quỷ."[16]

Mặc dù tín hữu không bao giờ có thể bị quỷ ám, nhưng các tà linh có thể kiểm soát một phần các lĩnh vực (các căn phòng) trong đời sống của tín hữu. Vì vậy, câu hỏi tiếp theo nảy sinh là liệu ma quỷ có thể kiểm soát từ bên trong tín đồ hay chỉ ở bên ngoài? Nói cách khác, quỷ có thể xâm chiếm, gây ảnh hưởng hoặc lạm dụng tín hữu không? Một số người sẽ tranh luận rằng ma quỷ không thể trú ngụ bên trong một Cơ Đốc nhân đã được tái sinh. Họ đặt niềm tin này trên một số tiền đề:

1. Mỗi Cơ Đốc nhân đều có Đức Thánh Linh.
2. Đức Thánh Linh không thể ở cùng một thân thể với một ác linh.
3. Tất cả ma quỷ lập tức rời đi khi Đức Thánh Linh đến cư ngụ bên trong người tín hữu.

Dựa trên những tiền đề này, nhiều người kết luận rằng tà linh hay quỷ không thể ở trong một Cơ Đốc nhân đã được tái sinh. Chúng ta phải đánh giá từng tiền đề này để xác định xem Lời Chúa có hỗ trợ cho những tiền đề này không. Nếu bất kỳ tiền đề nào trong số những tiền đề này là sai, thì kết luận có thể sai.

Có Phải Mọi Cơ Đốc Nhân Đều Có Thánh Linh?

Tiền đề số 1 là mọi Cơ Đốc nhân đều có Thánh Linh. Một lẽ thật trong Kinh Thánh là mọi Cơ Đốc nhân đều có Đức Thánh Linh: "Về phần anh em, nếu thật Thánh Linh Đức Chúa Trời ở trong mình, thì không sống theo xác thịt đâu, nhưng theo Thánh Linh; song nếu ai không có Thánh Linh của Đấng Christ, thì người ấy chẳng thuộc về Ngài" (Rô 8:9). Dựa trên câu Kinh Thánh này, chúng ta có thể tự tin tuyên bố rằng mỗi người đã nhận ơn tha thứ của Đức Chúa Trời đều có Đức Thánh Linh sống trong họ. Tuy nhiên, tất cả chúng ta đều nhận ra rằng Đức Thánh Linh có thể cư ngụ trong tín đồ, nhưng không thực sự kiểm soát mọi lĩnh vực (hoặc căn phòng) trong đời sống của người ấy.

Ma quỷ có thể ở trong cùng một cơ thể với Đức Thánh Linh không?

Tiền đề số 2 là Đức Thánh Linh không thể ngự trong cùng một thân thể với một ác linh. Trước sự ngạc nhiên của nhiều người, trong Kinh Thánh không nói rõ ràng rằng Đức Thánh Linh không thể ngự trong cùng một thân thể với một ác linh. Chẳng hề có như vậy. Tuy nhiên, Kinh Thánh cũng không nói rằng Đức Thánh Linh có thể ngự trong cùng một thân thể với một ác linh. Bạn có thể tìm thấy những câu Kinh Thánh nói rằng người tin Chúa là tạo vật mới trong Đấng Christ, người tin Chúa đã được cứu chuộc và người tin Chúa thuộc sở hữu của Chúa Giê-xu Christ, nhưng không có câu nào trong số này đề cập trực tiếp đến vấn đề rất hạn hẹp này. Nhiều Cơ Đốc nhân muốn tin rằng Đức Thánh Linh không thể ngự trong cùng một thân thể với một ác linh, bởi vì nếu tin theo cách khác, họ sẽ cảm thấy rất dễ bị tổn thương.

Chúng ta biết rằng Đức Thánh Linh có thể ngự trong một thân thể vẫn có sự hiện diện của cái ác. Tín hữu nói rằng Chúa Giê-xu Christ sống trong lòng họ. Tuy nhiên, lòng của một số tín hữu thường chứa đầy điều đại ác. "Vì từ nơi lòng mà ra những ác tưởng, những tội giết người, tà dâm, dâm dục, trộm cướp, làm chứng dối, và lộng ngôn." (Mat 15:19). Cho phép tôi hỏi bạn một vài câu hỏi cá nhân:

1. Là tín hữu, bạn đã bao giờ nghĩ đến việc phạm tội ngoại tình hoặc giải trí bằng những hình ảnh về tình dục không?
2. Là tín hữu, bạn đã bao giờ ăn cắp bất cứ thứ gì chưa?
3. Là tín hữu, bạn đã bao giờ nghĩ đến việc giết người chưa?
4. Là tín hữu, bạn có bao giờ tham lam chưa?
5. Là tín hữu, bạn đã bao giờ tức giận hoặc cay đắng trong một thời gian dài chưa?

Hãy nghĩ về những gì Đức Thánh Linh phải xử lý trong đời sống của nhiều tín hữu xác thịt. Đức Thánh Linh ngự trong nhiều tín hữu nơi vẫn còn những tội lỗi chưa ăn năn, như giết người, ngoại tình, nổi loạn, dâm dục, thù ghét, cay đắng, tham lam và bạo lực. Có phải Đức Thánh Linh rời khỏi tín hữu mỗi khi người ấy phạm tội và không ăn năn không? Có phải sự hiện diện của Đức Thánh Linh trong tín hữu tương tự như cửa xoay không? Dĩ nhiên là không! Như vậy, Đức Thánh Linh có thể ngự trong một thân thể có sự hiện diện của điều ác.

Tất cả ma quỷ rời đi khi một người đã được cứu không?

Tiền đề số 3 là tất cả ma quỷ đều lập tức rời đi khi Đức Thánh Linh đến sống trong một người. Kết luận lo-gic của tiền đề này là ngay cả khi một người đã tham gia vào ma thuật hoặc sự thờ cúng Sa-tan, là một kẻ giết người hàng loạt, hoặc đã nghiện phim ảnh khiêu dâm hoặc ma tuý ba mươi năm, trong mọi trường hợp và không có ngoại lệ, tất cả ma quỷ đều sẽ ngay lập tức rời đi khi người đó chấp nhận Chúa Giê-xu Christ là Chúa và Cứu Chúa của mình. Tôi không tin đây là sự thật trong mọi trường hợp. Một người trước khi tiếp nhận Chúa Giê-xu Christ làm Chúa và Cứu Chúa thì họ thuộc một phần của vương quốc Sa-tan:

> "Còn anh em đã chết vì lầm lỗi và tội ác mình, đều là những sự anh em xưa đã học đòi, theo thói quen đời nầy, vâng phục vua cầm quyền chốn không trung tức là thần hiện đương hành động trong các con bạn nghịch. Chúng ta hết thảy cũng đều ở trong số ấy, trước kia sống theo tư dục xác thịt mình, làm trọn các sự ham mê của xác thịt và ý tưởng chúng ta, tự nhiên làm con của sự thạnh nộ, cũng như mọi người khác." (Êph 2:1-3).

Đoạn này cho thấy rằng "vua cầm quyền chốn không trung", thường được gọi là Sa-tan, đang hành động trong những đứa con bội nghịch. Những kẻ chưa tin Chúa là con cái bội nghịch. Vì vậy, rõ ràng các tà linh có thể nhập vào người chưa tin Chúa để khiến họ chiều theo những ham muốn của xác thịt. Tuy nhiên, điều này không có nghĩa là tất cả những người ngoại đạo đều có tà linh trú ngụ trong họ. Nhưng điều đó có nghĩa là một số người không tin có thể có ma quỷ trú ngụ trong họ.

Khi một người tiếp nhận Chúa Giê-xu Christ làm Chúa và Cứu Chúa, thì Đức Thánh Linh ngự vào người ấy. Khi quyền năng và sự hiện diện của Đức Thánh Linh đến trên người ấy, nhiều quỷ rời đi ngay lập tức. Tuy nhiên, không có gì đảm bảo rằng tất cả các quỷ đều rời đi. Có thể là một số quỷ vẫn còn trong tín hữu ấy. Trong Cựu Ước, Đức Chúa Trời đã ban Đất Hứa cho Con Cái Y-sơ-ra-ên. Các dân tộc cư trú ở vùng đất hứa đã không rời đi ngay lập tức. Con Cái Y-sơ-ra-ên vẫn phải chiến đấu với những người cư trú ở vùng đất đó và buộc họ phải rời đi. Không chỗ nào trong Kinh Thánh nói rõ ràng rằng tất cả các xiềng xích của ma quỷ đều bị phá vỡ ngay lập tức và tất cả các tà linh đều sẽ rời đi khi một người tiếp nhận Chúa Giê-xu Christ. Thực tế là có thể còn những tà linh, kẻ đã bước vào trước khi họ nhận được cứu rỗi, trong tín hữu ấy.

Hầu hết các tín hữu đều không hiểu sự khác biệt giữa thói quen tội lỗi của xác thịt và tà linh đang cố gắng kiểm soát họ. Có người cho rằng xiềng xích tội lỗi chỉ là một thói quen tội lỗi của xác thịt mà thôi. Có người, những người nhận thức rằng họ đang ở giữa trận chiến thuộc linh, sẽ tự động cho rằng cuộc tấn công đến từ bên ngoài chứ không phải từ bên trong. Hãy nhớ rằng bản chất ẩn giấu và trá hình trong hoạt động ma quỷ thường mang lại cho tín hữu cảm giác an toàn lệch lạc rằng họ không phải chịu sự áp bức hoặc cư ngụ của ma quỷ. Đương nhiên, vấn đề thuộc linh có thể chỉ đơn giản là tín hữu cần đóng đinh xác thịt mình, dâng mọi lĩnh vực trong đời sống mình cho Đức Thánh Linh, phát triển đời sống cầu nguyện vững mạnh, học Lời Chúa và có mối thông công Cơ Đốc lành mạnh. Tuy nhiên, trong một vài trường hợp, cuộc tấn công hoàn toàn có thể bắt nguồn từ bên trong người đó. Tóm lại, bắt lỗi người khác, bạo lực, nói chuyện tầm phào, thất vọng, thù ghét, dâm dục, suy nghĩ tự tử, tham ăn và các tội lỗi khác có thể chỉ là việc làm của xác thịt và có thể do nhiều nguyên nhân gây ra, trong đó có cả những thách thức về phương diện tâm lý hoặc thể chất. Chúng cũng có thể là những lĩnh vực bị ma quỷ kiểm soát từ bên trong tín hữu. Đây không chỉ là ý kiến của tôi, mà là ý kiến của một số học giả Kinh Thánh. Một học giả Kinh Thánh tiêu biểu là Fred Dickason, người đã làm việc cho Viện Kinh Thánh Moody suốt 35 năm. Ông là giáo sư và chủ nhiệm Khoa Thần Học. Ông đã viết một cuốn sách có tựa đề "Quỷ Ám Và Cơ Đốc Nhân."[17]

Ông đã đi đến kết luận tương tự sau khi tư vấn cho nhiều Cơ Đốc nhân có tà linh bên trong họ.

KIỂM TRA ĐỂ XÁC ĐỊNH SỰ HIỆN DIỆN CỦA TÀ LINH

Có nhiều nhà lãnh đạo Cơ Đốc ngồi bên lề và tranh luận liệu tà linh có thể gây ra xiềng xích thuộc linh từ bên trong tín hữu hay không. Điều này giống như ba người đang nhìn chằm chằm vào bụi cây và tranh cãi xem có con thỏ nào trong bụi cây không. Hãy tưởng tượng người đầu tiên có bằng tiến sĩ về tâm lý thỏ và giảng dạy tại một trường đại học. Ông ấy am hiểu về loài thỏ đến nỗi các sinh viên và đồng nghiệp của ông ấy đều gọi ông ấy là Tiến sĩ Thỏ. Ông lôi ra một chuyên luận có tính học thuật về thỏ, trong đó có nói rằng thỏ không bao giờ trốn trong những bụi cây kiểu này. Hãy tưởng tượng người thứ hai là chủ tịch của một doanh nghiệp thương mại thỏ có hai nghìn nhân viên. Ông đã nuôi thỏ hơn ba mươi năm. Ông thường được mời phát biểu tại các hội nghị về thỏ của tiểu bang và quốc gia. Ông lập luận rằng bản thân ông chưa bao giờ nhìn thấy một con thỏ trốn trong bụi cây thế này trong suốt cuộc đời làm nghề của mình. Hãy tưởng tượng người thứ ba là một nông dân có một trang trại nhỏ. Ông chưa bao giờ học đại học. Ông không có bằng tiến sĩ và cũng không phải là chủ tịch của một doanh nghiệp lớn. Tuy nhiên, ông rất thông minh. Ông gợi ý rằng thay vì suy đoán xem có con thỏ nào ở trong bụi rậm hay không, họ chỉ cần "đá vào bụi cây" và xem có con nào nhảy ra không. Hai người còn lại thẳng thắn thừa nhận rằng họ thậm chí chưa bao giờ nghĩ đến lựa chọn này.

Khi các môn đồ nói với Chúa Giê-xu rằng "Lạy Chúa, vì danh Chúa các quỉ cũng phục chúng tôi," câu trả lời của Ngài rất thú vị:

> "Dầu vậy, chớ mừng vì các quỉ phục các ngươi; nhưng hãy mừng vì tên các ngươi đã ghi trên thiên đàng. Cũng giờ đó, Đức Chúa Jêsus nức lòng bởi Đức Thánh Linh, bèn nói rằng: Lạy Cha, là Chúa trời đất, tôi ngợi-khen Cha, *vì Cha đã giấu những sự nầy với kẻ khôn ngoan, người sáng dạ, mà tỏ ra cho trẻ nhỏ hay!* Thưa Cha, phải, thật như vậy, vì Cha đã thấy điều đó là tốt lành." (Lu 10:20-21, phần nhấn mạnh được thêm vào).

Có vẻ như Chúa Giê-xu Christ muốn nói rằng sự thực về thế giới tâm linh và thẩm quyền của tín hữu đối với các tà linh thường bị che giấu khỏi những người khôn ngoan và thông minh - những người trí thức của thế giới này. Ngay cả nhiều lãnh đạo Cơ Đốc nói rằng họ tin Kinh Thánh cũng thường không tin vào thực tại các tà linh và khả năng chúng có thể ảnh hưởng hoặc tấn công tín hữu.

Có một bài kiểm tra đơn giản là "đá vào bụi rậm". Bạn bắt đầu cầu nguyện với người đó, nắm lấy thẩm quyền "trong Đấng Christ" của mình và lệnh rằng nếu có bất kỳ tà linh nào trong người đó thì chúng phải hiển lộ (hoặc tiết lộ) sự hiện diện của chúng. Mang thẩm quyền của tín hữu trực tiếp chống lại các tà linh sẽ thu hút sự chú ý của chúng. Bạn có thể cầu nguyện như sau:

> "Lạy Cha Thiên Thượng, con nắm lấy thẩm quyền thuộc linh mà con có khi con 'ngồi với Đấng Christ' bên hữu Ngài, và con trói buộc những tà linh có thể hiện diện trong [Tên của Người] và con ra lệnh cho chúng hiển lộ và tỏ ra sự hiện diện của mình."

CÁC SỰ HIỂN LỘ CỦA MA QUỶ

Nếu có các tà linh hiện diện trong người ấy, thì chúng có thể hiển lộ sự hiện diện của chúng ra. Có cả biểu hiện chủ quan lẫn khách quan. Một biểu hiện chủ quan là ở đó người ấy cảm thấy một cảm giác rõ ràng bên trong người ấy khi bạn lấy thẩm quyền của tín hữu chống lại các tà linh. Các biểu hiện chủ quan có thể bao gồm, nhưng không giới hạn, một cơn đau nhói, một nỗi sợ hãi đột ngột (như người ấy muốn đứng dậy và ra khỏi phòng càng nhanh càng tốt), những tiếng nói trong đầu, những suy nghĩ cực kỳ xấu xa, tim người ấy đập thật nhanh, người ấy có thể có cảm giác hơi căng ở cổ họng hoặc cảm giác ngứa ran trong cơ thể. Đây đều là những biểu hiện chủ quan. Tuy nhiên, biểu hiện chủ quan phải ở trong bối cảnh phù hợp vì nó có thể liên quan đến vấn đề tâm lý hoặc cảm xúc chứ không phải sự hiện diện của ma quỷ.

Ngoài ra còn có một biểu hiện khách quan. Một biểu hiện khách quan là khi một tà linh chiếm lấy dây thanh quản của người đó để đáp lại việc sử dụng thẩm quyền tín hữu để chống lại tà linh. Như được mô tả trong Kinh Thánh, có một số trường hợp một tà linh cư ngụ trong một người có khả năng chiếm lấy dây thanh quản của người đó và nói thông qua người đó. Khi một con quỷ nói qua một người, đó là bằng chứng khách quan cho thấy một tà linh/quỷ ở trong người đó. Không còn cần phải suy đoán nữa. Hãy nhớ rằng có thể lắm một người là đồn luỹ của ma quỷ trú ngụ và có thể lắm không có biểu hiện chủ quan hay khách quan rõ ràng nào về sự hiện diện của nó. Khi kiểm tra xem liệu có sự hiện diện của ma quỷ hay không, bạn có thể nhận kết quả âm tính giả, nhưng sẽ không bao giờ nhận kết quả dương tính giả.

BẺ GÃY XIỀNG XÍCH MA QUỶ

Thường rất khó xác định xem xiềng xích ma quỷ bắt nguồn từ bên trong hay bên ngoài tín hữu. Về phương diện thực tế, việc ma quỷ hoạt động từ bên trong hay bên ngoài tín hữu gần như không có gì liên quan. Xiềng xích ma quỷ có thể bị bẽ gãy ngay cả khi ta không chắc chắn liệu tà linh đang hoạt động bên trong hay bên ngoài một người. Phương pháp bẻ gãy xiềng xích thuộc linh không phụ thuộc vào việc tà linh ở bên trong hay bên ngoài một người.

Xiềng xích thuộc linh bị phá vỡ khi tín hữu đóng chặt cửa trước các thế lực tối tăm, mang theo thẩm quyền tín hữu chống lại các tà linh và ra lệnh cho chúng rời đi và lao xuống vực sâu. Phần phân tích toàn diện hơn về việc đuổi quỷ và các linh được đề cập trong Chương 13. Hãy luôn nhớ rằng, sự hiện diện của tà linh chỉ là vấn đề thứ yếu. Vấn đề chính yếu ấy là đảm bảo rằng tất cả các cánh cửa đều được đóng chặt, rằng bạn đã ăn năn mọi tội lỗi, rằng bạn đã cầu xin Đức Chúa Trời phơi bày bất kỳ sự lừa dối nào trong cuộc sống của bạn, rằng tất cả các lĩnh vực (các căn phòng) trong đời sống của bạn đã được phó dâng cho Đức Thánh Linh.

— 11 —

CÁC HOẠT ĐỘNG CỦA MA QUỶ

PHẠM VI HOẠT ĐỘNG CỦA SA-TAN

Chúa Giê-xu Christ đã nhận ra hoạt động của các tà linh. Tuy nhiên, trong thế giới hiện đại của chúng ta, nhiều người không tin rằng tà linh luôn cố gắng kiểm soát cuộc sống của họ. Sa-tan đã khiến nhiều người mù quáng trước thực tế hoạt động của hắn trên đất. Đáng buồn thay, sự mù quáng tâm linh này cũng đúng đối với nhiều tín hữu và hội thánh. Tuy nhiên, Sa-tan có một phạm vi hoạt động rộng lớn. Chúng ta sẽ làm một cuộc khảo sát nhanh về một số hoạt động được ghi trong Lời Chúa.

Đánh cắp lời Chúa
"Khi người nào nghe đạo nước thiên đàng, mà không hiểu, thì quỉ dữ đến cướp điều đã gieo trong lòng mình; ấy là kẻ chịu lấy hột giống rơi ra dọc đàng." (Mat 13:19).

Phân đoạn này cho thấy rằng sau khi Lời Chúa được công bố, Sa-tan sẽ cố gắng đánh cắp Lời đó khỏi tấm lòng của một người hư mất để cản trở hoặc ngăn chặn người đó được cứu. Chúng ta cần phải chống lại điều này bằng sự cầu nguyện. Điều này có nghĩa là trước hoặc sau khi bạn chia sẻ Phúc Âm với một người, bạn cần cầu nguyện để Sa-tan không thể đánh cắp Lời đã gieo vào tấm lòng người đó.

Làm mù tâm trí
"Nếu Tin lành của chúng tôi còn che khuất, là chỉ che khuất cho những kẻ hư mất, cho những kẻ chẳng tin mà chúa đời nầy đã làm mù lòng họ, hầu cho họ không trông thấy sự vinh hiển chói lói (2 Cô 4:3-4)

Phân đoạn này bày tỏ rằng Sa-tan có thể làm mù loà tâm trí của một người để họ không thấy mình cần một Đấng Cứu Rỗi. Chúng ta chống lại điều này bằng sự cầu nguyện. Bạn cũng có thể lấy thẩm quyền thuộc linh mà bạn có khi bạn "ngồi với Đấng Christ" và trói buộc các tà linh đang làm mù mắt và cản trở một người hiểu Phúc Âm cũng như thấy nhu cầu tiếp nhận Chúa Giê-xu Christ làm Chúa và Cứu Chúa của mình.

Các tôn giáo sai lạc

"Nhưng tôi e rằng như xưa Ê-va bị cám dỗ bởi mưu chước con rắn kia, thì ý tưởng anh em cũng hư đi, mà dời đổi *lòng* thật thà tinh sạch đối với Đấng Christ chăng. Vì nếu có người đến giảng cho anh em một Jêsus khác với Jêsus chúng tôi đã giảng, hoặc anh em nhận một Thánh Linh khác với Thánh Linh anh em đã nhận, hoặc được một Tin Lành khác với Tin Lành anh em đã được, thì anh em chắc dung chịu!" (2 Côr 11:3-4)

Sa-tan đứng đằng sau mọi tôn giáo sai lạc. Tôn giáo sai lạc có thể đề cập đến Chúa Giê-xu Christ, nhưng thường không phải là Chúa Giê-xu được miêu tả trong Kinh Thánh. Chúa Giê-xu được mô tả trong Kinh Thánh là Con Đức Chúa Trời, Đấng đã hy sinh mạng sống mình để chuộc tội, sống lại từ cõi chết và là con đường duy nhất đến với Đức Chúa Trời. Ngài là một Chúa Giê-xu khác với những gì mà nhiều tôn giáo giả này tuyên bố.

Giáo lý sai lạc

"Vả, Đức Thánh Linh phán tỏ tường rằng, trong đời sau rốt, có mấy kẻ sẽ bội đạo mà theo các thần lừa dối, và đạo lý của quỉ dữ," (1 Tim 4:1)

Giáo lý sai lạc thường bắt nguồn trong một hội thánh khi cá nhân Cơ Đốc nhân và các nhà lãnh đạo không dành thời gian để nghiên cứu Lời Chúa. Ngoài ra, nhiều người thường đọc Lời Chúa với những định kiến có sẵn. Chỉ dựa vào tôi, một mục sư hoặc một số lãnh đạo Cơ Đốc để hiểu Kinh Thánh thôi thì chưa đủ. Học từ những người dạy dỗ Kinh Thánh đầy hiểu biết là điều quan trọng. Tuy nhiên, bạn cũng phải tự mình nghiên cứu Kinh

Thánh và cầu xin Đức Thánh Linh mở mang tâm trí bạn để bạn tiếp nhận lẽ thật của Lời Chúa.

Gieo nghi ngờ

"Vả, trong các loài thú đồng mà Giê-hô-va Đức Chúa Trời đã làm nên, có con rắn là giống quỉ quyệt hơn hết … Người nữ đáp rằng: Chúng ta được ăn trái các cây trong vườn, song về phần trái của cây mọc giữa vườn, Đức Chúa Trời có phán rằng: Hai ngươi chẳng nên ăn đến và cũng chẳng nên đá động đến, e khi hai ngươi phải chết chăng. Rắn bèn nói với người nữ rằng: Hai ngươi chẳng chết đâu; nhưng Đức Chúa Trời biết rằng hễ ngày nào hai ngươi ăn trái cây đó, mắt mình mở ra, sẽ như Đức Chúa Trời, biết điều thiện và điều ác" (Sáng 3:1-5)

Sa-tan cám dỗ Ê-va nghi ngờ những gì Đức Chúa Trời đã phán với họ. Sa-tan cũng sẽ cám dỗ Cơ Đốc nhân nghi ngờ Đức Chúa Trời, bao gồm cả Lời Ngài đã hứa, sự tốt lành, sự thành tín, quyền tể trị, sự tồn tại, Lời Chúa, quyền năng, tình yêu và những lời cảnh báo tội lỗi của Ngài. Chúng ta cần khước từ những nghi ngờ đó.

Buộc tội

"Tôi lại nghe trên trời có tiếng lớn rằng: Bây giờ sự cứu rỗi, quyền năng, và nước Đức Chúa Trời chúng ta đã đến cùng quyền phép của Đấng Christ Ngài nữa; vì kẻ kiện cáo [Sa-tan] anh em chúng ta, kẻ ngày đêm kiện cáo chúng ta trước mặt Đức Chúa Trời, nay đã bị quăng xuống rồi." (Khải 12:10).

Sa-tan là cha của mặc cảm tội lỗi và sự lên án. Hắn muốn bạn cảm thấy xấu hổ. Sa-tan muốn bạn cảm thấy bạn cần phải trả giá cho tội lỗi của mình. Khi bạn phạm tội, Đức Thánh Linh sẽ cáo trách bạn, nhưng Ngài không bao giờ lên án bạn. Đức Thánh Linh cáo trách bạn chủ yếu vì hai lý do. Thứ nhất, khôi phục mối tương giao của bạn với Đức Chúa Trời để sự tốt lành của Chúa có thể tiếp tục tuôn đổ vào đời sống bạn. Thứ hai, Đức Thánh

Linh cáo trách bạn để ngăn chặn một cánh cửa mở cho phép các thế lực tối tăm tạo xiềng xích thuộc linh trong cuộc đời của bạn.

Nói dối và sự lừa dối

"Các ngươi bởi cha *mình*, là ma quỉ, mà sanh ra; và các ngươi muốn làm nên sự ưa muốn của cha mình. Vừa lúc ban đầu nó đã là kẻ giết người, chẳng bền giữ được lẽ thật, vì không có lẽ thật trong nó đâu. Khi nó nói dối, thì nói theo *tánh* riêng mình, vì nó vốn là kẻ nói dối và là cha sự nói dối." (Giăng 8:44).

Sa-tan là kẻ nói dối. Như chúng ta đã thảo luận trong Chương 5, một trong ba cách Sa-tan có thể tiếp cận cuộc sống của bạn là thông qua sự lừa dối. Thắt lưng bằng lẽ thật trong bộ khí giới của Đức Chúa Trời sẽ bảo vệ bạn khỏi bốn loại lời nói dối. Có những lời nói dối khác, nhưng có bốn loại chính bao gồm lời nói dối về bản thân bạn, lời nói dối về người khác, lời nói dối về Đức Chúa Trời và lời nói dối về Sa-tan. Bạn phải cầu xin Chúa phơi bày những lời nói dối mà bạn đã tin.

Cám dỗ tình dục

"Đừng từ chối nhau, trừ ra khi hai bên ưng thuận tạm thời, để chuyên việc cầu nguyện; rồi trở lại hiệp cùng nhau, kẻo quỉ Sa-tan thừa khi anh em không thìn mình mà cám dỗ chăng." (1 Côr 7:5).

Sa-tan cám dỗ con người phạm tội tình dục trước khi kết hôn. Hắn cũng muốn phá hủy mối quan hệ tình dục của một cặp vợ chồng sau khi họ kết hôn. Nếu bạn có quan hệ tình dục trước hôn nhân, hoặc sau khi kết hôn với một người không phải là vợ/chồng của mình, bạn cần phải ăn năn tội lỗi đó và đóng cửa lại. Nhiều người không nhận ra rằng Sa-tan cố gắng phá hủy đời sống tình dục của một cặp vợ chồng sau khi kết hôn bằng cách sử dụng những cánh cửa đã được mở từ trước khi kết hôn. Ngay cả khi bạn có quan hệ tình dục với một người mà sau này bạn kết hôn đi nữa (và lúc đó bạn đã là tín hữu), thì bạn vẫn cần phải ăn năn tội lỗi đó và đóng cánh cửa đó lại. Không quan trọng là bạn đã phạm tội đó từ tít hai mươi năm trước rồi. Nếu bạn chưa ăn năn tội lỗi đó, bạn vẫn đang tạo cơ hội (hoặc căn phòng) cho Sa-tan phá hủy mối quan hệ của bạn với người phối ngẫu. Nếu lúc bạn phạm tội đó bạn đã tin Chúa rồi, thì việc kết hôn với người mà bạn đã quan hệ tình dục trước đó cũng không thể đóng cánh cửa ấy lại.

Có bốn lĩnh vực bạn phải tránh để Sa-tan chiếm được chỗ đứng trong đời sống tình dục của bạn:

1. Không quan hệ tình dục với người khác ngoài vợ/chồng mình.
2. Đừng để những ý nghĩ vô luân lởn vởn trong tâm trí bạn (tức là nghĩ viển vông về việc quan hệ tình dục với một người mà bạn không kết hôn).
3. Đừng từ bỏ người phối ngẫu của bạn về phương diện tình cảm.
4. Đừng có những mơ mộng lãng mạn về một ai đó không phải là bạn đời của bạn. Điều này bao gồm cả việc có mối quan hệ tình cảm với một người và biện minh cho điều đó trong tâm trí của bạn bằng cách tuyên bố rằng họ chỉ là một người bạn.

Ghen tương và tham vọng ích kỷ

"Nhưng nếu anh em có sự ghen tương cay đắng và sự tranh cạnh trong lòng mình, thì chớ khoe mình và nói dối nghịch cùng lẽ thật. Sự khôn ngoan đó không phải từ trên mà xuống đâu; trái lại, nó thuộc về đất, về xác thịt và về ma quỉ. Vì ở đâu có những điều ghen tương tranh cạnh ấy, thì ở đó có sự lộn lạo và đủ mọi thứ ác" (Gia 3:14-15).

Cơ Đốc nhân phải thường xuyên canh giữ lòng mình khỏi sự ganh tị và tham vọng ích kỷ. Chúng ta phải xem động cơ của mình. Chúng ta phải làm điều đúng đắn với động cơ đúng đắn, nếu không chúng ta sẽ đánh mất phần thưởng của mình.

Những thử thách và hoạn nạn

"Ngươi chớ ngại điều mình sẽ chịu khổ. Nầy, ma quỉ sẽ quăng nhiều kẻ trong các ngươi vào ngục, hầu cho các ngươi bị thử thách; các ngươi sẽ bị hoạn nạn trong mười ngày. Khá giữ

trung tín cho đến chết, rồi ta sẽ ban cho ngươi mũ triều thiên
của sự sống" (Khải 2:10).

Hãy nhớ những gì đã được thảo luận trong Chương 8. Sa-tan giành được
thẩm quyền trên với tín hữu không nhất thiết thông qua sự bắt bớ mà là
nỗi sợ bị bắt bớ.

Cản trở chức vụ

> "Hỡi anh em, về phần chúng tôi, đã xa cách anh em ít lâu
> nay, thân tuy cách nhưng lòng không cách, chúng tôi đã nôn
> nả biết bao, tìm phương để thỏa lòng ao ước lại thấy mặt anh
> em. Vì vậy, đã hai lần, chúng tôi, nhứt là tôi, Phao-lô, muốn đi
> đến cùng anh em; *nhưng* quỉ Sa-tan đã ngăn trở chúng tôi."
> (1 Tês 2:17-18).

Sa-tan có thể cản trở một chức vụ. Vì vậy, Cơ Đốc nhân cần phải liên tục
cầu nguyện cho các hội thánh và các chức vụ của chúng ta vì tất cả đều
đang bị các thế lực bóng tối tấn công. Nếu bạn là thành viên của một hội
thánh, bạn cần cầu nguyện cho hội thánh và mục sư của mình.

Môn đồ giả

> "Vì mấy người như vậy là sứ đồ giả, là kẻ làm công lừa dối,
> mạo chức sứ đồ của Đấng Christ. Nào có lạ gì, chính quỉ Sa-
> tan mạo làm thiên sứ sáng láng. Vậy thì những kẻ giúp việc
> nó mạo làm kẻ giúp việc công bình cũng chẳng lại gì; nhưng
> sự cuối cùng họ sẽ y theo việc làm." (2 Côr 11:13-15)

Môn đồ giả là gì? Nó có thể có nghĩa là nhiều thứ. Điều tôi nghĩ đến là
những người đến hội thánh và nhận mình là Cơ Đốc nhân nhưng chưa
bao giờ thực sự đáp ứng các yêu cầu để nhận được ơn tha thứ của Đức
Chúa Trời. Họ có thể thừa nhận mình đã phạm tội. Họ có thể tin Phúc Âm
theo lý trí, nhưng họ chưa bao giờ thực sự ăn năn tội lỗi của mình và đầu
phục cuộc đời mình cho Chúa Giê-xu Christ. Những người này là môn đồ
giả vì họ có một sự cứu rỗi giả.

Cắn nuốt con người

> "Hãy tiết độ và tỉnh thức: kẻ thù nghịch anh em là ma quỉ, như sư tử rống, đi rình mò chung quanh anh em, tìm kiếm người nào nó có thể nuốt được." (1 Phi 5:8).

Sa-tan là một con sư tử rống đang tìm ai đó để ăn tươi nuốt sống. Đừng trở thành nạn nhân của vết thương do chính mình gây ra bởi vì bạn đã trao vũ khí cho Sa-tan để chống lại bạn, để cắn nuốt bạn, bằng cách mở ra một cánh cửa. Hãy nhớ rằng, có ba cách để bạn có thể mở một cánh cửa và trao vũ khí cho các thế lực tối tăm. Thứ nhất, không ăn năn những tội lỗi trong quá khứ mà bạn đã phạm sau khi được cứu mà Đức Thánh Linh đã cáo trách bạn. Thứ hai, lừa dối. Thứ ba, khuất phục trước nỗi sợ bị bắt bớ. Bạn cũng cần cầu nguyện mỗi ngày, học Lời Chúa và có mối thông công tốt với các Cơ Đốc nhân. Tôi và bạn tôi đang cố gắng sửa cái cày. Chúng tôi cần phải tháo một cái chốt ra. Tôi không thể tự tháo cái chốt ấy ra được. Bạn tôi cũng không thể tự nó ra; tuy nhiên, anh ấy có hai cái mỏ lết to. Bạn tôi dùng một cái và tôi dùng cái còn lại. Chúng tôi đã cùng nhau tháo cái chốt ấy. Có những lúc trong cuộc sống chúng ta cần người khác. Chúa đã thiết kế như vậy. Có những vấn đề nhất định chúng ta phải nhờ đến sự giúp đỡ của người khác. Đây là mục đích của việc có những người bạn tốt. Việc có mối thông công Cơ Đốc tốt giúp giảm thiểu tối đa cơ hội bạn bị cắn nuốt bởi kẻ thù.

Sức mạnh siêu nhiên

> "Vì Đức Chúa Jêsus đương truyền cho tà ma phải ra khỏi người đó mà nó ám đã lâu; dầu họ giữ người, xiềng và còng chân lại, người cứ bẻ xiềng tháo còng, và bị quỉ dữ đem vào nơi đồng vắng." (Lu 8:29).

Những người ở dưới thẩm quyền của ma quỷ có thể phô bày sức mạnh tột bậc hoặc siêu nhiên. Điều này thường được thấy trong các giáo phái và tập tục nhất định ở một số môn võ thuật.

Các tập tục huyền bí

> "Ở giữa ngươi chớ nên có ai đem con trai hay con gái mình
> ngang qua lửa, chớ nên có thầy bói, hoặc kẻ hay xem sao mà
> bói, thầy phù thủy, thầy pháp, kẻ hay dùng ếm chú, người đi
> hỏi đồng cốt, kẻ thuật số, hay là kẻ đi cầu vong;" (Phục 18:10-
> 11).

Các tập tục huyền bí bao gồm, nhưng không giới hạn ở: xem số tử vi, sử
dụng bài bói tarot, đi đến với một nhà ngoại cảm, xem các bộ phim về các
giáo phái huyền bí, chơi cầu cơ và tham gia một buổi lên đồng – ngay cả
khi chỉ để giải trí. Nếu bạn nhúng tay vào bất kỳ hoạt động huyền bí nào
sau khi được cứu rỗi, bạn cần phải ăn năn tội lỗi và đóng cánh cửa ấy lại.

Có những hoạt động khác của tà linh có lẽ cũng cần được phân tích kỹ hơn
vì những tranh cãi xung quanh chúng.

SỰ ĐAU ỐM THỂ CHẤT

Trước khi thảo luận về chủ đề đau ốm thể chất, tôi muốn giải thích cách
tiếp cận của tôi trong việc giải nghĩa Lời Chúa. Tôi tin vào sự soi dẫn toàn
bộ bằng lời của Lời Chúa. Đây là quan điểm của nhiều hội thánh Tin Lành.
Quan điểm này cho rằng từng từ và từng phần của Kinh Thánh đều được
Đức Chúa Trời soi dẫn.[18]

Tuy nhiên, Đức Chúa Trời không bỏ qua cá tính của các trước giả Kinh
Thánh hay phong cách viết của họ. Tuy nhiên, đồng thời, Đức Thánh Linh
có thể đảm bảo rằng sản phẩm cuối cùng chính là điều Đức Chúa Trời định.
Vì vậy, tôi tin rằng Kinh Thánh chính xác, chân thực và có thể hoàn toàn
tin cậy bất kể tôi có hiểu đầy đủ về nó hay không. Sau khi đặt nền móng
đó, tôi tin rằng các tà linh có thể là nguyên nhân gốc rễ của một số nhưng
không phải là tất cả các đau ốm thể chất.

Bệnh tật thể chất có thể bị gây ra bởi một tà linh

> "Vả, tại đó, có người đàn bà *mắc quỉ ám, phải đau liệt* đã mười
> tám năm; cong lưng chẳng đứng thẳng được" (Lu 13:11, phần
> nhấn mạnh được thêm vào).

Đoạn Kinh Thánh này cho thấy rõ ràng rằng sự đau ốm về thể chất của người đàn bà là do một tà linh gây ra. Chúng ta không biết chắc chắn, nhưng rất có thể không có lý do vật lý nào khiến người đàn bà phải bị cong lưng. Vì vậy, chỉ điều trị y tế cho người đàn bà ấy có thể không chữa lành bà được, vì chính sự hiện diện của tà linh đã khiến bà bị cong lưng. Thật thú vị, ta không tìm thấy từ đoạn Kinh Thánh này lý do để tin rằng những người khác xung quanh đàn nghĩ rằng bà bị đau là do tà linh. Nói cách khác, người đàn bà ấy không có dấu hiệu rõ ràng nào cho thấy bà bị quỷ áp bức hoặc cư ngụ. Đau ốm do ma quỷ gây ra có thể có tất cả các triệu chứng của một căn bệnh thể chất, nhưng kiểm tra y tế có thể không tìm ra được nguyên nhân về thể chất của căn bệnh ấy.

Không chẩn đoán được một bệnh bằng phương tiện thể chất không có nghĩa là bệnh đó do tà linh gây ra

Ta không nên tự động quy chụp một bệnh tật cho tà linh gây ra chỉ vì không tìm ra nguyên nhân rõ ràng của căn bệnh. Y học không đủ tiên tiến để chẩn đoán và điều trị mọi tật bệnh. Ngoài ra, một tật bệnh không rõ nguyên nhân vật lý có thể là bệnh về tâm thể. Bệnh như thế thường xuất hiện trong cuộc sống của một người khi có những khó khăn về tinh thần hoặc cảm xúc. Một tật bệnh tâm thể có thể không hề liên quan trực tiếp hay chỉ liên quan đến tà linh mà thôi.

Đau ốm thể chất có thể là kết quả của tội lỗi

Một giáo lý sai lầm của một số Cơ Đốc nhân cho rằng *mọi* đau ốm đều do tội lỗi chưa ăn năn gây ra. Đáp lại giáo lý sai lầm này, một số Cơ Đốc nhân đã đi theo một thái cực khác và khẳng định rằng đau ốm thể chất không bao giờ là sự kỷ luật của Đức Chúa Trời đối với tội lỗi chưa ăn năn. Nhiều người nghĩ rằng thật độc ác khi cho rằng một người có thể bị ốm vì tội lỗi nào đó chưa ăn năn trong đời sống họ. Tuy nhiên, Kinh Thánh nói rõ rằng bệnh tật có thể do tội lỗi gây ra:

> "Nơi đó, có một người bị bịnh đã được ba mươi tám năm...
> Đức Chúa Jêsus phán rằng: 'Hãy đứng dậy, vác giường ngươi
> và đi.' Tức thì người ấy được lành, vác giường mình và đi...

Sau lại, Đức Chúa Jêsus gặp người đó trong đền thờ, bèn phán rằng: *'Kìa, ngươi đã lành rồi, đừng phạm tội nữa, e có sự gì càng xấu xa xảy đến cho ngươi chăng.'"* (Giăng 5:5-9 và 14, phần nhấn mạnh được thêm vào).

Đoạn Kinh Thánh này dường như gợi ý rằng căn bệnh của người này là do tội lỗi gây ra, bởi vì Chúa Giê-xu nói, "đừng phạm tội nữa kẻo điều tồi tệ hơn xảy ra với ngươi." Sứ đồ Phao-lô cũng tuyên bố lẽ thật này khi ông nói rằng một số tín hữu trong hội thánh Cô-rinh-tô bị đau ốm vì họ có tội lỗi chưa ăn năn:

> "Vậy mỗi người phải tự xét lấy mình, và như thế mới ăn bánh uống chén ấy; vì người nào không phân biệt thân Chúa mà ăn bánh uống chén đó, tức là ăn uống sự xét đoán cho mình. *Ấy vì cớ đó mà trong anh em có nhiều kẻ tật nguyền, đau ốm, và có lắm kẻ ngủ.* Nếu chúng ta biết xét đoán lấy mình, thì khỏi bị xét đoán. Song khi chúng ta bị Chúa xét đoán, thì bị Ngài sửa phạt, hầu cho khỏi bị án làm một với người thế gian." (1 Côr 11:28-32, phần nhấn mạnh được thêm vào).

Người tín hữu đó phải nhạy bén với Đức Thánh Linh bởi vì một số bệnh tật có thể là sự kỷ luật của Đức Chúa Trời khi trong đời sống Cơ Đốc nhân đó có tội lỗi chưa ăn năn, nhưng không phải lúc nào cũng vậy.

Ốm đau thể chất có thể không liên quan đến tà linh

Một người có thể đau ốm do nguyên nhân thể chất và nguyên nhân này hoàn toàn không liên quan đến tà linh. Một ví dụ về tình huống này được ghi lại trong Ma-thi-ơ:

> "Đức Chúa Jêsus ở đó ra đi, có hai người mù theo Ngài mà kêu rằng: 'Hỡi con cháu vua Đa-vít, xin thương chúng tôi cùng!' Khi Ngài đã vào nhà rồi, hai người mù đến; Ngài bèn phán rằng: 'Hai ngươi tin ta làm được điều hai ngươi ao ước sao?' Họ thưa rằng: 'Lạy Chúa, được.' Ngài bèn rờ mắt hai người mà phán rằng: 'Theo như đức tin các ngươi, phải được thành

vậy.' Mắt hai người liền mở. Đức Chúa Jêsus lấy giọng nghiêm phán rằng: Hãy giữ, đừng cho ai biết chuyện nầy." (Mat 9:27-30).

Rõ ràng, Chúa Giê-xu đã chữa cho những người bị bệnh tật về thể chất này. Ngài không tìm cách đuổi quỷ. Nguyên nhân của sự mù lòa này hoàn toàn là về thể chất. Ngoài ra, không có dấu hiệu nào cho thấy sự mù loà này có liên quan gì đến tội lỗi chưa ăn năn trong đời sống của họ. Không phải tật bệnh nào cũng là kết quả của tội lỗi hoặc tà linh trong đời sống một người. Do đó, tín hữu phải cầu xin Đức Chúa Trời ban sự nhạy bén trong việc thử xác định xem nguồn gốc sự đau ốm đó là từ thể chất hay tâm linh.

CÁC BỆNH VỀ TÂM THẦN

Tà linh có thể gây ra các bệnh tâm thần bao gồm rối loạn hành vi. Tà linh có thể chiếm hữu con người và khiến họ hành động rất phi lý và nguy hiểm. Chúng cũng có thể gây ra hành vi ám ảnh, trầm cảm, lo lắng, đa nhân cách, căng thẳng và hoang tưởng. Tôi tin chắc rằng một số, nhưng không phải tất cả, bệnh tâm thần trong xã hội của chúng ta có nguồn gốc từ ma quỷ. Một ví dụ về một tà linh gây ra bệnh tâm thần được mô tả trong Phúc Âm Mác:

> "Đức Chúa Jêsus cùng môn đồ qua đến bờ biển bên kia, trong miền Giê-ra-sê. Ngài mới ở trên thuyền bước xuống, tức thì có một người bị tà ma ám từ nơi mồ mả đi ra đến trước mặt Ngài. Người thường ở nơi mồ mả, dẫu dùng xiềng sắt cũng chẳng ai cột trói được nữa; vì nhiều lần người bị cùm chân hoặc bị xiềng, rồi bẻ xiềng tháo cùm, không ai có sức trị được. Người cứ ở nơi mồ mả và trên núi, ngày đêm kêu la và lấy đá đánh bầm mình." (Mác 5:1-5).

Đoạn Kinh Thánh này mô tả một ví dụ điển hình về một người bị tà linh hành hại. Có lẽ anh đã bị quản chế nếu sống ở thời hiện đại của chúng ta. Anh đã sống giữa những ngôi mộ. Anh thường bị gông và xiềng lại. Tuy nhiên, anh đã xé toạc xiềng và phá gông cùm bằng sức mạnh đáng kinh ngạc của mình. Hẳn anh đã phải chịu đựng rất nhiều đau khổ về tinh thần vì anh đã kêu la cả ngày lẫn đêm. Anh cũng là mối nguy hiểm cho chính mình vì anh dùng đá để tự rạch mình. Anh đang tự cắt mình. Tuy nhiên, sau khi Chúa Giê-xu đuổi các tà linh đi, anh đã được chữa lành hoàn toàn. *"Dân sự đổ ra đặng xem điều đã xảy đến. Vậy, chúng đến cùng Đức Chúa Jêsus, thấy người đã bị nhiều quỉ ám đang ngồi, mặc quần áo, trí khôn bình tĩnh, thì sợ hãi lắm."* (Mác 5:15, phần nhấn mạnh được thêm vào). Hầu hết những người bị tà linh áp chế hoặc cư ngụ không bao giờ phải kinh nghiệm bất cứ điều gì so với điều người này đã trải qua.

Bệnh tâm thần không phải lúc nào cũng do tà linh gây ra

Bệnh tâm thần không phải lúc nào cũng trực tiếp và chỉ do tà linh gây ra. Tâm trí con người có thể bị ảnh hưởng, không chỉ bởi tà linh, mà còn bởi cấu trúc di truyền của một cá nhân, khó khăn về thể chất, chấn thương trong quá khứ, bị lạm dụng, hoàn cảnh gia đình, môi trường và các yếu tố khác. Có thể là do tà linh hiện diện để khai thác những điểm yếu và tổn thương từ thời thơ ấu hoặc những hoàn cảnh khác. Do đó, ma quỷ có thể là một yếu tố góp phần gây ra bệnh tâm thần, nhưng chúng có thể không phải là yếu tố duy nhất trong mọi trường hợp. Cũng có thể là sự mất cân bằng hóa học trong cơ thể con người, không liên quan đến các tà linh, có thể ảnh hưởng đến hành vi của một người và có thể cần đến sự can thiệp y tế. Khi ma quỷ chỉ là một yếu tố góp phần gây ra bệnh tâm thần, nhưng không phải là yếu tố duy nhất, thì có thể vết thương về thể chất, tinh thần và cảm xúc vẫn còn đó ngay cả sau khi ma quỷ đã rời đi. Những vết thương này phải được điều trị.

Các nhà tâm lý cơ đốc thường không nhận ra ảnh hưởng của ma quỷ

Tôi đánh giá cao những người đã dành cả cuộc đời để nghiên cứu hành vi của con người và cách tâm trí bị ảnh hưởng bởi môi trường, xuất thân, lịch sử gia đình, tình trạng sức khỏe và các yếu tố khác. Tuy nhiên, những người nghiên cứu về lĩnh vực này thường không tin vào thế giới siêu nhiên. Ngay cả một số nhà tâm lý Cơ Đốc cũng mù quáng trước thực tế về quyền lực của Sa-tan. Nhiều nhà tâm lý Cơ Đốc thậm chí chưa bao giờ tham gia một lớp học chính thức nào về chiến trận thuộc linh hoặc cách các tà linh có thể ảnh hưởng đến tâm trí con người, ngay cả khi họ theo học trường Cơ Đốc. Về lý thuyết, có lẽ nhiều người tin rằng tà linh có thể hành hại con người bởi vì không nói thế khác nào chối bỏ Lời Chúa. Tuy nhiên, trên thực tế, nhiều người không tin rằng ma quỷ có thể ảnh hưởng đến một người và không bao giờ nghiên cứu tỉ mỉ khả năng đó khi tham vấn cho một người.

Phương pháp tham vấn của một nhà tâm lý Cơ Đốc thường bị ảnh hưởng và định hình đáng kể bởi thế giới quan của họ. Thế giới quan của nhiều nhà tâm lý Cơ Đốc thường không tính đến sự tồn tại của các tà linh. Ví dụ, nếu một người nói rằng họ đang nghe thấy giọng nói trong đầu, tôi nghi ngờ rằng nhiều nhà tâm lý không bao giờ nghiêm túc xem xét đến khả năng người đó thực sự đang nghe thấy những giọng nói thật. Họ không bao giờ nghiêm túc xem xét đến khả năng người đó bị tà linh áp bức hoặc trú ngụ. Tất nhiên, người đó có thể mắc bệnh tâm thần hoàn toàn không liên quan đến các tà linh. Có thể người đó chỉ cần được tham vấn chuyên sâu và dùng thuốc. Mục tiêu của tôi không phải là để các nhà tâm lý Cơ Đốc vứt bỏ mọi thứ họ đã học được ở trường đại học thế tục hoặc hộp công cụ của họ. Thay vào đó, điều tôi gợi ý là họ nên xem xét bổ sung thêm một công cụ vào hộp công cụ của họ. Tìm hiểu sâu hơn một chút và xem xét rằng một số bệnh tâm thần có thể có nguồn gốc tâm linh.

SA-TAN VÀ ÂM NHẠC

Hoàn toàn có thể hiểu được rằng trước khi Sa-tan sa ngã, hắn là một nhạc sĩ trước ngai của Đức Chúa Trời. Sa-tan hoàn toàn có thể là nhạc sĩ vĩ đại nhất kể từ buổi bình minh của thời gian:

> "Ngươi vốn ở trong Ê-đen, là vườn của Đức Chúa Trời. Ngươi đã có đầy mình mọi thứ ngọc báu, là ngọc mã não, ngọc vàng lợt, ngọc kim cương, ngọc thủy thương, ngọc sắc biếc, ngọc bích, ngọc sắc chàm, ngọc sắc xanh, ngọc thông hành, cùng vàng nữa. *Nghề làm ra trống cơm ống sáo thuộc về ngươi; từ ngày ngươi mới được dựng nên đã sắm sẵn rồi.*" (Êxê 28:13 KJV, phần nhấn mạnh được thêm vào)

Kinh Thánh đề cập đến Sa-tan như sau: "Nghề làm ra trống cơm ống sáo thuộc về ngươi; từ ngày ngươi mới được dựng nên đã sắm sẵn rồi." Từ trống cơm xuất phát từ từ *toph* trong tiếng Hê-bơ-rơ có nghĩa là trống prô-văng hoặc trống lục lạc.[19]

Do đó, Sa-tan có thể không giống với bất kỳ sinh vật nào khác mà con người đã biết đến. Có phải Đức Chúa Trời đã tạo ra các nhạc cụ trong Sa-tan trước khi hắn sa ngã không? Sa-tan có thể tạo và làm ra âm nhạc nội tại không? Có phải Sa-tan là nhạc sĩ đầu tiên? Kinh Thánh không trả lời rõ ràng những câu hỏi này, nhưng phân đoạn này cho chúng ta một vài điều để suy ngẫm.

Ảnh hưởng thuộc linh của âm nhạc

Âm nhạc có ảnh hưởng thuộc linh mạnh mẽ có thể được sử dụng để phát triển Vương Quốc Đức Chúa Trời và vương quốc của Sa-tan. Âm nhạc dưới sự hiện diện của Đức Thánh Linh có thể khiến các tà linh chạy trốn. Vì vậy, không lạ khi tà linh rời khỏi vua Sau-lơ khi Đa-vít chơi nhạc dâng lên Đức Chúa Trời. Nếu bạn nhớ lại câu chuyện ấy, thì hẳn bạn nhớ một ác thần đã hành hạ Sau-lơ. Đa-vít được yêu cầu chơi đàn hạc cho Sau-lơ nghe. "Vậy, khi Đức Chúa Trời khiến ác thần nhập vào Sau-lơ, thì Đa-vít lấy đàn và gảy. Sau-lơ bèn được an ủi, lành mạnh, và ác thần lìa khỏi người." (1 Sam 16:23). Rõ ràng ác linh đã rời đi khi Đa-vít chơi bản nhạc được Đức Thánh Linh xức dầu.

Các yếu tố để đánh giá loại nhạc được sử dụng

Âm nhạc có thể được sử dụng để phát triển vương quốc Sa-tan. Tà linh có thể truyền cảm hứng cho con người viết nhạc. Do đó, một số bài hát có thể có hại về mặt thuộc linh và trở thành hòn đá vấp chân. Bạn nên đánh giá nhiều yếu tố khác nhau khi quyết định xem việc nghe một bài hát hoặc thể loại nhạc cụ thể có phù hợp hay không. Những yếu tố này bao gồm:

1. Lời bài hát có trái với Lời Chúa không?
2. Bạn có bị Đức Thánh Linh cáo trách hay lương tâm bạn cắn rứt trong hoặc sau khi nghe bài hát hoặc thể loại nhạc đó không?

3. Bài hát hoặc thể loại nhạc đó có kích thích trí tưởng tượng viễn vông, bạo lực hay thế tục không? Trí tưởng tượng viễn vông là nơi bạn bước vào một thế giới tưởng tượng, nơi bạn là ngôi sao nhạc rock hoặc thậm chí là nhạc sĩ Cơ Đốc, có thể hát trên sân khấu trước hàng nghìn người vì vinh quang của chính bạn. Dĩ nhiên, bạn có thể biện minh cho điều đó là vì bạn đang hát cho Chúa Giê-xu, nhưng nếu xem xét cẩn thận những mơ mộng hão huyền của mình, bạn có thể nhận thấy mình nhận một phần vinh quang hoặc danh tiếng như thế nào.

NÓI CHUYỆN VỚI NGƯỜI ĐÃ KHUẤT

Nhiều người thắc mắc liệu một người có thể liên lạc với linh hồn của người đã chết hay không. Một số người đã từng nghe những câu chuyện kể rằng ai đó đã liên lạc với một người đã chết và người này có thể cung cấp thông tin chi tiết mà chỉ người đã chết mới biết. Bà đồng là người tuyên bố mình có thể liên lạc với linh hồn của người đã chết. Thông thường, bà đồng cho phép một linh hồn nhập vào mình và thông qua mình nói chuyện với những người đã tập trung lại cho buổi lễ cầu hồn. Thuật ngữ "linh quen thuộc" được sử dụng trong bản Kinh Thánh King James được một số người giải thích là một tà linh quen thuộc với một người đã chết.

Luật cấm liên lạc với người đã chết

Kinh Thánh cấm tuyệt đối việc cố gắng liên lạc với những người đã chết và các linh quen thuộc. "Các ngươi chớ cầu đồng cốt hay là thầy bói; chớ hỏi chúng nó, e vì chúng nó mà các ngươi phải bị ô uế: Ta là Giê-hô-va, Đức Chúa Trời của các ngươi." (Lê 19:31). Đức Chúa Trời lập ra sự cấm đoán này vì nhiều lý do. Đầu tiên, người thực sự đã chết hoặc ở Thiên đường hoặc ở Địa ngục, không con người nào có thể liên lạc được với người đó. Thứ hai, bất kỳ liên hệ nào được thực hiện sẽ chỉ được thực hiện với một tà linh, kẻ giả mạo và đóng giả linh hồn người đã chết mà thôi.

Tà linh có thể đóng vai người chết

Những người tham gia vào các lễ cầu hồn thường tin rằng họ đã thực sự liên lạc được với một người đã khuất. Những người tham gia sẽ hỏi những câu hỏi rất riêng tư với linh mà không ai có thể biết được ngoại trừ người đã chết. Khi linh ấy trả lời đúng, thì những người tham gia tin rằng đây hẳn là người đã chết. Tuy nhiên, tà linh có khả năng đóng giả người đã chết. Một linh quen thuộc, tức là một tà linh, trước đó có thể đã theo dõi hoặc thu thập thông tin về người đã chết. Do đó, tà linh có thể có kiến thức để trả lời các câu hỏi một cách chính xác và đánh lừa những người tham gia buổi cầu hồn.

Có một câu chuyện trong Kinh Thánh khi Vua Sau-lơ cố gắng liên lạc với Sa-mu-ên, người đã chết trước đó:

> "Sau-lơ nói cùng các tôi tớ mình rằng: 'Hãy kiếm cho ta một người đàn bà biết cầu vong; ta sẽ đi đến người mà cầu vấn.' Các tôi tớ thưa rằng: 'Tại Ên-đô-rơ có một người đàn bà cầu vong,' Sau-lơ giả dạng mặc những áo khác, đi đem theo hai người, rồi đến nhà người đàn bà nầy lúc ban đêm. Sau-lơ nói: 'Xin ngươi hãy cầu vong mà bói cho ta, và hãy vời lên kẻ ta sẽ chỉ cho ngươi.'... Bấy giờ, người đàn bà nói: 'Tôi phải cầu ai trước mặt ông?' Sau-lơ đáp: 'Hãy cầu Sa-mu-ên.' *Khi người đàn bà thấy Sa-mu-ên, bèn la tiếng lớn nói cùng Sau-lơ rằng: Cớ sao ông gạt tôi? Ông là Sau-lơ!*" (1 Sam 28:7-12, phần nhấn mạnh được thêm vào).

Bà đồng ở Ên-đô-rơ là nhà tâm linh và ở dưới quyền lực của ma quỷ. Khi bà ta cố gắng liên lạc với người chết, có lẽ bà ta tin rằng mình đã liên lạc với người chết thực sự. Tuy nhiên, trên thực tế, bà ta chỉ liên lạc với một linh quen thuộc đóng giả người đã chết. Đó là điều gây tranh cãi giữa các học giả Kinh Thánh, nhưng ít nhất có vẻ như bà đồng ở Ên-đô-rơ *không* hề tiếp xúc với một tà linh trong cuộc gặp gỡ này. Bà không hề hay biết, bằng quyền tể trị và thẩm quyền thiêng liêng của Ngài, Đức Chúa Cha đã cho phép bà tiếp xúc với Sa-mu-ên thật. Trên thực tế, bà đã bị sốc khi Sa-mu-ên thực sự xuất hiện. "Khi người đàn bà thấy Sa-mu-ên, bèn la tiếng lớn nói cùng Sau-lơ rằng: 'Cớ sao ông gạt tôi? Ông là Sau-lơ!' " (1 Sam 28:12). Khi Sa-mu-ên thật xuất hiện, có thể bà đã bị sốc và ngạc nhiên vì bà chỉ quen với việc gặp gỡ các linh quen thuộc. Cần phải hiểu rằng, không phải quyền của người đồng cốt đã mang Sa-mu-ên thật đến. Một bà đồng không có quyền năng liên lạc với linh hồn thực sự của một người chết. Bà đồng chỉ có thể liên lạc với một tà linh đóng giả người chết mà thôi. Tất nhiên, trong nhiều trường hợp, không có tà linh nào hiện diện cả và những người tham gia bị lừa bởi một "bà đồng giả", kẻ đã sử dụng mánh khóe bịp bợm của con người. Đây có thể là lời giải thích cho một số cuộc gặp người chết mà người ta kinh nghiệm trong một buổi lên đồng.

Tà linh cư trú trong nhà

Một số người quả quyết đã trải qua những cuộc chạm trán siêu nhiên khiến họ tin rằng một ngôi nhà đã bị ma ám. Có lần một người phụ nữ kể với tôi rằng sau khi chồng cô mất, bóng đèn trong nhà cứ chập chờn, chập chờn. Cô tin chắc rằng người chồng quá cố của mình đang cố gắng liên lạc với cô. Những người khác quả quyết đã nhìn thấy bóng một linh hồn, nghe thấy giọng nói hoặc quan sát thấy những biểu hiện bất thường trong nhà của họ. Tất nhiên, đây có thể chỉ là trí tưởng tượng sống động của một người. Như tôi đã nói ở phần trước, khi một người chết đi, linh hồn của họ lập tức lên Thiên đàng hoặc xuống Địa ngục. Linh hồn hay tâm linh của một người không còn ở lại trên trái trần thế sau khi chết. Tuy nhiên, trong một số trường hợp, cũng có thể là những người sống trong nhà không hề tưởng tượng ra các hoạt động này. Rất có thể có những tà linh hiện diện trong nhà. Những tà linh này không phải là linh hồn của những người đã chết trước đó mà là các tà linh. Chúng có thể ở trong nhà để ám ảnh nỗi sợ hãi và lo âu của người sống ở đó.

Kiểu xâm nhập này có thể bị ngăn chặn ngay lập tức bằng cách đem thẩm quyền tín hữu chống lại các tà linh và ra lệnh cho chúng rời đi và lao xuống vực sâu. Thành thật mà nói, một khi bạn hiểu thẩm quyền tín hữu và sẵn sàng bóp cò chống lại các thế lực tối tăm, có lẽ bạn sẽ không bao giờ kinh nghiệm bất kỳ sự hiện hình siêu nhiên nào trong nhà. Điều đó có thể là quá rủi ro đối với một số quỷ.

SỰ HIỂN LỘ SIÊU NHIÊN

Đức Thánh Linh có thể làm ra những dấu kỳ phép lạ. Khi Đức Chúa Trời làm việc qua trung gian là một người nam hoặc nữ để thực hiện một dấu lạ siêu nhiên, theo nguyên tắc chung, người đó phải có Đức Thánh Linh. Chỉ những ai đã ăn năn tội lỗi của mình, tin vào Phúc Âm, tin vào sự đổ huyết của Chúa Giê-xu Christ, Đấng đã trả thay cho tiền công tội lỗi họ và đã đích thân tiếp nhận Chúa Giê-xu Christ làm Chúa và Cứu Chúa thì mới có Đức Thánh Linh ở trong họ.

Tà linh có thể giả mạo một số dấu kỳ và phép lạ

Sa-tan và các tà linh có thể thực hiện các dấu kỳ phép lạ. "Kẻ đó sẽ lấy quyền của quỉ Sa-tan mà hiện đến, làm đủ mọi thứ phép lạ, dấu dị và việc kỳ dối giả;" (2 Tês 2:9). Một ví dụ về khả năng thực hiện phép lạ của Sa-tan là khi Đức Chúa Trời biến cây gậy của A-rôn thành con rắn, Sa-tan cũng có thể làm giống y như vậy:

> "A-rôn liệng cây gậy mình trước mặt Pha-ra-ôn và quần thần, gậy liền hóa thành một con rắn. Còn Pha-ra-ôn bèn đòi các bác sĩ và thầy phù chú, là những thuật sĩ Ê-díp-tô; phần họ, cũng cậy phép phù chú mình mà làm giống y như vậy. Mỗi người liệng gậy mình, liền hóa thành rắn; nhưng gậy của A-rôn nuốt các gậy của họ." (Xuất 7:10-12).

Tại đây, các thuật sĩ, thầy phù chú và nhà thông thái của Ai Cập đã có thể sao chép hoặc làm giả phép lạ này. Họ không sử dụng mánh khoé bịp bợm của con người nhưng sức mạnh siêu nhiên của ma quỷ.

Các nguyên tắc quan trọng để ngăn ngừa sự lừa dối

Bất kỳ người nào thực hiện một hiển lộ siêu nhiên và không có Đức Thánh Linh thì rất có thể đang sử dụng một tà linh để làm nguồn của năng lực ấy, dù họ có biết về nó hay không. Không có loại năng lực tự nhiên nào có thể được khai thác để thực hiện hiện tượng siêu nhiên ngoài một thực thể tâm linh. Tà linh phải cung cấp cho con người năng lượng để thực hiện những kỳ tích này. Con người không có bất kỳ khả năng siêu nhiên cố hữu, sức mạnh tiềm ẩn trong tâm trí họ, hoặc năng lượng điện để thực hiện các hiển lộ siêu nhiên nào. Hơn nữa, một người có thể thực hiện một sự hiển lộ siêu nhiên mà thậm chí không biết rằng các tà linh đang ban cho mình khả năng ấy.

Một số người trong giới võ thuật tin rằng có một nguồn năng lượng sống, đôi khi được gọi là Ki, có thể được phát triển thông qua thiền định. Họ không tin sức mạnh đến từ tà linh mà chỉ đơn thuần là một sức mạnh năng lượng dựa trên các nguyên tắc khoa học. Sau khi được phát triển, sức mạnh năng lượng này được cho là có thể được sử dụng để di chuyển đồ vật bằng tâm trí của bạn hoặc thực hiện các kỳ công siêu nhiên khác. Trước khi dâng cuộc đời mình cho Chúa Giê-xu Christ, tôi đã dành nhiều năm tập võ với những người cố gắng phát triển và sử dụng Ki. Bộ phim nguyên bản *Chiến Tranh Giữa Các Vì Sao* đã mô tả khá tốt về Ki và trong bộ phim đó, nó được gọi là "thế lực". Khi bộ phim mới ra mắt, các huấn luyện viên võ thuật của tôi, những người có liên quan đến điều huyền bí, đã nhận xét rằng những người làm bộ phim hẳn đã biết về Ki.

Người chân thành vẫn có thể bị Sa-tan lừa dối

Một người có thể sử dụng sức mạnh ma quỷ để thực hiện các hiển lộ siêu nhiên ngay cả khi người ấy tuyên bố chưa bao giờ tìm kiếm hoặc cố gắng phát triển những khả năng này. Ngoài ra, một Cơ Đốc nhân có thể nhận được món quà siêu nhiên của Đức Thánh Linh giả bởi một cánh cửa rộng mở, thường là do lừa dối, kiêu ngạo hoặc ghen tị. Một người, thậm chí là một Cơ Đốc nhân được tái sinh, có thể sử dụng sức mạnh của ma quỷ để thực hiện một hiển lộ siêu nhiên ngay cả khi động cơ của người ấy là chân thành muốn chữa lành hoặc giúp đỡ người khác. Các huấn luyện viên võ thuật của tôi là những người rất tốt và tử tế. Họ chân thành muốn giúp đỡ mọi người. Nhiều người không thể hiểu sức mạnh siêu nhiên mà họ sở hữu là của ma quỷ sao được khi nó được sử dụng cho mục đích tốt. Chẳng hạn, một số người phân biệt giữa phép thuật phù thủy "trắng" và "đen". Vì vậy, nhiều người tin rằng cách sử dụng quyền năng siêu nhiên sẽ quyết định quyền năng đó là của Sa-tan hay của Đức Chúa Trời. Sai lầm trong niềm tin này là nó không tính đến việc trên thế giới này có đến hai nguồn sức mạnh siêu nhiên riêng biệt.

Đức Thánh Linh và Sa-tan đều có thể thi thố quyền năng siêu nhiên. Quyền năng của Đức Thánh Linh chỉ có thể được sử dụng cho những mục đích tốt lành để mang lại vinh quang và tôn trọng cho Chúa Giê-xu Christ. Sa-tan có thể thi hành quyền năng siêu nhiên mà chúng có thể được sử dụng cho những mục đích xấu và những mục đích có vẻ tốt lành. Ta có thể hỏi, tại sao Sa-tan lại sử dụng quyền năng siêu nhiên của mình cho những mục đích có vẻ tốt lành, bởi vì hắn là một thực thể tâm linh rất xấu xa? Cần phải nhận ra rằng mục tiêu chính của Sa-tan là làm cho con người trên thế giới mù loà về mặt thuộc linh, để họ không tiếp nhận Chúa Giê-xu Christ là Chúa và Cứu Chúa. Sa-tan sẵn sàng sử dụng quyền năng của mình để thực hiện những công việc có vẻ có mục đích tốt nếu nó làm mất đi sự tập trung vào nhu cầu của con người về một Đấng cứu họ khỏi tội lỗi hoặc nếu nó dẫn người ta tới chỗ bị lừa dối. Sa-tan biết rằng đa số mọi người sẽ tự động tin rằng một phép lạ siêu nhiên là đến từ Đức Chúa Trời nếu nó phục vụ cho một mục đích rõ ràng là tốt. Do đó, Sa-tan sẵn sàng thực hiện những hiển lộ siêu nhiên, có vẻ như cho mục đích tốt đẹp, để tiếp tục mục tiêu của hắn.

— 12 —

TỘI LỖI PHẢ HỆ

KINH THÁNH KHÔNG GIẢI THÍCH MỌI THỨ

Những gì được bày tỏ trong Lời Chúa về thế giới thuộc linh giống như phần nổi của tảng băng trôi. Đức Chúa Trời chỉ giải thích một phần rất nhỏ những gì đang diễn ra trong thế giới tâm linh. Đây là lý do tại sao Đức Chúa Trời đòi hỏi chúng ta phải tin cậy Ngài và bước đi bằng đức tin. Lời Chúa thường đưa ra một chân lý về một vấn đề cụ thể nhưng không phải lúc nào cũng đưa ra lời giải thích chi tiết hoặc hợp lý về lý do hoặc việc chân lý đó là đúng đắn ra sao. Chẳng hạn, Kinh Thánh nói rõ rằng Đức Thánh Linh ngự trong mọi tín hữu (Rô 8:9). Mỗi tín hữu đều có Đức Thánh Linh trọn vẹn bên trong họ, không phải chỉ một phần của Đức Thánh Linh mà thôi. Tuy nhiên, Kinh Thánh không giải thích làm thế nào 100% Đức Thánh Linh lại có thể ở trong tôi, 100% Đức Thánh Linh cũng có thể ở trong bạn và 100% Đức Thánh Linh cũng có thể ở trong hàng triệu người cùng một lúc. Chúng ta chấp nhận lẽ thật này bằng đức tin, mặc dù nó có vẻ phi logic và chúng ta không hiểu đầy đủ về nó.

Kinh Thánh cũng không đưa ra lời giải thích chi tiết và hợp lý về Đức Chúa Trời Ba Ngôi. Kinh Thánh khẳng định rõ ràng rằng Chúa Giê-xu Christ là Đức Chúa Trời (Côl 2:9). Tôi muốn nhấn mạnh rằng Kinh Thánh không nói rằng Chúa Giê-xu là một phần của Đức Chúa Trời hay chỉ có những phẩm tính giống Đức Chúa Trời. Thay vào đó, Kinh Thánh nói rõ rằng Chúa Giê-xu là Đức Chúa Trời. Kinh Thánh cũng nói Đức Thánh Linh là Đức Chúa Trời (Công 5:3-4) và Kinh Thánh nói Đức Chúa Cha là Đức Chúa Trời (Êph 4:6). Nếu điều này là đúng, dựa trên logic của con người, phải có ba Đức Chúa Trời. Tuy nhiên, Kinh Thánh cũng nói rằng chỉ có một Đức Chúa Trời (Phục 6:4). Cơ Đốc nhân thật thừa nhận lẽ thật của Kinh Thánh về Đức Chúa

Trời Ba Ngôi trong khi đồng thời vẫn tin rằng chỉ có một Đức Chúa Trời. Cơ Đốc nhân chấp nhận những lẽ thật này bằng đức tin, mặc dù không hiểu hết và đôi khi thấy khó giải thích cho người khác.

Kinh Thánh là cuốn sách có kiến thức tuyệt đối và hoàn hảo nhưng không phải là cuốn sách có kiến thức bao hàm toàn diện mọi thứ. Kinh Thánh không giải thích mọi thứ. Kinh Thánh không đưa ra lời giải thích toàn hảo và hợp lý cho mọi huyền nhiệm và mọi mâu thuẫn rõ ràng trong Lời Đức Chúa Trời. Đức Chúa Trời muốn chúng ta nương cậy Ngài và tin tưởng Ngài, ngay cả khi chúng ta không hiểu và không thể giải thích mọi sự một cách hợp lý. Điều này đặc biệt đúng đối với chủ đề tà linh hành hại trẻ nhỏ.

Chúng ta sẽ xem xét hai phân đoạn Kinh Thánh nói về việc tà linh có thể làm hại một đứa trẻ. Phân đoạn đầu tiên nằm trong chương 7 của Phúc âm Mác. *"Vì có một người đàn bà, con gái người bị tà ma ám,* đã nghe nói về Ngài, tức thì vào gieo mình dưới chân Ngài. Đàn bà ấy là người Gờ-réc, dân Sy-rô-phê-ni-xi. Người xin Ngài đuổi quỉ ra khỏi con gái mình." (Mác 7:25-26, phần nhấn mạnh được thêm vào). Hãy tưởng tượng điều này, "con gái nhỏ" của người đàn bà ấy có một con quỷ. Cô bé có lẽ còn quá nhỏ để dính líu đến tội lỗi đã thành thói quen làm hoặc mở những cánh cửa khác trong cuộc đời mình ra cho thế lực tối tăm. Như vậy, làm thế nào con quỷ ấy nhập vào em được? Kinh Thánh không đưa ra câu trả lời cho câu hỏi này.

Một ví dụ khác về một đứa trẻ bị một tà linh làm hại được mô tả trong chương 9 của Phúc âm Mác:

> "Một người trong đám đông thưa rằng: 'Lạy thầy, tôi đã đem con trai tôi tới cho thầy; nó bị quỉ câm ám, không cứ chỗ nào quỉ ám vào thì làm cho nổi kinh phong, sôi bọt mồm, nghiến răng, rồi nó mòn mỏi đi'... Đứa trẻ vừa thấy Đức Chúa Jêsus, tức thì quỉ vật mạnh nó, nó ngã xuống đất, rồi lăn lóc sôi bọt miếng ra. Đức Chúa Jêsus hỏi cha nó rằng: *'Điều đó xảy đến cho nó đã bao lâu? Người cha thưa rằng: Từ khi nó còn nhỏ.'"* (Mác 9:17-21, phần nhấn mạnh được thêm vào).

Chúa Giê-xu hỏi người cha: "Điều đó xảy đến cho nó đã bao lâu?" Câu trả lời của người cha rất thú vị. Người cha trả lời: "Từ khi nó còn nhỏ" (câu 21). Từ khi nó còn nhỏ! Câu trả lời của người cha khiến nhiều Cơ Đốc nhân cảm thấy lấn cấn. Họ lo lắng khi nhận ra rằng ngay cả một đứa trẻ nhỏ cũng có thể có một con quỷ. Sự thật này thường không phù hợp với khuôn khổ của nhiều cái khung thần học Cơ Đốc giáo vốn đưa ra những câu trả lời dễ dàng và đơn giản cho những câu hỏi phức tạp.

BẺ GÃY XIỀNG XÍCH CỦA MA QUỶ TRÊN CON CÁI

Tôi biết ơn Chúa vì thẩm quyền của tín hữu đủ để bẻ gãy mọi xiềng xích ma quỷ trên một đứa trẻ, bất kể chúng ta có lời giải thích hợp lý nào về việc làm thế nào tà linh có thể có được chỗ đứng hay không. Là cha mẹ và thành viên hội thánh, chúng ta cần cầu nguyện cho con cái và những đứa trẻ nhỏ tham gia với hội thánh của chúng ta vì chúng dễ bị tổn thương. Sa-tan không chiến đấu cách công bằng và sẽ tấn công những người trẻ tuổi, người dễ bị tổn thương và người yếu đuối. Bạn có thể cầu nguyện như sau:

> "Lạy Cha Thiên Thượng, con giao phó các con cái của con cho Cha. Con cầu nguyện rằng một ngày nào đó chúng sẽ tiếp nhận ơn tha thứ của Ngài. Cho đến ngày đó, con đứng trong nơi sứt mẻ cho các con cái con. Con nắm lấy thẩm quyền thuộc linh mà con có khi con 'ngồi với Đấng Christ' bên hữu Ngài và phá huỷ mọi đồn luỹ của tà linh trong các con cái con. Con trói buộc tất cả các tà linh có thể tìm cách tấn công hoặc làm hại bất kỳ đứa con nào của con. Con ra lệnh tống những tà linh này xuống vực sâu."

THUYẾT XIỀNG XÍCH MA QUỶ BẮT NGUỒN TỪ TỘI LỖI PHẢ HỆ

Tôi sẽ thảo luận về một thuyết phổ biến nói về cách tà linh làm hại đến trẻ nhỏ. Mục đích của tôi khi phân tích thuyết này là để giảm thiểu bất kỳ sự nhầm lẫn nào mà bạn có thể gặp phải nếu bạn tiếp xúc với thuyết này trong tương lai. Thuyết tà linh có thể được truyền từ các thế hệ trước này cho rằng cá nhân có thể bị xiềng xích của ma quỷ trong đời sống không chỉ do tội lỗi chưa ăn năn của cá nhân ấy mà còn vì tội lỗi chưa ăn năn của những người thân trong thế hệ trước họ. Một số người tin rằng khi một người chết và có tội lỗi chưa được ăn năn, tà linh sẽ mang đặc trưng tội lỗi cụ thể đó đến một người ở đời tiếp theo. Phân đoạn Kinh Thánh chính được sử dụng để hỗ trợ lý thuyết này là Điều Răn Thứ Hai:

> "Ngươi chớ làm tượng chạm cho mình, cũng chớ làm tượng nào giống những vật trên trời cao kia, hoặc nơi đất thấp nầy, hoặc trong nước dưới đất. Ngươi chớ quì lạy trước các hình tượng đó, và cũng đừng hầu việc chúng nó; vì ta là Giê-hô-va Đức Chúa Trời ngươi, tức là Đức Chúa Trời kỵ tà, hễ ai ghét ta, *ta sẽ nhân tội tổ phụ phạt lại con cháu đến ba bốn đời,*" (Xuất 20:4-5, phần nhấn mạnh được thêm vào).

Một số người ủng hộ thuyết này nói rằng tội lỗi hoặc xiềng xích tội lỗi của tổ tiên có thể bị truyền lại cho thế hệ thứ ba và thứ tư. Họ lập luận rằng chính tà linh đã truyền những xiềng xích tội lỗi này cho thế hệ tiếp theo. Thuyết này được hỗ trợ bởi nhiều lãnh đạo Cơ Đốc, cả người theo phái ân tứ lẫn người không theo phái ân tứ, những người viết sách về chiến trận thuộc linh và có sẵn thông tin trên internet về vấn đề này.

Nhiều nhà lãnh đạo ủng hộ cho thuyết này đã làm mục vụ giữa vòng nhiều cá nhân đang ở trong xiềng xích của tà linh. Một số nhà lãnh đạo Cơ Đốc trong số đó cho rằng trong các buổi cầu nguyện giải cứu, tà linh đã thừa nhận rằng chúng đã nhập vào người đó trước khi người đó được sinh ra và "quyền" nhập vào của chúng dựa trên tội lỗi của các thế hệ trước. Một số người theo thuyết này cho rằng người bị tà linh phả hệ này cư ngụ phải ăn năn hoặc từ bỏ tội lỗi của những thế hệ trước thì mới phá vỡ thành trì của ma quỷ.[20]

CÁC CẢNH BÁO LIÊN QUAN ĐẾN SỰ TỒN TẠI CỦA CÁC LINH PHẢ HỆ

Những người tin vào thuyết về sự dính líu của ma quỷ bởi những tội lỗi chưa ăn năn trong quá khứ của thế hệ trước dựa vào hầu hết những câu Kinh Thánh trong Cựu Ước. Tuy nhiên, nhiều lời hứa và lời rủa sả trong Cựu Ước chỉ dành cho con cái Y-sơ-ra-ên và không thể áp dụng tuyệt đối cho hội thánh hoặc cá nhân các tín hữu ngày nay. Tuy nhiên, các nguyên tắc tìm thấy trong Cựu Ước vẫn chứa đựng những nguyên tắc thích hợp cho ngày nay. Cần phải thận trọng khi giải thích những câu Kinh Thánh này. Chúng ta cần giữ những câu Kinh Thánh này trong bối cảnh thích hợp của chúng. Với việc lưu ý đến bối cảnh, tôi muốn chia sẻ một vài dấu hiệu cảnh báo nguy hiểm, hoặc lưu ý để cảnh báo mà chúng ta nên được xem xét về thuyết này.

Con cái bị ảnh hưởng thông qua những hậu quả tự nhiên do tội lỗi của cha mẹ chúng gây ra

Rõ ràng là một người có thể bị ảnh hưởng không chỉ bởi tội lỗi cá nhân của mình, mà còn bởi tội lỗi của người khác. Con cái có thể bị ảnh hưởng bởi những hậu quả tự nhiên của những tội lỗi mà cha mẹ chúng đã phạm. Ví dụ, nếu một người cha nghiện rượu và không chịu chu cấp cho gia đình, vợ và con của anh ta sẽ phải khổ. Nếu một người ngoại tình và sau đó ly dị vợ, rõ ràng con cái sẽ bị ảnh hưởng. Tuy nhiên, những loại hậu quả tự nhiên của tội lỗi này không phải là kết quả của việc Đức Chúa Trời trừng phạt con cái vì tội lỗi của cha mẹ. Con trẻ thực sự là nạn nhân do tội lỗi của cha mẹ.

Có câu Kinh Thánh Cựu Ước nói rằng trẻ em có thể bị ảnh hưởng bởi tội lỗi của người thân trong các thế hệ trước của chúng. "Hỡi Chúa, tôi cầu xin Chúa cứ mọi sự công bình Ngài khiến cơn giận và thạnh nộ của Ngài xây khỏi thành Giê-ru-sa-lem Ngài, tức là núi thánh Ngài; vì ấy là bởi tội lỗi chúng tôi và sự gian ác tổ phụ chúng tôi mà Giê-ru-sa-lem và dân Ngài *phải chịu* những kẻ ở chung quanh chúng tôi sỉ nhục" (Đa 9:16). Đa-ni-ên và thế hệ của ông bị ảnh hưởng bởi tội lỗi của tổ phụ họ. Đa-ni-ên nhận thấy rằng cơn thịnh nộ của Đức Chúa Trời giáng xuống Giê-ru-sa-lem là để đáp lại, không chỉ tội lỗi của thế hệ hiện tại, mà còn "sự gian ác" của tổ phụ, những người ở thế hệ trước của họ. Bối cảnh của phân đoạn Kinh Thánh này cho thấy rằng sự trừng phạt của Đức Chúa Trời đang đến với toàn thể dân tộc Y-sơ-ra-ên vì những tội lỗi trong quá khứ. Mặt khác, sách Giê-rê-mi nói rõ rằng tội lỗi của cha có thể ảnh hưởng trực tiếp đến con cái của họ:

> "Ôi! Hỡi Chúa Giê-hô-va! Chính Ngài đã dùng quyền phép lớn và cánh tay giơ ra mà làm nên trời và đất; chẳng có sự gì là khó quá cho Ngài cả. Ngài tỏ sự thương xót ra cho muôn vàn, *báo trả sự gian ác ông cha vào mình con cháu nối sau.* Ngài là Đức Chúa Trời lớn, là Đấng toàn năng, danh Ngài là Đức Giê-hô-va vạn quân." (Giê 32:17-18, phần nhấn mạnh được thêm vào).

Đoạn này cho thấy rằng Đức Chúa Trời "báo trả sự gian ác ông cha vào đời con cháu của họ." Tuy nhiên, nghĩa của từ "báo trả" vẫn hơi mơ hồ. Ở mức tối thiểu, dường như "hậu quả" tội lỗi của ông cha có thể ảnh hưởng đến con cái ngay cả trước khi chúng được sinh ra. Cũng vậy, các môn đồ, ngay từ thời điểm bắt đầu chức vụ, đã thể hiện niềm tin rằng bệnh tật có thể do tội lỗi của một người hoặc thậm chí là tội lỗi của cha mẹ họ gây ra, rất có thể dựa trên những câu này và những câu Kinh Thánh Cựu Ước khác. "Môn đồ hỏi Ngài rằng: Thưa thầy, ai đã phạm tội, người hay là cha mẹ người, mà người sanh ra thì mù như vậy? Đức Chúa Jêsus đáp rằng: Đó chẳng phải tại người hay tại cha mẹ đã phạm tội; nhưng ấy để cho những việc Đức Chúa Trời được tỏ ra trong người." (Giăng 9:2-3). Trong trường hợp cụ thể này, Chúa Giê-xu tuyên bố rằng mù lòa không phải do tội lỗi của người mù hay của cha mẹ người ấy gây ra.

Ăn năn tội lỗi của người khác

Các tín hữu không bắt buộc phải ăn năn tội lỗi của những người trong thế hệ trước họ. Ông của tôi đã tự sát. Khi đó, bà tôi đang mang thai mẹ tôi được sáu tháng. Đây là một sai phạm lớn mà ông của tôi đã làm. Tuy nhiên, tôi không phạm tội này. Tôi không chịu trách nhiệm cá nhân hoặc chịu trách nhiệm về tội lỗi ông tôi. "Linh hồn nào phạm tội thì sẽ chết. Con sẽ không mang sự gian ác của cha, và cha không mang sự gian ác của con"

(Êxê 18:20). Phân đoạn Kinh Thánh này nói rõ rằng Đức Chúa Trời *không* trừng phạt con cái vì tội lỗi của tổ phụ và phân đoạn Kinh Thánh này được viết bởi tiên tri Ê-xê-chi-ên, người cùng thời với Giê-rê-mi. Vì vậy, khi Đức Chúa Trời phán trong Giê-rê-mi 32:18 rằng Ngài "báo trả sự gian ác ông cha vào mình con cháu nối sau," dựa trên những gì Ê-xê-chi-ên tuyên bố ở đây, chúng ta biết rằng điều đó có nghĩa khác với việc Đức Chúa Trời trừng phạt con cái vì tội lỗi của cha mẹ khi những đứa trẻ hoàn toàn vô tội về tội lỗi ấy.

Tín hữu được bảo vệ khỏi cơn thịnh nộ của Đức Chúa Trời

Tín hữu không còn ở dưới cơn thịnh nộ của Đức Chúa Trời nhờ vào huyết của Chúa Giê-xu Christ. "Huống chi nay chúng ta đã nhờ huyết Ngài được xưng công bình, thì sẽ nhờ Ngài được cứu khỏi cơn thạnh nộ là dường nào!" (Rô 5:9). Điều răn thứ hai nói rằng Đức Chúa Trời "nhân tội tổ phụ phạt lại con cháu đến ba bốn đời," (Xuất 20:5). Tuy nhiên, Đức Chúa Trời không đoán xét tôi vì tội lỗi của tôi (hoặc vì tội lỗi của cha mẹ tôi), đó là vì tôi đã được tha thứ. Tôi đã được tha thứ những tội lỗi trong quá khứ, hiện tại và thậm chí cả tương lai. Tôi được bao phủ bởi huyết của Chúa Giê-xu Christ, vì vậy cơn thịnh nộ của Chúa và sự phán xét của Ngài sẽ vượt qua tôi. Nếu bạn là tín đồ, điều tương tự cũng đúng với bạn.

Nếu sự thật là Đức Chúa Trời vẫn xét tội lỗi của tổ phụ trên thế hệ thứ ba và thứ tư, bởi vì nguyên tắc được nêu trong Xuất Ê-díp-tô Ký 20:5 vẫn còn áp dụng, thì chúng ta biết rằng sự rủa sả này hoàn toàn đã bị huỷ bỏ vào thời điểm một người tiếp nhận Chúa Giê-xu Christ làm Chúa và Cứu Chúa.[21]

Sau khi bạn tiếp nhận ơn tha thứ của Đức Chúa Trời, chắc chắn Đức Chúa Trời sẽ không đoán xét bạn vì tội lỗi của ông bà tổ tiên bạn đời thứ ba, thứ tư trở về trước. Đây là một điểm rất quan trọng cần nhớ.

Thông tin thu được từ tà linh

Phần lớn thông tin ủng hộ thuyết cho rằng tà linh có thể được truyền qua các thế hệ tiếp theo dường như đã được những người làm mục vụ nhận biết được trong quá trình giao tiếp với các tà linh khi cố gắng đuổi chúng ra khỏi con người.[22]

Những người làm mục vụ này lập luận rằng nhiều người chỉ tìm thấy sự giải cứu sau khi đối mặt với những tà linh phả hệ. Tuy nhiên, kinh nghiệm vốn dĩ không đáng tin cậy. Cơ Đốc nhân phải có khả năng đánh giá lẽ thật của bất kỳ giáo lý nào một cách độc lập bằng cách chỉ dựa vào Kinh Thánh mà thôi. Tôi sẽ không coi một niềm tin hay thuyết là giáo lý và lẽ thật tuyệt đối khi nó được cho là đến từ một tà linh, và nó không thể được xác minh một cách độc lập từ Lời của Đức Chúa Trời.

Kinh thánh không nói về thực tại các linh phả hệ

Không có chỗ nào trong Kinh Thánh nói rõ rằng tà linh có quyền sử dụng tội lỗi của các thế hệ trước để tấn công các thế hệ tương lai. Điều răn thứ hai nói rằng "ta sẽ nhân tội tổ phụ" phạt lại con cháu ở thế hệ tương lai. Điều răn này không nói rằng ma quỷ sẽ truyền xuống các thế hệ tương lai vì những tội lỗi chưa được ăn năn của các thế hệ trước.[23] Đó là tự diễn giải ý mình vào văn bản Kinh Thánh. Có thể nào khi một người chết và phạm tội chưa ăn năn, các tà linh có thể mang đặc điểm của tội lỗi cụ thể đó đến cho một người ở thế hệ tiếp theo, là điều được thể hiện qua cám dỗ phạm tội trọng ở một lĩnh vực cụ thể? Vâng, có thể. Không chỗ nào trong Kinh Thánh loại trừ khả năng này - nhưng Kinh Thánh thì không hề nói đến.

Tôi không khẳng định rằng các nhà lãnh đạo Cơ Đốc tán thành thuyết này là sai, nhưng chúng ta không thể xác minh thuyết này một cách độc lập chỉ dựa trên khuôn khổ của Kinh Thánh. Nếu tôi có một chiếc thuyền, tôi muốn nó được cố định bằng dây thừng và buộc vào bến tàu, để nó không trôi đi. Tương tự, tôi muốn tất cả niềm tin về cuộc chiến thuộc linh của mình được neo chặt an toàn nơi Lời Chúa. Những lý thuyết hay về cách thức vận hành của thế giới tâm linh vẫn chỉ nên là lý thuyết hoặc niềm tin cá nhân và không nên được dạy như những lẽ thật giáo lý tuyệt đối. Trong cõi đời đời, Đức Chúa Trời có thể giải thích nhiều điều bí ẩn của thế giới tâm linh mà hiện nay con người đang suy đoán. Tuy nhiên, trong việc tìm kiếm câu trả lời và giải thích của Hội Thánh cho những câu hỏi khó, cần phải cẩn thận để không vượt ra ngoài Kinh Thánh.

Có một điều chúng ta biết chắc chắn tuyệt đối. Dựa trên thẩm quyền của Lời Chúa, tà linh không có quyền hợp pháp để ở lại trong một tín hữu dựa trên tội lỗi của các thế hệ trước. Điều này là rõ ràng! May mắn thay, Đức Chúa Trời đã cung cấp đủ thông tin trong Kinh Thánh để có thể phá vỡ bất kỳ xiềng xích nào của ma quỷ, bất kể nó xảy ra như thế nào, ngay cả khi nó bắt nguồn từ những tội lỗi chưa được ăn năn trong quá khứ của những người thân đã khuất và được cho là linh phả hệ. Hãy nhớ rằng kiến thức của chúng ta về thế giới tâm linh, như được tiết lộ trong Kinh Thánh, giống như phần nổi của tảng băng trôi. Hãy tưởng tượng nếu bạn chỉ có thể nhìn thấy 3% của một tảng băng trôi và 97% ở dưới nước nằm ngoài tầm nhìn của bạn. Chúng ta hiểu ít hơn 3% những gì xảy ra trong thế giới tâm linh. Nhưng Đức Chúa Trời biết tất cả. Kinh Thánh nói rằng Đức Chúa Trời biết số lượng các vì sao và Ngài đặt tên cho chúng. Đức Chúa Trời biết cách thức hoạt động của các tà linh và cách chúng trói buộc cả những đứa trẻ nhỏ. Kinh Thánh nói rằng không có tạo vật nào khuất khỏi tầm nhìn của Ngài: "Chẳng có vật nào được giấu kín trước mặt Chúa, nhưng hết thảy đều trần trụi và lộ ra trước mắt Đấng mà chúng ta phải thưa lại." (Hê 4:13). Người tín hữu không cần kiến thức chuyên sâu về thế giới tâm linh ngoài Kinh Thánh để phá vỡ được xiềng xích ma quỷ.

Tôi muốn nhấn mạnh rằng không phải kiến thức thấu đáo của tín hữu về thế giới tâm linh mang lại chiến thắng trước Sa-tan và các đạo quân của hắn, mà chính là đức tin của chúng ta nơi Chúa Giê-xu Christ. Nếu không phải như vậy, hẳn Kinh Thánh đã cung cấp thêm thông tin về cách thức hoạt động của các tà linh. Là tín hữu, chúng ta phải đứng trên lẽ thật của Lời Chúa. Thứ nhất, Đức Chúa Trời đã tha thứ mọi tội lỗi của chúng ta qua huyết của Chúa Giê-xu Christ. Thứ hai, mối quan hệ của chúng ta với Sa-tan đã bị cắt đứt. Thứ ba, trong Đấng Christ, chúng ta có thẩm quyền để phá vỡ mọi xiềng xích của ma quỷ, bất kể nguồn gốc của chúng.

THẨM QUYỀN BẺ GÃY XIỀNG XÍCH PHẢ HỆ CỦA MA QUỶ

Đức Chúa Trời đã cung cấp một vũ khí đầy sức mạnh được gọi là thẩm quyền của tín hữu. Trong Chương 10, tôi đã mô tả rằng thẩm quyền này giống như một khẩu súng. Tôi không cần phải tháo súng ra và hiểu cách thức hoạt động của từng bộ phận thì mới có thể sử dụng được nó. Tôi chỉ cần nhắm đúng hướng và bóp cò. Đức Chúa Trời chỉ đang yêu cầu chúng ta nắm lấy thẩm quyền của tín hữu, nhắm vào các thế lực tối tăm và bóp cò bằng đức tin. "Bảy mươi môn đồ trở về cách vui vẻ, thưa rằng: 'Lạy Chúa, vì danh Chúa, các quỉ cũng phục chúng tôi'... 'Nầy, Ta [Chúa Giê-xu] đã ban quyền cho các ngươi giày đạp rắn, bò cạp, và mọi quyền của kẻ nghịch dưới chân; không gì làm hại các ngươi được.'" (Lu 10:17-19). Đức Chúa Trời có thể phá vỡ mọi xiềng xích ma quỷ bất kể nguồn gốc của nó.

Nếu bạn có bất kỳ lo ngại nào về việc sức mạnh ma quỷ gắn liền với tội lỗi, sự lạm dụng, sang chấn thế hệ hoặc bất kỳ lý do nào khác, bạn có thể cân nhắc cầu nguyện lời cầu nguyện này:

> "Lạy Cha Thiên Thượng, con nắm lấy thẩm quyền thuộc linh mà con có khi con 'ngồi với Đấng Christ' bên hữu Ngài, và con trói buộc các tà linh, kẻ có bất kỳ đồn lũy nào trong cuộc đời của con, bất kể sự ràng buộc đó bắt nguồn từ đâu. Con cảm ơn Ngài vì mối quan hệ của con với Sa-tan đã bị cắt đứt nhờ huyết của Đấng Christ. Con ra lệnh cho tất cả các tà linh rời khỏi con và lao xuống vực sâu."

Hãy nhớ rằng sau khi bạn thực hành thẩm quyền của tín hữu và đưa ra khẩu lệnh, chính Đức Chúa Trời và vô vàn thiên sứ thánh sẽ thực thi thẩm quyền của bạn. Khi bạn đưa ra khẩu lệnh, một trận chiến bắt đầu trong thế giới tâm linh. Có những trận giành được chiến thắng nhanh chóng và có những trận cần thời gian. Chúa Giê-xu Christ tuyên bố rằng một số xiềng xích của ma quỷ không bị phá vỡ ngay lập tức mà chỉ sau khi kiêng ăn và cầu nguyện. Cũng nên nhớ trong Đa-ni-ên chương 10, thiên sứ thánh đã mất 21 ngày để vượt qua sự cản trở của ma quỷ trước khi đến được với Đa-ni-ên. Tương tự, đừng nản lòng nếu bạn không thấy kết quả ngay lập tức, nhưng hãy vững tin rằng Đức Chúa Trời đang tích cực hành động để đánh bại các thế lực tối tăm trong cuộc đời của bạn và những người mà bạn đang cầu thay cho.

— 13 —

PHÁ BỎ ĐỒN LUỸ CỦA MA QUỶ

Ở một thời điểm nào đó trong cuộc đời bạn, Đức Chúa Trời có thể hướng dẫn bạn cầu nguyện và tham vấn cho một người có thể bị ma quỷ trói buộc. Trước tiên, tôi sẽ chia sẻ một số bước quan trọng mà tôi đề nghị khi chuẩn bị bước vào trận chiến thuộc linh. Những bước này nên được thực hiện trước khi đối đầu với ma quỷ trong các phiên tham vấn, nếu thời gian cho phép. Sự chuẩn bị là chìa khóa để chiến thắng trong các chiến trận thuộc linh.

CHUẨN BỊ CHO TRẬN CHIẾN

Đầu tiên, hãy cầu xin Đức Chúa Trời bày tỏ bất kỳ tội lỗi nào chưa được ăn năn trong đời sống bạn. Cần đảm bảo rằng bạn là một chiếc bình trống không. Tội lỗi không phân rẽ mối quan hệ của một tín hữu với Đức Chúa Trời, nhưng nó cản trở mối thông công và sự mật thiết giữa người ấy với Đức Chúa Trời. Tội lỗi cản trở sự tốt lành của Đức Chúa Trời và quyền năng của Đức Thánh Linh. Nó sẽ ngăn cản niềm vui của bạn. Nó làm hỏng các mối quan hệ. Tội lỗi chưa ăn năn là cánh cửa bỏ ngỏ cho thế lực tối tăm thâm nhập vào cuộc đời của chính bạn.

Thứ hai, hãy dâng mọi lĩnh vực trong cuộc đời của bạn cho Đức Thánh Linh và hãy đầy dẫy Đức Thánh Linh. Kiểm tra để đảm bảo rằng mọi lĩnh vực (mọi căn phòng) trong cuộc sống của bạn đã đầu phục và nhường chỗ cho Đức Thánh Linh. Hãy xin Đức Chúa Trời đổ đầy Đức Thánh Linh trên bạn. Hãy chắc chắn rằng bạn xem lại danh sách "Những Lĩnh Vực Phải Đầu Phục Đức Thánh Linh" trong phần Phụ Lục. Bạn nên thành tâm giao phó mọi lĩnh vực trong danh sách liệt kê cho Đức Thánh Linh. Sử dụng danh sách ấy làm điểm khởi đầu.

Thứ ba, xin Đức Chúa Trời bảo vệ. Hãy cầu xin Đức Chúa Trời sai các thiên sứ thánh bảo vệ bạn. Hãy cầu xin Đức Chúa Trời sai các thiên sứ thánh bảo vệ gia đình và những người thân yêu của bạn. Nếu Sa-tan không thể làm hại bạn, hắn sẽ cố làm hại những người bạn yêu thương.

Thứ tư, hãy mặc lấy từng khí giới trong bộ khí giới của Đức Chúa Trời. Tôi đã cung cấp những lời cầu nguyện ví dụ cho việc mặc lấy từng khí giới của Đức Chúa Trời trong phần Phụ Lục.

Thứ năm, hãy cầu nguyện xin Đức Chúa Trời bày tỏ bất kỳ cánh cửa nào đang mở trong cuộc đời của người đó. Hãy cầu nguyện để người bị ma quỷ trói buộc sẽ được cáo trách và nhận thức được bất kỳ cánh cửa mở nào đó trong cuộc đời họ đã trao cho ma quỷ sức mạnh để tạo ra xiềng xích ấy. Kho Tội Lỗi ở Phần Phụ Lục mà chúng ta đã thảo luận trong Chương 1 là một công cụ tuyệt vời nên sử dụng. Bạn hãy cố khuyến khích người đó dành thời gian cầu nguyện, cầu xin Đức Chúa Trời dùng Đức Thánh Linh cáo trách và bày tỏ tội lỗi chưa ăn năn trong đời sống của họ. Quá trình này có thể mất vài tuần tùy thuộc vào số lượng tội lỗi mà họ chưa ăn năn. Thông thường, khi một người ăn năn một tội hoặc nhiều tội, ma quỷ sẽ rời đi và xiềng xích được gỡ bỏ, ngay cả khi không đối đầu trực tiếp. Nhiều cá nhân được giải thoát khỏi sự ràng buộc của ma quỷ chỉ bằng cách ăn năn; Tuy nhiên, không phải lúc nào cũng vậy.

Thứ sáu, cầu nguyện xin Đức Chúa Trời sai các thiên sứ thánh đến làm suy yếu các tà linh. Hãy nhớ rằng trận chiến thuộc linh thường có thắng có thua trước khi thực sự đối đầu với ma quỷ. Vì vậy, hãy cầu xin Đức Chúa Trời làm suy yếu những tà linh đang tạo ra xiềng xích ấy. Ngoài ra, hãy nhớ rằng Chúa Giê-xu Christ đã nói rằng một số loại ma quỷ chỉ có thể đuổi bằng cách kiêng ăn và cầu nguyện.

ĐỐI ĐẦU TRỰC DIỆN

Khi tín hữu thực sự đương đầu với một tà linh trong một người, trong một buổi tham vấn chính thức, tốt nhất là có ít nhất một tín hữu khác cùng có mặt. Nếu người được tham vấn là nữ, nếu có thể, nên có mặt một nữ tín đồ khác. Điều này sẽ bảo vệ người nam trong trường hợp tà linh trong người phụ nữ kia cố tạo ra một tình huống để làm mất thể diện hoặc hủy hoại thanh danh của người nam. Tất nhiên, điều này cũng áp dụng tương tự nếu một người nữ giúp cho một người nam, thì một người nam khác cũng nên có mặt.

Một trong những tín hữu có mặt phải chịu trách nhiệm nói chuyện và ra lệnh cho các quỷ. Nên có một người phụ trách chính. Hãy quyết định vấn đề này trước. Tôi không khuyên nhiều người nói chuyện và ra lệnh cho các quỷ. Điều này thường tạo ra sự lộn xộn. Các tín hữu khác có mặt nên cầu nguyện thầm như Đức Thánh Linh hướng dẫn, yểm trợ những yêu cầu của người phụ trách.

NAN ĐỀ CẦU NGUYỆN SƠ BỘ

Tôi khuyên bạn nên đề cập đến ba lĩnh vực cụ thể trong lời cầu nguyện với người mà bạn đang tham vấn.

Đầu tiên, hãy cầu nguyện để có được sự khôn ngoan và khả năng phân biệt. Điều này rất quan trọng vì bạn có thể phải đương đầu với những tình huống bối rối và khó hiểu khi cố gắng bẻ gãy xiềng xích của ma quỷ. Vì vậy, tín hữu nên giao phó toàn bộ quá trình ấy cho Đức Chúa Trời và xin Chúa ban sự khôn ngoan và khả năng phân biệt.

Thứ hai, hãy cầu nguyện để được Chúa bảo vệ khỏi các thế lực tối tăm. Các tín hữu nên cầu nguyện để xin Chúa bảo vệ thể chất, tinh thần, cảm xúc và tâm linh của người bị ma quỷ cư ngụ và của tất cả những người tham gia. Tín hữu ấy nên cầu nguyện để tất cả những người có mặt sẽ được bao phủ bởi huyết của Chúa Giê-xu Christ, cầu nguyện để các thiên sứ hộ mệnh của họ sẽ hiện diện ở đó. Tín hữu ấy nên cầu nguyện xin Đức Chúa Trời gửi thêm các thiên sứ để tạo thành một bức tường lửa xung quanh họ (Xa 2:5).

Thứ ba, hãy cầu nguyện xin Đức Chúa Trời sai thiên sứ thánh bao quanh khu vực địa lý đó. Tôi tin rằng tà linh có thể di chuyển trên trái đất với tốc độ ánh sáng. Các tín hữu nên cầu nguyện xin Đức Chúa Trời gửi vô số thiên sứ thánh đến. Tôi tin chắc rằng lời cầu nguyện này tạo ra một vùng đệm có thể ngăn không cho Sa-tan phái những con quỷ từ những nơi khác nhau trên thế giới đến để hỗ trợ những con quỷ trong người đang bị mắc kẹt và sắp bị đưa xuống vực sâu.

RA LỆNH CHO CÁC TÀ LINH

Tiếp theo, tín hữu cần đưa ra ba mệnh lệnh phổ thông dành cho ma quỷ. Tất cả các mệnh lệnh đối với ma quỷ nên được thực hiện bằng thẩm quyền của tín hữu.

Đầu tiên, hãy ra lệnh cho các tà linh không được nói trừ khi bạn đặt câu hỏi. Nếu một con quỷ hiển lộ bằng cách sử dụng dây thanh quản của người đó khi chưa được phép nói, thì tín hữu ấy nên ra lệnh cho con quỷ "đi xuống" hoặc "im lặng". Tín hữu ấy có thể cần phải kiên quyết với thẩm quyền của mình và cầu xin Đức Chúa Trời sai các thiên sứ thánh thi hành mệnh lệnh này. Quỷ có thể muốn nói quá nhiều để tạo sự phân tâm.

Thứ hai, hãy ra lệnh cho lũ quỷ không được làm hại người đó khi chúng rời đi. Điều này hiếm khi xảy ra, nhưng đôi khi ma quỷ sẽ cố gắng làm hại người đó khi chúng rời đi, vì vậy điều này rất quan trọng.

Thứ ba, hãy ra lệnh cho các tà linh lao xuống vực sâu khi chúng rời đi. Hãy cầu xin Đức Chúa Trời sai các thiên sứ thánh thi hành mệnh lệnh này và đuổi chúng xuống vực sâu. Đừng để một con quỷ nào trong số đó trốn thoát.

CÁC BƯỚC QUAN TRỌNG ĐỂ TỰ DO

Có năm bước cơ bản cho việc bẻ gãy xiềng xích thuộc linh. Bước đầu tiên là xác nhận rằng người đó đã nhận ơn tha thứ của Đức Chúa Trời. Ngay cả khi người đó tự nhận mình đã được cứu, thì bạn cũng nên điểm lại kế hoạch cứu rỗi cho họ nghe. Bạn cần cẩn thận xác nhận rằng từng điều kiện để được cứu rỗi đã được đáp ứng: thừa nhận, tin và cam kết. Nhiều người nghĩ rằng họ được cứu chỉ vì họ lặp đi lặp lại lời cầu nguyện tin Chúa, tham dự một hội thánh hoặc chịu phép báp têm. Bạn cần xem xét cẩn thận xem người đó có tin Phúc Âm, có thực sự ăn năn tội lỗi của mình và có đầu phục Chúa Giê-xu Christ làm Chúa của đời sống họ hay không.

Bước thứ hai là xác định tất cả các cánh cửa đang mở trong cuộc đời của người đó. Những cánh cửa rộng mở thường chứa tội lỗi chưa chịu ăn năn. Tuy nhiên, tôi muốn nói rõ rằng ban đầu, một tà linh có thể xâm nhập vào một người theo những cách khác với những tội lỗi chưa ăn năn như kinh nghiệm bị lạm dụng hoặc kinh nghiệm sang chấn. Như chúng ta đã thảo luận trong Chương 12, Kinh Thánh không cung cấp một danh sách đầy đủ tất cả những cách ma quỷ có thể bước vào một người. Cũng nên nhớ rằng, có thể ma quỷ đã có trong người đó trước khi người đó được cứu và nó vẫn còn ở lại đó. Khi tôi sử dụng thuật ngữ mở cửa, tôi thường đề cập đến điều gì đó nằm dưới sự kiểm soát của một người (chẳng hạn như tội lỗi chưa ăn năn hoặc sự lừa dối) mà nếu không được xử lý trước có thể cho phép những con quỷ khác quay trở lại sau khi những con quỷ hiện đang ở trong người đó bị đuổi ra. Tuy nhiên, tôi cũng ý thức rằng quỷ có thể vào được mà không phải do lỗi của người đó.

Trong buổi tham vấn, ngay cả khi người bị ma quỷ ngự trị đã dành thời gian trước đó để cố gắng tìm ra những cánh cửa mở (cơ hội), thì một số tội lỗi khác có thể sẽ bị đưa ra ánh sáng khi Đức Thánh Linh soi rọi ánh sáng của Ngài vào lòng người đó. Người đó sẽ cần phải ăn năn về những tội lỗi này. Thường thì xiềng xích ma quỷ sẽ không được gỡ bỏ vĩnh viễn trừ khi người đó thành thật và hoàn toàn ăn năn về mọi tội lỗi đã biết vì một cánh cửa vẫn còn mở. Mục tiêu không chỉ là đuổi quỷ ra ngoài, mà còn là để quỷ không thể quay lại. Điều này đòi hỏi, trong phạm vi có thể, tất cả các cánh cửa đang mở (là thứ ban đầu cho phép quỷ bước vào) phải được đóng lại. Do đó, phần lớn thời gian của buổi tham vấn sẽ được dành cho việc cầu nguyện với người đó, khi người đó ăn năn tội cụ thể khi Đức Chúa Trời tiết lộ những cánh cửa đang bỏ ngỏ.

Mỗi lĩnh vực nghi có xiềng xích của ma quỷ đều phải được bao phủ. Chẳng hạn, những tội như báng bổ, ghen tuông, kiêu ngạo, ăn uống quá độ, suy nghĩ tiêu cực, gian dâm, tranh cãi, cay đắng, mặc cảm tội lỗi, lo lắng, tập tục huyền bí, ma túy và bạo lực đều phải được bao phủ. Ngoài ra, hãy xác định những cánh cửa lừa dối đang mở, kể cả những lời dối trá mà người đó đã tin về bản thân, về người khác, về Đức Chúa Trời và Sa-tan. Người đó sẽ cần phải khước từ những lời nói dối này để phá vỡ đồn luỹ của ma quỷ. Ngoài ra, hãy điều tra xem người đó có tham gia vào giáo phái, tôn giáo giả mạo, hoặc có thể đang giữ đồ vật khiêu dâm hay đồ vật dùng trong bói toán (ví dụ sách, báo, tạp chí, video,...) trong nhà của họ không.

Bước thứ ba trong việc phá vỡ xiềng xích thuộc linh là nắm lấy thẩm quyền của tín hữu và lệnh rằng nếu có bất kỳ tà linh nào trong người đó thì chúng phải hiển lộ và bày tỏ sự hiện diện của chúng. Mang thẩm quyền của bạn trực tiếp chống lại các tà linh sẽ thu hút sự chú ý của chúng. Bạn có thể cầu nguyện như sau:

> "Lạy Cha Thiên Thượng, con nắm lấy thẩm quyền thuộc linh của mình, mà con có khi con 'ngồi với Đấng Christ' bên hữu Ngài, và con trói buộc những tà linh có thể hiện diện trong [Tên của Người] và con ra lệnh cho chúng lộ diện và bày tỏ sự hiện diện của chúng."

Trong một số trường hợp, ma quỷ sẽ đáp lại mệnh lệnh này bằng cách sử dụng dây thanh quản của người đó và sẽ nói thông qua người đó. Nhưng đa phần chúng sẽ không làm như vậy. Trong nhiều trường hợp, không thực sự cần thiết để ra lệnh cho con quỷ lộ diện. Sự lộ diện của quỷ là bằng chứng cho người đó và người đuổi quỷ thấy rằng xiềng xích mà họ đang trải qua ít nhất, một phần, là do tà linh gây ra. Do đó, trong tiến trình đuổi tà linh, sự lộ diện của một tà linh không phải lúc nào cũng là một bước cần thiết.

Bước thứ tư trong phá vỡ xiềng xích thuộc linh là ra lệnh cho lũ quỷ rời đi. Sau khi tất cả các cánh cửa đang mở đã được xác định và đóng lại, tín hữu nên thực thi thẩm quyền của tín hữu và ra lệnh cho lũ quỷ rời đi và lao xuống vực sâu. Ví dụ, tín hữu có thể cầu nguyện:

> "Lạy Cha Thiên Thượng, con lấy thẩm quyền của mình khi con 'ngồi với Đấng Christ' bên hữu Ngài và con trói buộc những tà linh đang tạo ra xiềng xích trong lĩnh vực [tội lỗi cụ thể, tức là không tha thứ, lo lắng, tham lam, vô tín, giận dữ, cay đắng, v.v.] và con ra lệnh cho chúng rời đi và lao xuống vực sâu."

Bạn cần thực hiện bước thứ tư này ngay cả khi ma quỷ không lộ diện bằng cách chiếm lấy dây thanh quản của người đó hoặc lộ diện theo một cách nào đó. Bạn phải thực hiện tất cả các mệnh lệnh của mình bằng đức tin và không dựa vào bất kỳ biểu hiện vật lý nào để xác định xem ma quỷ đã rời đi hay chưa. Ngoài ra, tín hữu ấy nên cầu xin Đức Chúa Trời sai các thiên sứ thánh thi hành mệnh lệnh của mình.

Lệnh cho ma quỷ rời đi có thể loại bỏ xiềng xích ngay lập tức hoặc từ từ. Tôi thường thắc mắc tại sao Đức Chúa Trời không loại bỏ ngay sự trói buộc của ma quỷ trong mọi trường hợp. Trong Sách Đa-ni-ên, chương 10, một thiên sứ thánh đã mất 21 ngày để mang thông điệp từ Đức Chúa Trời đến cho tiên tri Đa-ni-ên. Ấy là do thiên sứ thánh đã bị chặn bởi một tà linh trong 21 ngày. Có một trận chiến diễn ra trong thế giới thuộc linh. Bạn có thể ra lệnh cho lũ quỷ rời đi, nhưng một khi bạn làm vậy, sẽ có một sự xung đột trong thế giới tâm linh và một trận chiến bắt đầu giữa các thiên sứ thánh và ác quỷ. Vì vậy, chiến thắng có thể là tức thời, hoặc có thể mất một thời gian để đạt được. Ngoài ra, Đức Chúa Trời có thể đang dạy một người cách chiến đấu với Sa-tan trong thế giới tâm linh. Thường thì xiềng xích của ma quỷ sẽ thúc đẩy một người cầu nguyện, ăn năn, học Lời Chúa, đồng thời tin cậy và có mối quan hệ sâu sắc hơn với Đức Chúa Trời. Điều này đúng mặc dù chỉ bằng một lời phán, Đức Chúa Trời có thể bẻ gãy xiềng xích ma quỷ ngay lập tức.

Bước thứ năm trong việc phá vỡ xiềng xích thuộc linh là tín hữu phải cầu xin Đức Thánh Linh lấp đầy khoảng trống được tạo ra khi tà linh rời đi. Có vẻ như một khoảng trống tâm linh được tạo ra khi một tà linh rời khỏi một người:

> "Khi tà ma ra khỏi một người, thì nó đi đến nơi khô khan kiếm chỗ nghỉ, nhưng kiếm không được; rồi nó nói rằng: *Ta sẽ trở về nhà ta mà ta mới ra khỏi; khi trở về, thấy nhà không, quét sạch, và sửa soạn tử tế.* Nó bèn lại đi, đem về bảy quỉ khác dữ hơn nó nữa, cùng vào nhà đó mà ở; vậy số phận người ấy sau lại xấu hơn trước." (Mat 12:43-45, phần nhấn mạnh được thêm vào).

Trong đoạn Kinh Thánh này, chúng ta không biết tại sao ma quỷ rời khỏi người đó. Có vẻ như, con quỷ đã không bị đuổi xuống vực sâu. Nếu bạn làm theo hướng dẫn của tôi, những con quỷ mà bạn đuổi ra khỏi người đó sẽ bị đưa xuống vực sâu. Chúng sẽ không bao giờ quay trở lại, ngoại trừ trong thời điểm kỳ đại nạn (Khải 9:1-4). Tuy nhiên, những con quỷ khác sẽ cố gắng khai thác những điểm yếu hiện có để xâm chiếm lại người đó. Hãy nhớ lại hình minh họa của tôi về ngôi nhà với ba phòng ngủ, hai phòng tắm, phòng bếp và nhiều phòng mà tôi đã thảo luận ở Chương 3. Bạn cần để người đó cầu xin Đức Thánh Linh lấp đầy khu vực đã bỏ trống trong cuộc sống của họ (căn phòng) khi ma quỷ rời đi.

SỰ LỘ DIỆN CỦA MA QUỶ

Trong một số trường hợp, tà linh có thể lộ diện hoặc tiết lộ sự hiện diện của chúng. Sự lộ diện ấy có nhiều dạng khác nhau. Trong một số ít trường hợp, tà linh có thể nói thông qua người đó. Kiểu lộ diện này sẽ đưa ra bằng chứng trực tiếp về sự hiện diện của một tà linh. Đây là một sự lộ diện khách quan. Trong Kinh Thánh, Chúa Giê-xu Christ đã gặp một số con quỷ có thể sử dụng dây thanh quản của một người:

> "Vả, cũng một lúc ấy, trong nhà hội có người bị tà ma ám, kêu lên rằng: Hỡi Jêsus, người Na-xa-rét, chúng tôi với Ngài có sự gì chăng? Ngài đến để diệt chúng tôi sao? Tôi biết Ngài là ai: là Đấng Thánh của Đức Chúa Trời. Nhưng Đức Chúa Jêsus nghiêm trách nó rằng: Hãy nín đi, ra khỏi người nầy!" (Mác 1:23-25).

Trong nhiều trường hợp, tà linh sẽ không thể sử dụng dây thanh quản của người đó. Chúng tôi không chắc tại sao ma quỷ có thể sử dụng dây thanh quản của người này, còn người khác thì không. Đó có thể nằm ở mức độ thụ động của một người đối với ma quỷ hoặc sức mạnh của ý chí con người trong việc chống lại cách lộ diện đó. Tuy nhiên, một con quỷ sử dụng dây thanh quản của một người chỉ là một kiểu lộ diện tiết lộ sự hiện diện của một con quỷ.

Có thể có những hiển lộ chủ quan khác có thể đưa ra bằng chứng về sự hiện diện của ma quỷ. Có những trường hợp một người cảm thấy hơi bị thắt chặt ở quanh cổ họng. Ở thời điểm khác, một người có thể cảm thấy lo lắng gia tăng hơn khi thẩm quyền tín hữu của mình bị đem ra chống lại ma quỷ. Đôi khi những người có ma quỷ cư trú sẽ có thể nghe thấy tiếng nói trong tâm trí họ về những gì ma quỷ đang nói để đáp lại câu hỏi hoặc mệnh lệnh của người đuổi quỷ. Các biểu hiện chủ quan khác bao gồm đau nhói, sợ hãi đột ngột (như họ muốn đứng dậy và rời khỏi phòng càng nhanh càng tốt chẳng hạn), hoặc tim họ có thể bắt đầu đập nhanh. Việc một người thấy mình ợ hơi hoặc ngáp nhẹ khi con quỷ rời đi là điều rất bình thường. Trong Chương 10, chúng ta đã thảo luận về sự khác biệt giữa biểu hiện khách quan và biểu hiện chủ quan. Tôi xin nhắc bạn rằng một biểu hiện chủ quan có thể hoàn toàn không liên quan đến sự hiện diện của ma quỷ.

Trong nhiều trường hợp, khi một con quỷ bị trói buộc và ra lệnh rời khỏi một người, sẽ không có biểu hiện thể chất nào. Thường thì con quỷ sẽ lặng lẽ rời đi đến nỗi người tín hữu ra lệnh cho con quỷ rời đi sẽ không biết rằng nó đã rời đi rồi. Điều này rất phổ biến khi người bị nó cư ngụ đã hoàn toàn ăn năn tội lỗi trong quá khứ và đã đóng tất cả các cánh cửa mà người đó nhận biết trước quyền lực tối tăm. Trong trường hợp đó, những con quỷ ấy vốn yếu ớt, bị đánh bại, bị mắc bẫy, bị bao quanh bởi các thiên sứ thánh và có rất ít khả năng chống cự. Ngay cả người có tà linh ở bên trong đôi khi cũng không biết rằng quỷ đã đi, mặc dù thường người đó cảm nhận tâm trí hoặc cảm xúc của mình được giải thoát. Chiến trận trong thế giới tâm linh là bởi đức tin, không phải bởi mắt thấy.

NÓI CHUYỆN VỚI TÀ LINH

Việc giao tiếp trực tiếp với ma quỷ phải được tiếp cận hết sức thận trọng. Giao tiếp với ma quỷ không bị cấm vì trong Kinh Thánh rõ ràng Chúa Giê-xu Christ đã giao tiếp với chúng. Tuy nhiên, tín hữu dễ bị lừa dối hơn khi giao tiếp trực tiếp với tà linh. Hãy nhớ rằng, tà linh đã có từ rất lâu. Chúng đã theo dõi con người trong hàng ngàn năm. Chúng thông minh hơn bạn. Kiến thức và kinh nghiệm con người của bạn không thể bì được với dù là con quỷ cấp thấp nhất.

Một con quỷ có thể phác hoạ nhiều tính cách khác nhau. Nó có thể phục tùng hoặc hung hăng. Nó có thể nói nhiều hoặc rất ít nói. Mỗi quỷ đều có một tính cách riêng biệt; tuy nhiên, chúng cũng rất giỏi lừa dối và chơi trò nhập vai. Quỷ có thể rất thù địch. Bạn không nên tin bất kỳ lời đe dọa nào do ma quỷ thốt ra. Quỷ có thể đe dọa làm hại bạn hoặc gia đình bạn. Bạn phải nhận ra rằng ma quỷ không thể chạm vào bạn hoặc gia đình bạn trừ khi được Đức Chúa Trời cho phép. Trích dẫn lời Kinh Thánh trước một con quỷ là điều quan trọng khi chống lại những lời đe dọa từ chúng. Quỷ có thể khóc và cầu xin lòng thương xót. Bạn không nên nhượng bộ trước sự lừa dối này. Bạn không được cảm thấy tội nghiệp cho con quỷ ấy hoặc dành cho nó bất kỳ sự thương cảm nào. Đức Chúa Trời đã kết án những thế lực này đời đời trong Hồ Lửa vì sự nổi loạn của chúng. Hiện nay chuyện có ban lòng thương xót hay không là quyết định của Đức Chúa Trời, không phải quyết định của tín hữu. Bạn không nên thương hại ma quỷ. Tôi tin chắc rằng trong cõi đời đời, Đức Chúa Trời có thể giao việc phán xét ma quỷ cho những người tin Chúa. Có những câu Kinh Thánh cho biết người tin Chúa sẽ phán xét các thiên sứ (1 Cô 6:3). Điều này có thể bao gồm phán xét thiên sứ sa ngã hoặc các ác linh. Rất có thể kiến thức đầy đủ về các dữ kiện liên quan để xác định xem có nên ban cho lòng thương xót hay không sẽ đến cùng với thẩm quyền đó. Nhưng bây giờ, đừng tỏ lòng thương xót hay trắc ẩn đối với tà linh.

Ma quỷ có thể cố cám dỗ tín hữu bằng sự kiêu ngạo. Chúng có thể tỏ ra sợ hãi bạn. Chúng có thể nói rằng bạn được Đức Chúa Trời đặc biệt chọn cho một nhiệm vụ quan trọng hoặc chức vụ có ảnh hưởng sâu rộng. Hãy bỏ qua hoàn toàn những bình luận của con quỷ. Thậm chí đừng xem xét đến - kẻo bạn mắc tội kiêu ngạo hoặc rơi vào sự lừa dối và một cánh cửa sẽ mở ra trong cuộc đời bạn. Đừng nhận lời khen từ một con quỷ ngay cả khi đó là sự thật. Ma quỷ không đưa ra những lời khen ngợi để kéo một người đến gần với Chúa. Thay vào đó, chúng đang cố gắng đặt một hòn đá vấp chân trước mặt bạn. Bất kỳ lời khen ngợi hay kêu gọi nào đối với một công tác cụ thể phải đến từ Đức Thánh Linh chứ không phải từ ma quỷ.

Tín hữu không được tham gia vào cuộc đối thoại không cần thiết với ma quỷ. Khi một tà linh xuất hiện, nó có thể nói rất nhiều. Bạn phải ra lệnh cho con quỷ đó không được nói trừ khi được hỏi. Tà linh là những chuyên gia nói dối và lừa gạt. Tín hữu đó nên chống lại cám dỗ đặt câu hỏi cho ma quỷ khi chưa được Đức Thánh Linh dẫn dắt. Quan trọng nhất, đừng xây dựng giáo lý về hoạt động của ma quỷ dựa trên việc giao tiếp với quỷ. Thật ngu ngốc! Tuy nhiên, nhiều tín hữu đang dự phần vào thói quen này. Có rất nhiều thông tin sai lệch dựa trên những gì con người được cho là đã học được từ ma quỷ khi nói chuyện với chúng.

Tôi tin rằng không phải là vô lý khi tra hỏi tên của con quỷ khi nó nhập vào người đó, và cánh cửa mở (hoặc vùng đất tội lỗi) cho phép con quỷ bước vào. Tuy nhiên, theo nguyên tắc chung, các câu hỏi hướng đến ma quỷ nên được giữ ở mức tối thiểu. Trên thực tế, không phải lúc nào cũng cần yêu cầu con quỷ xác định cánh cửa cho phép nó nhập vào người đó. Tốt hơn hết là bạn nên đặt câu hỏi ban đầu với người bị quỷ nhập vào để tìm ra cánh cửa mở ấy. Ta có thể tra khảo tên của con quỷ như đã được tìm thấy trong Phúc âm Mác nhưng không phải lúc nào việc này cũng cần thiết (Mác 5:9). Trong nhiều trường hợp, chỉ cần xác định và trói buộc tất cả những con quỷ đang tạo ra xiềng xích cụ thể và ra lệnh cho chúng rời đi là đủ.

DUY TRÌ TỰ DO CỦA BẠN

Bây giờ tôi muốn thảo luận về các bước quan trọng để duy trì sự tự do của bạn. Như tôi đã nói trước đó, sau khi những con quỷ bị đuổi ra, những con quỷ khác sẽ tìm cách quay trở lại. Các con quỷ sẽ đập cửa để vào lại. Hãy nhớ rằng, sứ đồ Phao-lô đã nói: "Vì chúng ta đánh trận, chẳng phải cùng thịt và huyết..." (Êph 6:12). Người mà bạn đang tham vấn cần thực hiện các bước để duy trì sự tự do của họ, để người đó không bị xâm chiếm trở lại.

Cầu nguyện hàng ngày

Bước đầu tiên để duy trì sự tự do của bạn đó là cầu nguyện mỗi ngày. Cho tôi hỏi một câu rất thật lòng, trong bảy ngày qua, bao nhiêu lần bạn tĩnh nguyện và trò chuyện với Đức Chúa Trời trong ít nhất năm phút? Thành thật mà nói, nhiều Cơ Đốc nhân không cầu nguyện mỗi ngày. Tôi muốn trình bày một phương pháp rất thực tế và đơn giản về việc cầu nguyện. Nó được gọi là Tĩnh Nguyện 2 x 4. Tôi đã phát triển phương pháp này cách đây nhiều năm khi tôi dạy các con tôi cách cầu nguyện. Một bản sao của mẫu Tĩnh Nguyện nằm ở phần Phụ lục. Tĩnh Nguyện 2 x 4 là một phương pháp dễ dàng để có thời gian cầu nguyện đều đặn mỗi ngày. Nó đủ đơn giản để một đứa trẻ sáu tuổi có thể làm được, nhưng đủ quyền năng để thay đổi cuộc đời bạn khi bạn thực hiện hàng ngày. Nó chỉ mất khoảng năm phút.

Ăn năn tội lỗi quá khứ

Khi bạn bắt đầu thời gian tĩnh nguyện, bạn cần xử lý với những tội lỗi chưa ăn năn trong quá khứ của mình. Vì vậy, bạn cần bắt đầu: "Lạy Đức Chúa Trời, con cầu xin Đức Thánh Linh cáo trách con về bất kỳ tội lỗi nào đã thực hiện trong đời con. Con muốn làm đẹp lòng Ngài." Sao điều này lại quan trọng? Tất nhiên, bạn nên ngay lập tức ăn năn sau khi phạm tội. Tuy nhiên, lời cầu nguyện này cho phép bạn đến trước mặt Đức Chúa Trời, mỗi ngày một lần, và xin Ngài bày tỏ bất cứ điều gì mà bạn có thể đã quên, hoặc vì lịch trình bận rộn của mình, bạn đã bỏ qua. Lời cầu nguyện này giúp bạn trở thành một "chiếc bình quý" trong sạch (2 Tim 2:21). Sau khi bạn đã dành một ít thời gian để ăn năn tội lỗi của mình, thì bạn sẽ cầu nguyện hai lời cầu nguyện ở mỗi phạm trù trong bốn phạm trù.

Cám dỗ

Phạm trù đầu tiên là cám dỗ. Hãy cầu xin Đức Chúa Trời thêm sức cho bạn để chống lại hai tội lỗi mà bạn có thể sẽ bị cám dỗ phạm phải trong tương lai. Làm sao bạn biết phải cầu nguyện chống lại hai cám dỗ nào? Chỉ cần nhìn xem bạn đã vấp ngã như thế nào trong vài ngày qua và cầu nguyện chống lại những cám dỗ đó.

Ngợi Khen

Phạm trù thứ hai là ngợi khen. Hãy ngợi khen Đức Chúa Trời về hai điều trong cuộc đời bạn. Thường xuyên ngợi khen Chúa sẽ dẫn tới sự thay đổi trong thái độ. Nó khiến bạn tập trung vào chiếc ly đầy một nửa chứ không phải cạn một nửa. Nếu bạn không thể nghĩ ra bất cứ điều gì để ngợi khen Chúa, hãy để tôi cho bạn một vài gợi ý:

1. Ngợi khen Chúa vì Ngài toàn năng.
2. Ngợi khen Chúa vì Ngài biết mọi sự.
3. Ngợi khen Chúa vì không có vấn đề nào quá lớn hay quá nhỏ đối với Ngài.
4. Ngợi khen Chúa vì Ngài đang kiểm soát mọi hoàn cảnh trong cuộc sống của bạn, ngay cả khi bạn cảm thấy bối rối, sợ hãi hoặc không chắc chắn.
5. Ngợi khen Chúa vì Ngài vẫn đang kiểm soát khi bạn gặp vấn đề về sức khỏe hoặc vấn đề tài chính.
6. Ngợi khen Chúa vì Ngài không bao giờ rời xa bạn hay rời bỏ bạn trong cuộc đời này.
7. Ngợi khen Chúa vì tên của bạn đã được ghi trong Sách Sự Sống.
8. Ngợi khen Chúa vì Ngài đã tha thứ mọi tội lỗi của bạn.
9. Ngợi khen Chúa vì một ngày nào đó Ngài sẽ đưa bạn lên Thiên đàng.

Ngoài ra, hãy nhớ thường xuyên nói với Chúa rằng bạn yêu Ngài hết lòng.

Cầu xin (cầu nguyện cho chính mình)

Phạm trù thứ ba là cầu xin. Hãy cầu xin Đức Chúa Trời chu cấp cho hai nhu cầu hoặc hai mong muốn trong cuộc đời của bạn. Bạn không nên mặc định rằng Đức Chúa Trời sẽ đáp ứng một nhu cầu hoặc mong muốn của nếu bạn không cầu xin Ngài. Đừng tự tin vậy. Ví dụ, nếu bạn sắp mua một chiếc ô-tô và bạn không cầu xin Chúa ban cho bạn sự khôn ngoan hay giúp đỡ, thì bạn nên thừa nhận rằng mình đang tự lo liệu. Nhưng Chúa muốn giúp bạn và ban cho bạn sự khôn ngoan. Ngài muốn chu cấp các nhu cầu của bạn.

Bạn không chỉ nên cầu xin Đức Chúa Trời ban cho những nhu cầu mà còn cả những mong muốn của bạn nữa. Cầu nguyện cho mong muốn của bạn không phải lúc nào cũng là tội lỗi. Chỉ cần cẩn thận để kiểm tra động cơ của bạn. Nhiều người coi Đức Chúa Trời là một Đấng keo kiệt, chỉ cho bạn một mẩu bánh mì mốc meo, chỉ vừa đủ để nuôi sống bạn. Đây là một lời nói dối. Sự thật là Đức Chúa Trời rất nhân từ và thường chu cấp ngay cả những điều chúng ta muốn. Ví dụ, nếu bạn suy nghĩ về việc mua nhà suốt nhiều năm, hãy trình bày mong muốn đó trước mặt Đức Chúa Trời. Có thể

Ngài nói "Được." Ngoài ra, bằng cách trò chuyện với Đức Chúa Trời, Ngài có thể thay đổi tấm lòng của bạn, khiến bạn không còn mơ mộng về việc mua nhà nữa. Hơn nữa, hãy thoả lòng nếu Đức Chúa Trời trả lời "Không" cho lời cầu nguyện của bạn hoặc bày tỏ rằng bạn cần kiên nhẫn chờ Ngài chấp nhận lời cầu xin ấy vào một thời điểm khác.

Cầu Thay (Cầu Nguyện Cho Người Khác)

Phạm trù thứ tư là cầu thay. Hãy cầu xin Đức Chúa Trời đáp ứng nhu cầu hoặc mong muốn cho hai người khác. Bạn cần thường xuyên cầu thay cho bạn bè và những người trong gia đình tiếp nhận ơn tha thứ của Đức Chúa Trời, tức là được cứu. Bạn cần phải nhạy bén về những nan đề và mối quan tâm của người khác. Cầu thay cho người khác khiến bạn không tập chú vào chính mình. Bạn cũng cần phải cầu nguyện cho con của bạn bằng cách nêu tên chúng ra. Nếu bạn không cầu nguyện cho con cháu mình, thì có khả năng không ai khác đang cầu nguyện cho chúng, trừ khi chúng có một giáo viên trường Chúa Nhật tin kính.

Tóm lại, khi sử dụng phương pháp Tĩnh Nguyện 2 x 4, bạn bắt đầu bằng việc ăn năn những tội lỗi trong quá khứ. Sau đó, bạn cầu nguyện chống lại hai cám dỗ trong tương lai; đưa ra hai lời khen ngợi; đưa ra hai lời cầu xin cho bản thân (một nhu cầu hoặc một mong muốn); và cầu nguyện thay cho hai người khác. Việc này sẽ mất khoảng năm phút và sẽ thay đổi cuộc sống của bạn. Đó là một điểm khởi đầu tốt để phát triển đời sống cầu nguyện của bạn.

Đọc lời Chúa

Bước thứ hai để duy trì sự tự do của bạn là đọc Lời Chúa. Bạn cần đọc Lời Chúa để duy trì sự tự do của mình. Mục tiêu của bạn là đọc ít nhất một chương Kinh Thánh mỗi ngày. Nếu bạn chưa làm như vậy, hãy bắt đầu với Phúc Âm Giăng.

Thông công với các tín hữu khác

Bước thứ ba để duy trì sự tự do của bạn là thông công. Bạn cần mối thông công với các tín hữu khác. Đôi khi Đức Chúa Trời cho phép cuộc sống của bạn có những thiếu sót mà chỉ có người khác mới có thể lấp đầy được. Chúng ta chiến thắng các trận chiến thuộc linh với tư cách là một đội. Bạn cần phải tham gia một đội. Tìm một hội thánh mà tham gia. Tất cả các hội thánh đều có sai sót và nan đề. Bạn sẽ không bao giờ tìm thấy một hội thánh nào hoàn hảo. Sau khi bạn tham gia, hãy chọn một mục vụ và tích cực dự phần. Đừng chỉ là một "người ngồi mòn ghế" nếu không bạn sẽ khô hạn và héo mòn về thuộc linh.

Chia sẻ Phúc âm

Bước thứ tư để duy trì sự tự do của bạn là chia sẻ Phúc Âm. Bạn cần thường xuyên chia sẻ Phúc Âm cho những người cần nghe Phúc Âm về việc Chúa ban ơn tha thứ. Thường xuyên chia sẻ Phúc Âm giúp bạn tập trung vào việc hoàn thành Đại Mạng Lệnh.

NHỮNG CẢNH BÁO

Có một số hướng dẫn và cảnh báo cơ bản liên quan đến chiến trận thuộc linh.

Đầu tiên, đừng đổ lỗi mọi thứ cho ma quỷ. Đừng đổ cho Sa-tan vì những vấn đề mà hắn không gây ra. Một số vấn đề xảy ra trong cuộc đời của bạn không liên quan đến tà linh.

Thứ hai, tất cả bệnh tật và ốm đau không phải do ma quỷ gây ra. Trong một số trường hợp, những bệnh tật về thể chất có thể do ma quỷ gây ra, nhưng không phải tất cả. Tín hữu đầy dẫy Đức Thánh Linh nhất cũng có khi trải qua bệnh tật thể xác, mà chúng không liên quan đến hoạt động của ma quỷ.

Thứ ba, một người có thể gặp khó khăn về tinh thần hoặc ốm đau mà không có sự hiện diện của ma quỷ. Chúng ta đang sống trong một thế giới đầy xấu xa. Những ảnh hưởng xấu bao quanh chúng ta mỗi ngày. Tâm trí con người có thể bị ảnh hưởng không chỉ bởi các tà linh, mà còn bởi gen di truyền của một cá nhân, sang chấn trong quá khứ, bị lạm dụng, kinh nghiệm sống, hoàn cảnh gia đình và môi trường cùng những yếu tố khác.[24] Do đó, những thách thức về tinh thần không phải lúc nào cũng là kết quả của sự tấn công trực tiếp từ ma quỷ hoặc có nguồn gốc từ ma quỷ.

Thứ tư, chỉ vì tín hữu chưa ăn năn một tội cụ thể nào đó không có nghĩa là tín hữu đó có ma quỷ trú ngụ trong mình. Sự hiện diện của tội lỗi trong đời sống của tín hữu không nhất thiết có nghĩa là ma quỷ hiện diện trong đời sống.

Thứ năm, việc quở trách tà linh trong một người không bao giờ nên trở thành thứ giật gân. Mục tiêu chính của người làm mục vụ là giúp người bị quỷ ám bên trong được giải cứu. Đó không phải là tạo ra một màn trình diễn để gây ấn tượng với các tín hữu khác hoặc những người hư mất bằng thẩm quyền của bạn đối với tà linh. Đừng rơi vào cám dỗ đánh cắp vinh hiển chỉ thuộc về Chúa Giê-xu Christ.

Có nhiều yếu tố cần xem xét liệu việc giải cứu nên diễn ra ở nơi công cộng hay nơi riêng tư. Có những trường hợp các tà linh có thể hoặc nên được loại bỏ mà không cần các bước tham vấn trước. Chẳng hạn, trong sách Phúc Âm Mác không có bước tham vấn trước khi Chúa Giê-xu Christ đuổi quỷ cho người đàn ông trong nhà hội (Mác 1:23-27). Trong trường hợp khác, việc quở trách một tà linh nơi công cộng mà không có sự tham vấn bao quát cho người đó có thể không mang lại chiến thắng vĩnh viễn trước các thế lực tối tăm, đặc biệt nếu có nhiều con quỷ trong người đó kiểm soát các lĩnh vực khác nhau. Điều này có thể khiến người bị quỷ xâm nhập và những người đứng xem khác hiểu sai về việc vừa xảy ra, đặc biệt nếu tất cả các quỷ không được loại bỏ. Mục tiêu là đạt được chiến thắng lâu dài trước các thế lực tối tăm và không chỉ đơn thuần là một cuộc chạm trán giật gân mang lại chiến thắng bề ngoài.

Thực tế mà nói, thường mất nhiều thời gian để xác định và đóng những cánh cửa đang mở đã cho phép ma quỷ xâm nhập vào một người. Xử lý những cánh cửa mở này có thể không khả thi trong một buổi nhóm có thời gian hạn chế và có nhiều người đang tìm kiếm sự giải cứu. Nếu ma quỷ bị loại bỏ, nhưng cửa vẫn mở, những con quỷ khác có thể xâm nhập lại người đó. Do vậy, bất kỳ chiến thắng nào cũng có thể tồn tại trong thời gian ngắn. Nên vận dụng sự khôn ngoan trong từng hoàn cảnh để xem xét có nên tổ chức buổi cầu nguyện giải cứu công khai hay không vì thường mất thời gian để xác định những cánh cửa đang mở. Ngoài ra, Đức Chúa Trời không đòi hỏi mọi tội lỗi phải được thú nhận công khai. Vì vậy, việc phơi bày tội lỗi của một người công khai là không cần thiết và có thể khiến người đó xấu hổ. Luôn tập trung vào lợi ích tốt nhất của người đang tìm kiếm sự giúp đỡ.

Thứ sáu, kiểm tra mọi sự dạy dỗ về chiến trận thuộc linh bằng Lời Chúa. Có rất nhiều thông tin sai lệch về chiến trận thuộc linh đang cản trở tính hiệu quả của hội thánh trong việc chống lại và đánh bại Sa-tan và những sứ giả của hắn. Đừng tin tất cả những gì bạn nghe hoặc bạn đọc về chiến trận thuộc linh và công tác giải cứu. Bạn phải kiểm tra lại mọi thứ. Điều này bao gồm mọi điều bạn đã đọc trong cuốn sách này cũng như những sự dạy dỗ khác.

PHỤ LỤC

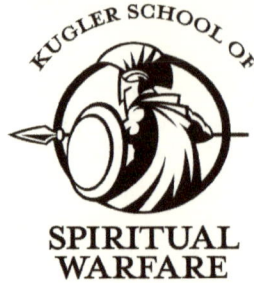

THỎA THUẬN NHẬN TỘI

Người được đề cập dưới đây ao ước ký kết Thỏa Thuận Nhận Tội với Đức Chúa Cha, Đấng tạo dựng nên trời và đất, để giải quyết đầy đủ các cáo buộc. Hiệu quả của việc tham gia Thỏa Thuận Nhận Tội là giúp người đó được tha thứ khỏi hình phạt cho mọi tội lỗi của mình. Trước khi tham gia hoặc ký kết Thỏa Thuận Nhận Tội này, người đó cần được cảnh báo trước rằng phải xem xét cẩn thận tấm lòng và động cơ của mình cũng như cân nhắc các điều khoản. Thỏa Thuận Nhận Tội này sẽ vô hiệu hóa hoặc không có giá trị pháp lý nếu người đó không cam kết thực hiện từng và mọi điều kiện ân xá dưới đây.

I. LỜI CÁO BUỘC
Bạn đã phạm tội với Chúa

Vì mọi người đều đã phạm tội, thiếu mất vinh quang của Đức Chúa Trời; (Rô 3:23, BTTHĐ)

II. HÌNH PHẠT
Hình phạt dành cho cáo buộc đó là Bản Án đời đời.

Vì tiền công của tội lỗi là sự chết... (Rô 6:23).

Rồi những người này sẽ vào hình phạt đời đời, còn những người công chính sẽ vào sự sống đời đời (Mat 25:46).

III. SỰ THA THỨ

ĐỨC CHÚA CHA đã bằng lòng tha thứ hoàn toàn và tuyệt đối cáo buộc đối với người được đề cập dưới đây dựa trên việc người ấy đồng ý và cam kết với các điều kiện sau:

A. Điều kiện để được tha tội số 1 – Thừa nhận

• Tôi thừa nhận rằng tôi đã phạm tội với Chúa qua hành động, lời nói và suy nghĩ của mình.

B. Điều kiện để được tha tội số 2 – Tin

1. Tôi tin rằng hình phạt cho tội lỗi là án phạt đời đời
2. Tôi tin rằng Chúa Giê-xu Christ là con độc sinh của Đức Chúa Trời. Ngài đã chết trên thập tự giá, huyết Ngài đã tuôn đổ để trả giá cho tội lỗi của tôi. Tôi tin rằng Ngài đã được chôn và sau ba ngày Ngài đã sống lại từ cõi chết.

C. Điều kiện để được tha tội số 3 – Cam kết

1. Tôi thừa nhận rằng Chúa Giê-xu Christ là Chúa, tôi dâng mình và đầu phục Ngài hoàn toàn, Ngài là Chúa và Chủ của đời sống tôi.
2. Tôi ăn năn tất cả mọi tội lỗi và xin Chúa sự tha thứ. Tôi xin Chúa ân điển và sự giúp đỡ của Ngài để tôi sẽ quay khỏi mọi tội lỗi.

Cá nhân tôi tiếp nhận ơn tha thứ bởi đức tin qua việc hiểu và làm trọn các điều kiện trên.

Ngày: _____   _____

                                          Chữ ký

Nhân chứng: _____

Trong niềm hi vọng về sự sống đời đời là sự sống mà Đức Chúa Trời, Đấng không bao giờ nói dối, đã hứa từ muôn đời trước, (Tít 1:2, BTTHĐ).

Vì Đức Chúa Trời yêu thương thế gian đến nỗi đã ban Con Một của Ngài, hầu cho hễ ai tin Con ấy không bị hư mất mà được sự sống đời đời (Giăng 3:16).

CÁC LĨNH VỰC ĐẦU PHỤC ĐỨC THÁNH LINH

Cơ Đốc nhân cần dâng mình và đầu phục Đức Thánh Linh thông qua mọi lĩnh vực đời sống (mọi ngóc ngách trong ngôi nhà đức tin), bao gồm, nhưng không giới hạn ở, các điều sau:

Tổn thương trong quá khứ	Môi miệng
Những mục tiêu và mơ ước tương lai	Lòng tự trọng
Gia đình	Sự kiêu ngạo
Đời sống tư tưởng	Tình dục
Thời gian	Sức khoẻ
Việc dự phần với hội thánh	Thói quen ăn uống
Tài chính	Việc làm và/hoặc việc học
Dâng hiến	Tài năng và ân tứ
Sở hữu của cải	Cơ hội truyền giáo
Các mối liên hệ	Thư giãn và giải trí
Thái độ với vợ chồng /cha mẹ	Ý chí
Những sợ hãi	Cảm xúc

Các con sẽ tìm Ta và gặp được, khi các con tìm kiếm Ta hết lòng.
(Giê 29:13, BTTHĐ);
Vậy, hãy thuận phục Đức Chúa Trời.
Hãy kháng cự ma quỷ thì nó sẽ chạy trốn anh em.
(Gia 4:7, BTTHĐ).

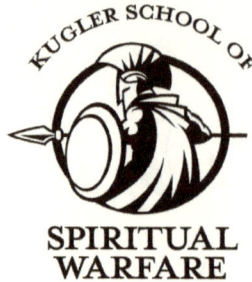

CÁC LỜI NÓI DỐI PHỔ BIẾN

Thắt lưng bằng lẽ thật là sự trang bị khí giới của Đức Chúa Trời để bảo vệ Cơ Đốc nhân khỏi 4 dạng lời nói dối sau: (1) những lời nói dối về Đức Chúa Trời, (2) những lời nói dối về bản thân (3) những lời nói dối khác, và (4) những lời nói dối về Sa-tan.

Lời nói dối về Đức Chúa Trời

Sa-tan cám dỗ Cơ Đốc nhân tin vào lời nói dối về Đức Chúa Trời. Đôi khi Sa-tan thêm một chút sự thật vào để khiến chúng ta dễ dàng tin vào lời nói dối của nó. Một số lời nói dối mà chúng ta nên khước từ đó là:

1. "Đức Chúa Trời sẽ không tha thứ một số tội lỗi nhất định của bạn, chẳng hạn như đồng tính luyến ái, lạm dụng trẻ em, cưỡng hiếp, ngoại tình, tự tử, giết người, ly hôn và loạn luân".
2. "Đức Chúa Trời sẽ chỉ tiếp tục yêu thương bạn nếu bạn ngừng phạm tội."
3. "Sẽ không có hậu quả nào cho việc bạn phạm tội với Chúa vì bạn đang sống dưới ân điển."
4. "Bất cứ khi nào bạn bị bệnh, ấy là bởi vì Đức Chúa Trời đang trừng phạt bạn vì những tội lỗi trong quá khứ của bạn."
5. "Bạn không thể phó thác cho Chúa trong lĩnh vực tài chính, công việc làm ăn hoặc sức khoẻ. Tốt hơn bạn nên biết tự lo cho mình, vì có thể Chúa cũng phạm sai lầm."

6. "Đức Chúa Trời chỉ quan tâm đến bản thân. Ngài chỉ dùng con người thôi. Ngài mang hoàn cảnh đau thương và rối rắm đến trong cuộc đời của bạn và mang vinh hiển về cho bản thân và Ngài quan tâm rất ít đến bạn và các nan đề của bạn."

7. "Đức Chúa Trời không thực sự là toàn năng. Trong Kinh Thánh, Chúa chỉ khoác lác về năng quyền của Ngài chứ không thể thực hiện nổi những lời hứa của mình. Ngài bắt bạn phải "chờ" và "bước đi trong đức tin" vì Ngài thiếu năng quyền để thực hiện lời Ngài đã hứa."

8. "Đức Chúa Trời rất xấu tính. Nếu Chúa thực sự toàn năng nhưng lại không giúp đỡ bạn, thì nó chứng tỏ Ngài không thực sự quan tâm đến bạn."

9. "Mọi tôn giáo đều hướng đến Đức Chúa Trời nếu một người chân thành trong niềm tin của mình."

10. "Bạn đã phạm phải tội không được tha thứ khi bạn nhạo báng Đức Thánh Linh."

Cơ Đốc nhân đó nên cầu nguyện, "Lạy Đức Chúa Trời, xin chỉ cho con biết những sự lừa dối mà con đã tin về Ngài."

Lời nói dối về bản thân

Bạn phải khước từ lời nói dối về bản thân bạn mà Sa-tan đưa vào tâm trí bạn. Một số lời nói dối điển hình mà bạn nên khước từ bao gồm:

1. "Bạn không đủ thông minh để học hoặc hiểu Kinh Thánh"

2. "Bạn sẽ thất bại trong mọi nỗ lực làm ăn trong tương lai. Bạn là kẻ thất bại."

3. "Bạn không đáng được Đức Chúa Trời và người khác yêu thương. Ai yêu nổi bạn cơ chứ?"

4. "Bạn sẽ không bao giờ chiến thắng được những tội lỗi và thói quen xấu hiện tại."

5. "Bạn sẽ mắc ung thư hoặc căn bệnh nào khác dù không có cơ sở hợp lý để tin như vậy."

6. "Bạn không có khả năng chia sẻ Phúc Âm. Bạn sẽ gây hại nhiều hơn lợi."

7. "Bạn xấu xí, ngu ngốc và không xứng đáng. Không ai muốn làm bạn với bạn."

Cơ Đốc nhân đó nên cầu nguyện: "Lạy Đức Chúa Trời, xin chỉ cho con những lời nói dối mà con đã tin về bản thân mình."

Những lời nói dối về người khác

Thông thường, Cơ Đốc nhân hiểu sai lời nói hoặc hành động của người khác, từ đó đưa ra những kết luận sai. Thái độ không đúng đắn này là rào cản đối với việc phát triển các mối quan hệ lành mạnh. Nó có thể tạo ra sự cay đắng hoặc tức giận vô cớ. Những lời nói dối về người khác ảnh hưởng đến mối quan hệ bạn bè, các thành viên trong gia đình và mối quan hệ trong mục vụ. Sa-tan biết rằng bạn sẽ tổn thương hơn nếu bạn bị cô lập. Vì vậy mục tiêu của Sa-tan là chia rẽ các mối quan hệ của bạn bằng các gieo rắc những lời dối trá. Có thể bạn sẽ tin vào những lời nói dối đó (hoặc điều tương tự như vậy) hoặc người khác có thể tin những lời nói dối về bạn, điều sẽ khiến bạn rất tổn thương. Một vài lời nói dối thường gặp mà bạn nên khước từ bao gồm:

1. Người khác ghét bạn, khi họ không hề ghét bạn.
2. Vợ/chồng của bạn đang lừa dối bạn, trong khi anh/cô ấy không hề.
3. Ai đó đang chê bai ngoại hình của bạn và lên án bạn, trong khi không phải vậy.
4. Ai đó đang có những định kiến về chủng tộc hoặc điều kiện kinh tế của bạn. Họ đang coi thường bạn, trong khi không phải vậy.
5. Người khác đang muốn tiến tới quan hệ tình dục với bạn, trong khi không phải vậy.
6. Ai đó đầy kiêu ngạo, nhưng họ không thực sự như vậy.

Hiển nhiên, trong một vài trường hợp, nhận thức của bạn về những gì mà người khác đang suy nghĩ về bạn có thể đúng. Nếu đó là sự thật, bạn vẫn cần ân điển của Chúa. Đó là lý do tại sao Cơ Đốc nhân phải kiên nhẫn với tất cả mọi người. Nhưng chúng ta không bị buộc phải chịu đựng sự sai quấy, chúng ta cần phản đối những lời nói dối và hành vi suy nghĩ lệch lạc.

Cơ Đốc nhân đó nên cầu nguyện: "Lạy Chúa, xin chỉ cho con những lời nói dối mà con đã tin về người khác và xin Ngài bẻ gãy những sự dối trá mà người khác tin về con."

Lời nói dối về Sa-tan

Nhiều Cơ Đốc nhân tin vào Kinh Thánh nhưng lại phủ nhận một số lẽ thật cơ bản mà Kinh Thánh đề cập về Sa-tan. Cơ Đốc nhân có thể không hiệu quả trong trận chiến thuộc linh nếu người ấy tin vào những lời nói dối về Sa-tan. Tin vào lời nói dối về Sa-tan sẽ làm suy yếu đức tin của bạn nơi Chúa. Một số lời nói dối quen thuộc mà bạn nên khước từ là:

1. "Làm gì có Sa-tan trên đời, Sa-tan chỉ là chuyện huyễn hoặc hay một biểu tượng của cái ác mà thôi."
2. "Tà linh không thể phát triển xiềng xích trong đời sống tín hữu, ngay cả khi họ miệt mài trong tội lỗi và không ăn năn."
3. "Địa ngục không tồn tại hoặc địa ngục không kéo dài đời đời."
4. "Sa-tan quyền năng hơn Đức Chúa Trời."
5. "Tất cả mọi xiềng xích của ma quỷ đều luôn bị phá bỏ khi một người tin Chúa."

Cơ Đốc nhân ấy nên cầu nguyện: "Lạy Đức Chúa Trời, xin chỉ cho con những lời nói dối về Sa-tan mà con đang tin vào."

CÁC TUYÊN BỐ LẼ THẬT

Khi một người tiếp nhận ơn tha tội của Đức Chúa Trời, điều rất quan trọng là bạn phải thắt lưng bằng chân lý và tiếp nhận chân lý về mối quan hệ mới giữa bạn với Đức Chúa Trời:

1. Đức Chúa Trời thực sự yêu thương và quan tâm tôi.
2. Đức Chúa Trời đáng tin cậy, thành tín và luôn luôn giữ lời Ngài đã hứa.
3. Đức Chúa Trời ở với tôi, Ngài không bao giờ lìa bỏ tôi.
4. Đức Chúa Trời giúp đỡ tôi và ban sự khôn ngoan cho tôi.
5. Đức Chúa Trời tỏ lòng thương xót của Ngài trên tôi.
6. Tôi được tha thứ tất cả mọi tội lỗi.
7. Tôi được ban sự sống đời đời và thiên đàng có chỗ dành riêng cho tôi.
8. Tôi được Đức Chúa Trời nhận làm con của Ngài.
9. Đức Chúa Trời không kết án tôi, ngay cả khi tôi vấp ngã và phạm tội với Ngài.
10. Đức Thánh Linh ban cho tôi năng quyền để chiến thắng những thói quen tội lỗi và những thói nghiện ngập.
11. Khi Đức Chúa Trời nhìn tôi, Ngài thấy chính sự công bình của Chúa Cứu Thế Giê-xu.
12. Trước khi sáng tạo nên vũ trụ, Đức Chúa Trời đã biết tôi và Ngài đã chọn để có mối quan hệ với tôi mặc dù Ngài biết tất cả mọi lỗi lầm của tôi.
13. Đức Chúa Trời có kế hoạch cho cuộc đời của tôi.

14. Đức Chúa Trời có thể hoàn tất kế hoạch của Ngài trên đời sống tôi ngay cả khi tôi không biết tất cả những bước tôi cần phải làm để hoàn tất ý muốn của Ngài.

15. Đức Chúa Trời đang dùng những thử thách trong cuộc đời tôi để làm vinh hiển danh Ngài.

16. Đức Chúa Trời hiểu thấu những nỗi đau và bối rối trong lòng tôi.

17. Đức Chúa Trời ban cho tôi tài năng, ân tứ và mọi thứ khác mà tôi cần có để hoàn thành kế hoạch tốt lành của Ngài trên đời sống tôi.

18. Tất cả những thiếu sót của tôi đều có thể được lấp đầy bằng những người khác mà Chúa mang đến trong cuộc đời tôi hoặc bằng sự hướng dẫn trực tiếp từ Ngài.

19. Sa-tan và các đội quân của hắn đều đã bị đánh bại khi Chúa Giê-xu chết trên cây thập tự, đổ máu, trả giá cho tội lỗi của tôi và Ngài đã sống lại từ cõi chết.

20. Lời Đức Chúa Trời đầy quyền năng, như thanh gươm (dao găm) chống lại mọi quyền lực tối tăm để tôi chiến thắng mọi cám dỗ.

21. Tôi có thẩm quyền trên bóng tối vì tôi được "ngồi bên hữu Đức Chúa Trời" ở các nơi trên trời.

22. Tất cả các thế lực tối tăm xâm phạm vào đời sống tôi đều phải tuân theo ý chí của tôi và không có quyền hợp pháp để ở lại mà phải rời khỏi đời sống tôi.

23. Đức Chúa Trời mạnh sức, quyền năng, không thể ngăn cản và không ai có thể thoát khỏi tay Ngài.

24. Các thiên sứ thánh dõi theo tôi cả ngày lẫn đêm, chiến đấu với các ác linh đang cám dỗ, đang lừa dối và tìm cách chiếm lấy thành trì trong tâm trí tôi.

25. Các thế lực tối tăm phải run sợ và khốn khổ vì danh và quyền năng vĩ đại của Đức Chúa Trời.

PHẠM ĐẾN ĐỨC THÁNH LINH

Lời nói dối rằng một người đã "phạm đến Đức Thánh Linh" quá phổ biến nên đáng được chúng ta bàn luận. Có vẻ Sa-tan đang cố gắng lừa dối mỗi Cơ Đốc nhân, ít nhất một lần. Chiến thuật của Sa-tan là làm cho Cơ Đốc nhân bối rối về việc tội này thật sự bị phạm phải như thế nào. Phúc Âm Mác có miêu tả tội này như sau:

> Các thầy thông giáo từ thành Giê-ru-sa-lem xuống lại nói: "Người nầy bị Bê-ên-xê-bun ám, và nhờ quyền của quỷ vương mà đuổi quỷ." Đức Chúa Giê-xu gọi họ đến, dùng ẩn dụ mà nói: "Sa-tan có thể tự đuổi Sa-tan được sao?"…'Thật, Ta bảo các ngươi, mọi tội lỗi sẽ được tha cho con cái loài người, kể cả những lời phạm thượng mà chúng nói ra. Nhưng ai xúc phạm đến Đức Thánh Linh thì chẳng bao giờ được tha, mà phải mắc tội đời đời." Ngài phán như vậy vì họ nói rằng: "Người nầy bị uế linh ám" (Mác 3:22-23 & Mác 3: 28-30, BTTHĐ).

Tội phạm đến Đức Thánh Linh không phải là tội tự tử, diệt chủng, giết người, loạn luân, hiếp dâm hay lạm dụng trẻ em. Những điều này hiển nhiên là tội tệ hại nhưng rõ ràng là có thể tha thứ được. Tội phạm đến Đức Thánh Linh cũng không phải là khước từ thông điệp Phúc Âm, bởi vì có người hồi đầu khước từ Chúa Giê-xu, nhưng nhiều năm sau quay lại ăn năn và tiếp nhận Chúa Giê-xu làm Cứu Chúa và được tha thứ tội lỗi. Có vài ý kiến cho rằng nếu ai đó khước từ Phúc Âm và chết thì tội lỗi họ không được tha thứ. Tôi đồng ý với điều đó. Tuy nhiên, dựa trên bối cảnh câu chuyện, tôi không cho rằng đây là nghĩa của tội phạm đến Đức Thánh Linh mà Chúa Giê-xu đề cập đến trong Phúc âm Mác.

Trong Phúc âm Mác, Chúa Giê-xu cảnh báo các thầy thông giáo về tội phạm đến Đức Thánh Linh *"vì họ nói rằng, người này bị uế linh ám"* (Mác 3:30). Nói cách khác, các thầy thông giáo thấy Chúa Giê-xu làm phép lạ (đuổi quỷ), nhưng họ cho rằng đó là phép lạ từ Sa-tan. Như vậy, tội phạm đến Đức Thánh Linh là tội cố ý và có chủ đích gán việc của Đức Thánh Linh cho Sa-tan. Một số người khác lại cho rằng tội đó chỉ thực sự phạm phải khi một người (1) đã thực sự chứng kiến phép lạ Chúa Giê-xu đã làm, (2) biết rõ phép lạ thật sự đến từ Chúa, nhưng sau đó (3) quy phép lạ ấy cho công việc của Sa-tan. Họ quả quyết rằng vì Chúa Giê-xu không còn hiện thân như con người trên thế giới này nữa nên người ta không còn phạm tội này nữa.

Ngay cả khi cho rằng tội lỗi này vẫn có thể được thực hiện, thì những điều kiện cần thiết để một người phạm tội này là cũng rất hiếm gặp. Tín đồ không phạm tội này khi nhầm lẫn trong việc đánh giá hay đơn thuần là đả kích Chúa trong lúc nóng giận vì lòng người ấy đang tổn thương hoặc bối rối. Để bị kết tội này, người đó phải (1) tin rằng phép lạ thực sự đã xảy ra, (2) biết phép lạ đó là từ Đức Thánh Linh và (3) sau đó quy phép lạ đó cho công việc của Sa-tan. Hơn nữa, khi một người thực sự phạm tội này, lòng người đó trở nên chai cứng vì Đức Thánh Linh đã không còn cáo trách tội lỗi người đó nữa. Đức Thánh Linh đã bị dập tắt và không còn ở trong đời sống người đó. *Người phạm tội đời đời này sẽ không hề lo lắng hay màng đến việc họ đã phạm tội với Chúa hay không.*

Điểm quan trọng cần nhớ đó là nếu một người có chút lo lắng về khả năng sẽ phạm tội này, đang tìm kiếm sự tha thứ và vẫn yêu mến Chúa, thì không có bằng chứng nào cho thấy họ đang mắc tội phạm đến Đức Thánh Linh. Cơ Đốc nhân nên chấm dứt việc chấp nhận lời nói dối có tính hủy hoại này.

Bruce A. Kugler Mục vụ Kugler

BIỂU MẪU THỜI GIAN TĨNH NGUYỆN (2 X 4)

"Thưa Chúa, khi con bắt đầu thời gian tĩnh nguyện, con kêu xin Đức Thánh Linh giúp con nhận biết mọi tội lỗi trong đời sống con. Con muốn sống đẹp lòng Ngài."

Sự cám dỗ

Hãy cầu xin Đức Chúa Trời ban cho bạn sức mạnh để chống lại hai tội lỗi mà bạn đang bị cám dỗ:

1. _____

2. _____

Ví dụ: "Thưa Chúa, con cầu nguyện để chống lại tội cay đắng. Con biết rằng khi con ở với _____ hôm nay, con sẽ bị cám dỗ để trở nên cay cắng vì những gì đã xảy ra trong quá khứ. Xin hãy ban cho con sức mạnh để con không phạm tội này trong hôm nay."

Ngợi khen

Ngợi khen Chúa về hai điều trong đời sống bạn.

1. _____

2. _____

Ví dụ: "Thưa Chúa, con ngợi khen Ngài về gia đình của con."

Lời cầu nguyện

(Lời cầu nguyện cá nhân dâng lên Đức Chúa Trời cho nhu cầu hoặc điều bạn mong muốn trong đời sống). Kêu cầu Đức Chúa Trời cho hai nhu cầu hoặc điều bạn mong muốn trong đời sống.

1. _____

2. _____

Ví dụ: "Thưa Chúa, con cầu nguyện để có công việc mới. Con xin Ngài mở cánh cửa cho con có công việc mới để có tài chính chu cấp cho gia đình và công việc mà con có thể tôn kính Ngài thông qua đó."

Sự cầu thay

(Cầu thay cho các nhu cầu hoặc điều mong muốn của người khác.)

Hãy xin Chúa đáp ứng nhu cầu hoặc điều hai người khác mong muốn.

1. _____

2. _____

Ví dụ: "Thưa Chúa, con cầu nguyện cho mục sư hội thánh con. Con xin Ngài ban cho mục sư có sự khôn ngoan để lãnh đạo hội thánh."

CÁC LỜI NGỢI KHEN ĐƯỢC ĐỀ XUẤT

1. Hãy ngợi khen Đức Chúa Trời về sự toàn năng của Ngài.
2. Hãy ngợi khen Đức Chúa Trời vì Ngài biết tất cả mọi điều.
3. Hãy ngợi khen Đức Chúa Trời vì không có vấn đề nào quá lớn hoặc quá nhỏ đến nỗi Ngài không thể giải quyết.
4. Hãy ngợi khen Đức Chúa Trời vì Ngài tể trị mọi hoàn cảnh trong đời sống bạn, thậm chí cả khi bạn cảm thấy bối rối, sợ hãi hoặc không chắc chắn.
5. Hãy ngợi khen Đức Chúa Trời vì Ngài tể trị khi bạn đối diện với vấn đề sức khoẻ hoặc tài chính.
6. Hãy ngợi khen Đức Chúa Trời vì Ngài ở cùng bạn và sẽ không bao giờ rời bỏ hoặc để bạn mồ côi.
7. Hãy ngợi khen Đức Chúa Trời vì tên của bạn được ghi trong Sách Sự Sống.
8. Hãy ngợi khen Đức Chúa Trời vì Ngài tha thứ mọi tội lỗi của bạn.
9. Hãy ngợi khen Đức Chúa Trời vì một ngày nào đó Ngài sẽ mang bạn về Thiên Đàng với Ngài.
10. Hãy nói với Đức Chúa Trời rằng bạn yêu Ngài bằng cả trái tim.

"Hỡi linh hồn ta, vì sao ngươi sờn ngã và bồn chồn trong mình ta? Hãy hi vọng nơi Đức Chúa Trời, Ta sẽ còn ca ngợi Ngài nữa, Vì nhờ gặp mặt Ngài mà ta được giải cứu." (Thi 42: 5, BTTHĐ). "Đức Giê-hô-va đáng được ca ngợi, con kêu cầu Ngài, và được giải cứu khỏi các kẻ thù của con" (Thi 18:3, BTTHĐ). "Hãy ca ngợi Ngài về các việc quyền năng Ngài! Hãy ca ngợi Ngài theo sự oai nghi vĩ đại của Ngài!" (Thi 150:2, BTTHĐ).

VÍ DỤ VỀ NHỮNG LỜI CẦU NGUYỆN CHO CHIẾN TRẬN THUỘC LINH

Chương 1 – Phá tan xiềng xích tội lỗi

Cầu nguyện cho sự cứu rỗi

"Lạy Đức Chúa Trời, con thú nhận rằng con là người có tội. Con tin rằng án phạt của tội lỗi là án phạt đời đời. Con tin rằng Chúa Giê-xu đã chết trên cây thập tự giá, đổ huyết để trả giá cho tội lỗi của con và Ngài đã sống lại từ cõi chết. Con dâng cuộc đời con cho Chúa Giê-xu. Con đầu phục Chúa Giê-xu như đầu phục người Chủ tuyệt đối và có thẩm quyền trên đời sống con. Con ăn năn về tội lỗi mình. Con xưng nhận Ngài là Chúa con. Con tiếp nhận ơn tha thứ của Ngài bằng đức tin." Xem Rô 3:23, Rô 6:23, Giăng 3:16, Rô 10:9, Lu 13:5 và Êph 2:8-9.

Cầu nguyện xin Chúa bày tỏ những tội lỗi chưa ăn năn trong quá khứ

"Lạy Cha Thiên Thượng, con cầu xin Cha soi sáng lòng con và bày tỏ tội lỗi trong tâm trí mà con đã phạm phải trong quá khứ, nhưng chưa bao giờ ăn năn. Con muốn đảm bảo rằng tất cả các cánh cửa mà con đã mở ra cho quyền lực của bóng tối thông qua những tội lỗi chưa được ăn năn sẽ phải bị đóng lại ngay thì giờ này. Xem Thi 139:23.

Lời cầu nguyện ăn năn

"Lạy Cha Thiên Thượng, con ăn năn về _____. Con quay khỏi tội lỗi đó. Con cảm ơn Cha đã tha thứ cho con qua dòng huyết báu của Chúa Giê-xu. Con cảm ơn Cha đã thanh tẩy con khỏi tội này. Con đóng cánh cửa quyền lực của bóng tối ngay giờ này." Xem I Giăng 1:9.

Chương 2 - Chiến trường

Cầu nguyện xin Chúa bảo vệ khỏi tội lỗi

"Lạy Cha Thiên Thượng, con cảm tạ Ngài vì Ngài yêu thương con. Con cảm tạ Ngài về ơn tha thứ để con được chuyển từ vương quốc Sa-tan đến Vương Quốc Đức Chúa Trời. Con ngợi khen Ngài vì con bây giờ là thành viên trong gia đình Ngài. Con cầu xin Ngài bảo vệ con cùng gia đình khỏi kẻ ác. Xem Giăng 17:15, Cô 1:13, Thi 23:4, và 2 Tim 4:18.

Cầu nguyện chống lại thế gian

"Lạy Cha Thiên Thượng, con cầu nguyện chống lại những gì thuộc về thế gian ở trong đời sống con. Con kêu cầu Ngài giúp con tránh khỏi những ảnh hưởng thế gian đang cám dỗ con phạm tội chống lại Ngài. Con cầu xin Ngài giúp con yêu thương và quan tâm đến những người chưa biết Ngài, và không bị dính vào những hoạt động tội lỗi của họ. Xin ban cho con sự khôn ngoan trong mối quan hệ với người khác. Con cầu nguyện để chống lại lòng yêu mến tiền bạc và lòng ham mến của cải trần gian. Con cầu nguyện chống lại ham muốn được nổi tiếng và được công nhận. Cuối cùng, con cầu nguyện chống lại lòng ham muốn quyền lực, thái độ hách dịch và thái độ sai khiến người khác. Xem 1 Giăng 2:15-17 và Ma-thi-ơ 20:25-28.

Chương 3 – Đầy dẫy Đức Thánh Linh

Cầu nguyện để được đầy dẫy Đức Thánh Linh

"Lạy Cha Thiên Thượng, con ăn năn về tất cả những tội lỗi trong quá khứ. Con đã đóng tất cả những cánh cửa của bóng tối trong cuộc đời con. Con đầu phục Đức Thánh Linh trong mọi khía cạnh của đời sống (mọi ngóc ngách trong căn nhà con). Cụ thể, con đầu phục khía cạnh _____ cho Đức Thánh Linh. Con cho phép Ngài dọn dẹp và sửa sang lại căn phòng này. Con cầu nguyện và công bố bằng đức tin rằng con sẽ được đầy dẫy Đức Thánh Linh." Xem Êph 5:18 và 2 Côr 5:7.

Chương 4 – Chiến thắng cám dỗ

Cầu nguyện để khước từ lời nói dối rằng Cơ Đốc nhân không có năng quyền để chiến thắng cám dỗ

"Lạy Cha Thiên Thượng, con khước từ lời nói dối rằng con không có năng quyền để chiến thắng cám dỗ. Con cảm ơn Ngài vì tội lỗi của con đã được đóng đinh trên cây thập tự với Chúa Giê-xu và con không còn bị điều khiển hay chi phối bởi tội lỗi nữa. Con ngợi khen Ngài vì con không còn bị điều khiển bởi tội _____ nữa." Xem Rô 6:6 và 1 Côr 10:13.

Cầu nguyện để chết đối với tội lỗi

"Lạy Cha Thiên Thượng, con công bố rằng con đã "chết đối với tội _____"". Con cầu xin Ngài gìn giữ con trước những cám dỗ xuất hiện trong tâm trí con. Con cầu nguyện xin Chúa giúp con không sa vào cám dỗ. Vì người đã chết sẽ không thể phản ứng lại khi bị kim châm vào tay, nên con cầu nguyện để con sẽ như một người đã chết trước sự cám dỗ của kim châm. Xem Rô-ma 6:11.

Cầu nguyện xin Chúa ban sức mạnh chống lại cám dỗ

"Lạy Cha Thiên Thượng, con nhận biết rằng con không thể dùng sức riêng của mình để chiến thắng mọi cám dỗ tội lỗi. Tuy nhiên, con biết ý chí con đã tham gia vào quá trình này. Con cầu xin Ngài ban cho con sức mạnh siêu nhiên để con chống cự và khước từ mọi cám dỗ tội lỗi. Xem Phil 2:13, 1 Côr 10:13 và Sáng 4:7.

Cầu nguyện khước từ những suy nghĩ tội lỗi

"Lạy Cha Thiên Thượng, con khước từ những suy nghĩ _____ này." Xem 2 Côr 10:5 và Phil 4:8.

Chương 5 – Khí giới của Đức Chúa Trời

Cầu nguyện chống lại giáo lý sai trật

"Lạy Cha Thiên Thượng, con đeo thắt lưng bằng lẽ thật. Con cầu xin Ngài bày tỏ cho con bất kỳ sự hiểu sai nào mà con có về giáo lý hoặc việc thực hành Lời Chúa. Xin Ngài bày tỏ tất cả sự lừa dối đó cho con." Xem Êph 6:14 và 2 Tim 4:3.

Cầu nguyện chống lại những lời nói dối

"Lạy Cha Thiên Thượng, con đeo thắt lưng bằng lẽ thật, xin Ngài bày tỏ cho con những lời nói dối mà con đã tin về bản thân mình, về người khác, bạn bè và Sa-tan." Xem Êph 6:14 và Giăng 8:44.

Cầu nguyện chống lại mặc cảm tội lỗi

"Lạy Cha Thiên Thượng, con mặc áo giáp công bình vào. Con tạ ơn Ngài đã tha thứ mọi tội lỗi của con từ quá khứ, hiện tại đến tương lai. Con tạ ơn Chúa vì trong Ngài không có sự kết án nào cho những ai đã nhận sự tha thứ của Ngài. Con tạ ơn Chúa vì khi Ngài nhìn con, Ngài thấy rằng con đã mặc lấy chính sự công chính của Chúa Giê-xu Christ." Xem Rô 5:17, Rô 10:9-10, Rô 8:1 và Phi 3:9.

Cầu nguyện cho việc chia sẻ Tin lành

"Lạy Cha Thiên Thượng, con đi giày dép của Tin lành bình an. Con cầu nguyện xin Ngài giúp con chuẩn bị sẵn sàng cho việc chia sẻ Tin lành với bất kỳ ai mà Ngài mang đến cho con hôm nay. Xin ban cho con sự dũng cảm và tự tin để làm điều đó." Xem Êph 6:15, 1 Phi 3:15 và Êph 6:19.

Cầu xin sự bình an từ Đức Chúa Trời

"Lạy Cha Thiên Thượng, con mang lấy giày dép của Tin lành bình an. Con tạ ơn Chúa Thánh Linh đã ban cho con sự bình an giữa những rối loạn và thử thách xảy đến trên cuộc đời con. Con kêu cầu sự bình an của Chúa trong hoàn cảnh_____." Xem Êph 6:15, Giăng 14:27 và Giăng 16:33.

Cầu nguyện khi đọc và suy ngẫm Lời Chúa

"Lạy Cha Thiên Thượng, khi con bắt đầu đọc và suy ngẫm Lời Chúa, con tạ ơn Ngài đã bày tỏ Lời Ngài để mang lại ánh sáng và nó giống như cái búa đập vỡ tảng đá. Lời Chúa thật quyền năng. Con cầu nguyện xin Lời Ngài là ánh sáng và ngọn lửa soi trong tâm trí con và làm gia tăng đức tin của con. Con cầu xin Ngài đẩy lùi mọi quyền lực của bóng tối trong con và phá tan mọi đồn luỹ của ma quỷ trong cuộc đời con. Con cầu nguyện để con được đổ đầy sự hiện diện của Ngài bằng quyền năng của Đức Thánh Linh. Xem Thi 119:130, Giê 23:29 và Êph 5:18.

Cầu nguyện chống lại sự nghi ngờ

"Lạy Cha Thiên Thượng, con dùng đức tin làm thuẫn. Con tạ ơn Ngài vì con tin cậy vào lời hứa của Ngài trong Kinh Thánh. Con ngợi khen Ngài vì Ngài luôn ở bên con và sẽ không bao giờ bỏ rơi con. Con ngợi khen Ngài vì đã giúp đỡ con và ban cho con sự khôn ngoan. Con khước từ mọi suy nghĩ cám dỗ con nghi ngờ Lời Ngài, sự tốt lành, sự hiện hữu, quyền năng, kế hoạch và tình yêu tuyệt vời của Ngài dành cho con. Con ngợi khen Ngài vì Ngài là Đấng đáng tin cậy, Đấng Thành Tín và luôn giữ lời hứa." Xem Êph 6:16, Rô 10:17, Sáng 28:15, Ê-sai 41:10, Sáng 3:1-5, Gia 1:5 và Hê 13:5.

Cầu nguyện khi khủng hoảng đến với cuộc đời bạn

"Lạy Cha Thiên Thượng, con lấy đức tin làm thuẫn. Con dâng lên Ngài sự sợ hãi và không hoài nghi trong con. Con tạ ơn Chúa vì Ngài luôn tể trị con ngay cả khi con mất kiểm soát. Con tạ ơn Chúa vì không điều gì xảy đến trong cuộc đời con là nằm ngoài tầm kiểm soát của Ngài. Con ngợi khen Ngài vì Ngài ở cùng con trong hoàn cảnh đó. Con biết Chúa yêu con. Con sẽ tin cậy Ngài và vâng lời Ngài ngay cả khi con không hiểu tại sao Ngài cho phép điều đó xảy đến trên cuộc đời con." Xem Êph 6:16, Thi 103:19, Phục 29:29 và Ê-sai 41:10.

Cầu nguyện để biết dùng Lời Chúa làm gươm chống lại cám dỗ

Sợ hãi
"Lạy Cha Thiên Thượng, con khước từ những suy nghĩ sợ hãi. Khi sợ hãi, con tin cậy nơi Ngài." Xem Thi 56:3.

Ưa tranh cãi
"Lạy Cha Thiên Thượng, con khước từ ý tưởng tranh cãi. 'Đầy tớ của Chúa không được ham tranh cãi.'" Xem 2 Tim 2:24 (BTTHĐ).

Trả đũa
"Lạy Cha Thiên Thượng, con khước từ mọi suy nghĩ trả đũa. 'Đừng tự tay mình báo thù ai'" Xem Rô 12:19 (BTTHĐ).

Dâm dục
"Lạy Cha Thiên Thượng, con khước từ mọi suy nghĩ dâm dục. 'Hãy tránh xa những dục vọng của tuổi trẻ.'" Xem 2 Tim 2:22 (BTTHĐ).

Nguyền rủa
"Lạy Cha Thiên Thượng, con khước từ mọi suy nghĩ nguyền rủa. 'Chớ có một lời độc ác nào ra từ miệng anh em.'" Xem Êph 4:29 (BTTHĐ).

Nói dối
"Lạy Cha Thiên Thượng, con khước từ mọi suy nghĩ dối trá. 'Chớ nói dối nhau.'" Xem Côl 3:9.

Lo lắng
"Lạy Cha Thiên Thượng, con khước từ mọi tư tưởng lo lắng. 'Chớ lo phiền chi hết,'" Phil 4:6.

Ích kỷ
"Lạy Cha Thiên Thượng, con khước từ mọi suy nghĩ ích kỷ. 'Đừng làm điều gì vì lòng ích kỷ.'" Xem Phil 2:3 (BTTHĐ).

Cằn nhằn
"Lạy Cha Thiên Thượng, con khước từ mọi tư tưởng cằn nhằn. 'Hãy làm mọi việc không một tiếng cằn nhằn.'" Xem Phil 2:14 (BTTHĐ).

Tham muốn

"Lạy Cha Thiên Thượng, con khước từ mọi tư tưởng tham muốn. 'Con không được tham muốn.'" Xem Xuất 20:17 (BTTHĐ).

Trí tưởng tượng hư không

"Lạy Cha Thiên Thượng, con khước từ mọi suy nghĩ tưởng tượng viển vông. 'Xin đừng để mắt con hướng về những điều vô nghĩa;'" Xem Thi 119:37 (BTTHH).

Nghi ngờ

"Lạy Cha Thiên Thượng, con khước từ mọi suy nghĩa nghi ngờ. 'Nhưng phải cầu xin bằng đức tin, không chút nghi ngờ.'" (Gia 1:6, BTTHĐ).

Vô tín

"Lạy Cha Thiên Thượng, con khước từ mọi suy nghĩ vô tín. 'Ông không để lòng vô tín làm cho mình nghi ngờ lời hứa của Đức Chúa Trời.'" (Rô 4:20, BTTHĐ).

Chương 6 – Các Thiên Sứ Thánh

Ngợi khen Chúa vì các thiên sứ thánh sẽ đem bạn đến Thiên đàng

"Lạy Cha Thiên Thượng, con tạ ơn Cha vì con không cần phải sợ cái chết. Con ngợi khen Ngài đã luôn ở cùng con và ban cho con sự bình an. Con tạ ơn Ngài vì các thiên sứ thánh của Ngài sẽ ở cùng con khi Chúa mang con về Thiên đàng." Xem Lu 16:22 và Thi 23:4.

Ngợi khen Chúa vì các thiên sứ thánh đang bảo vệ bạn

"Lạy Cha Thiên Thượng, con ngợi khen Cha vì Cha đã sai các thiên sứ bảo vệ con trong mọi bước đường con đi. Con ngợi khen Cha vì các thiên sứ thật quyền năng." Xem Thi 91:11 và Thi 103:19-20.

Cầu nguyện để các thiên sứ thánh chiến đấu với ác linh

"Lạy Cha Thiên Thượng, con cầu nguyện xin Ngài ban các thiên sứ vây quanh và bảo vệ con khỏi mọi ác linh đang cám dỗ, lừa dối và tấn công con. Con xin Ngài sai các thiên sứ thi hành cơn thịnh nộ và phán xét trên các ác linh và tiêu diệt chúng." Xem Thi 91:11, 2 Vua 6:15-17, Đa 10:12-13, Khải 12:7, Mác 1:24 và Mat 26:53.

Chương 7 –Huyết của Chúa Giê-xu Christ

Ngợi khen Chúa vì bạn được trực tiếp đến với Ngài

"Lạy Cha Thiên Thượng, con ngợi khen Cha vì Ngài đã cho con được trực tiếp đến với Ngài qua dòng huyết của Chúa Giê-xu tuôn đổ trên thập tự giá vì tội lỗi của con và đã sống lại từ cõi chết. Con tạ ơn Cha vì con được trò chuyện trực tiếp với Ngài, Ngài lắng nghe mọi suy nghĩ của con. Con tạ ơn Cha vì Ngài yêu con và muốn can thiệp vì con cũng như vùa giúp con trong những vấn đề mà con đang đối diện trong cuộc sống." Xem Hê 10:19, Êph 2:18 và Êph 3:12.

Cầu nguyện nài xin huyết của Chúa Giê-xu

"Lạy Cha Thiên Thượng, con nài xin dòng huyết báu của Chúa Giê-xu như một sự nhắc nhở về việc quyền lực của sự tối tăm đã được Ngài xử lý qua sự đổ huyết báu của Chúa Giê-xu trên cây thập tự. Con tạ ơn Ngài vì đã tha thứ mọi tội lỗi của con. Con được Ngài chuộc mua bằng huyết của Chúa Giê-xu. Con nhận biết rằng Ngài sở hữu con và mọi điều con có. Con tạ ơn Ngài vì mối quan hệ giữa con và Sa-tan đã hoàn toàn bị cắt đứt khi con tiếp nhận ơn tha thứ của Ngài." Xem Hê 9:22, Khải 1:5, Công 20:28 và Côl 1:13.

Chương 8 – Sa-tan và các thiên sứ sa ngã của hắn

Cầu nguyện chống lại tinh thần sợ hãi Sa-tan

"Lạy Cha Thiên Thượng, con ngợi khen Cha vì Chúa Giê-xu đã chết trên cây thập tự và đổ d huyết để gánh thay tội lỗi của con và Ngài đã sống lại sau ba ngày, Sa-tan và mọi ác linh đã hoàn toàn thất bại. Chúng không chỉ bị bại trận mà con bị tước mọi vũ khí. Con ngợi khen Ngài vì Đức Thánh Linh ở trong con lớn hơn và quyền lực hơn Sa-tan." Xem Côl 2:15 và 1 Giăng 4:4.

Cầu nguyện ngăn chặn Sa-tan có được ba vũ khí

"Lạy Cha Thiên Thượng, con ngợi khen Cha vì Sa-tan đã bị thất bại và bị tước mọi vũ khí. Hiện tại Sa-tan đã bị tước mọi vũ khí, vũ khí duy nhất mà Sa-tan có thể dùng để chống lại con là vũ khí do chính con đưa cho hắn. Xin chớ để Sa-tan lừa con đưa vũ khí cho hắn vì con biết hắn sẽ dùng nó để chống lại con." Xem Côl 2:15, 2 Côr 2:11 và Êph 4:27.

Vũ khí đầu tiên của Sa-tan: Quyền lực của tội lỗi

"Lạy Cha Thiên Thượng, con cầu nguyện để con sẽ không đưa cho Sa-tan vũ khí "quyền lực của tội lỗi" vì con biết hắn sẽ dùng nó để chống lại con. Con mặc áo giáp công bình vào. Con cầu xin Cha bày tỏ cho con những tội lỗi mà con chưa ăn năn. Con cầu nguyện để Sa-tan không có cơ hội tiếp cận con qua những cánh cửa tội lỗi chưa ăn năn. Con ăn năn về _____".
Xem Êph 4:27, Thi 139:23-24, 1 Giăng1:9, Rô 6:14-15 và Ê-sai 59:1-2.

Vũ khí thứ hai của Sa-tan: Sự lừa dối

"Lạy Cha Thiên Thượng, con cầu nguyện để con không đưa cho Sa-tan vũ khí của "sự lừa dối" vì con biết hắn sẽ dùng nó để chống lại con. Giờ con thắt lưng bằng lẽ thật. Con xin Đức Thánh Linh bày tỏ cho con bất cứ lời nói dối và sự dối trá nào trong đời sống con. Con xin Ngài phá huỷ mọi lời nói dối mà con tin về Kinh Thánh, về bản thân con, về bạn bè con, về Đức Chúa Trời và về Sa-tan mà con đã tin." Xem Giăng 8:44, Êph 4:27, 2 Tim 4:3 và Êph 6:14.

Vũ khí thứ ba của Sa-tan: Nỗi sợ bị bắt bớ

"Lạy Cha Thiên Thượng, con cầu nguyện rằng con sẽ không đưa cho Sa-tan vũ khí "sợ bắt bớ" (sợ con người) vì con biết hắn sẽ dùng nó để chống lại con, cố gắng thao túng và kiểm soát con. Con tạ ơn Cha vì Sa-tan không thể đặt dù chỉ một ngón tay của hắn vào con nếu không có sự cho phép của Ngài. Con hoàn toàn đầu phục Chúa Giê-xu. Con cầu nguyện rằng con sẽ yêu Ngài hơn tất cả mọi điều trong đời sống con." Xem Khải 2:10, Gióp 1:9-12 và Khải 12:11.

Chương 9 – Thẩm quyền Tín đồ

Cầu nguyện chống lại sự cám dỗ

"Lạy Cha Thiên Thượng, con nhận lấy thẩm quyền thuộc linh mà con có khi con "ngồi với Đấng Christ" bên hữu Ngài và con trói buộc các tà linh đang xen ý nghĩ_____ vào tâm trí con. Con ra lệnh cho các ác linh phải rời về nơi vực sâu." Xem 1 Tê 3:5, Êph 2:6, 2 Côr 10:5, và Mat 16:19.

Cầu nguyện cho một người tiếp nhận lời mời tha tội của Chúa

"Lạy Cha Thiên Thượng, con cầu nguyện cho _____sẽ được nghe và hiểu Phúc Âm. Con cầu nguyện để người ấy sẽ được thấy rõ tội lỗi của mình và hiểu rằng Ngài là Đức Chúa Trời thánh khiết và công chính. Con cầu xin Cha cho họ biết có một ngày phán xét, rằng tất cả mọi người đều sẽ phải chịu trách nhiệm về tội lỗi của mình. Con cầu nguyện để họ tin vào Phúc Âm rằng Chúa Giê-xu đã chết trên thập tự giá để gánh thay cho tội lỗi và đã sống lại từ cõi chết. Con cầu nguyện để họ tiếp nhận ơn tha thứ của Ngài." Xem Rô 10:14, Giăng 16:8, Rô 10:10 và Giăng 3:16.

Cầu nguyện chống lại việc Sa-tan làm mờ mắt mọi người khiến họ không thấy cần đến Đấng Cứu Thế

"Lạy Cha Thiên Thượng, con nhận lấy thẩm quyền thuộc linh mà con có khi con "ngồi với Đấng Christ" bên hữu Ngài, con cầu nguyện để tất cả ác linh, kẻ đang làm mờ mắt và cản trở _____ hiểu biết Phúc Âm và nhận biết rằng họ cần sự tha thứ của Ngài, sẽ bị trói buộc và sự tấn công của chúng sẽ bị cắt đứt." Xem 2 Côr 4:3-4, Êph 2:6 & Mat 16:19.

Cầu nguyện chống lại việc Sa-tan đang cố gắng đánh cắp Lời Chúa

"Lạy Cha Thiên Thượng, con nhận lấy thẩm quyền thuộc linh mà con có khi con "ngồi với Đấng Christ" bên hữu Ngài, con cầu xin Ngài trói buộc tất cả các ác linh, kẻ đang cố gắng đánh cắp Lời Chúa và cản trở lòng và trí của những người đang muốn tiếp nhận ơn tha thứ tội lỗi từ Ngài." Xem Mat 13:19, Êph. 2:6 và Mat 16:19.

Cầu nguyện chống lại việc Sa-tan cố gắng cản trở một mục vụ

"Lạy Cha Thiên Thượng, con nhận lấy thẩm quyền thuộc linh mà con có khi con "ngồi với Đấng Christ" bên hữu Ngài, con cầu nguyện xin Ngài trói buộc tất cả các ác linh, kẻ đang cản trở và ngăn chặn công tác hầu việc Chúa đã và đang được thành lập này. Con cầu nguyện xin Ngài ban các thiên sứ thánh Ngài đến củng cố thẩm quyền của con, huỷ phá các ác linh và quăng chúng vào vực sâu." Xem 1 Tê 2:18, Êph 2:6 và Mat 16:19.

Cầu nguyện để loại bỏ sự trói buộc của ma quỷ trong cuộc sống của Cơ Đốc nhân

"Lạy Cha Thiên Thượng, con ăn năn về _____. Con đóng các cánh cửa quyền lực của bóng tối trong cuộc đời con. Con nhận lấy thẩm quyền thuộc linh mà con có khi con "ngồi với Đấng Christ" bên hữu Ngài, con trói buộc các ác linh, những kẻ đã tạo ra những xiềng xích tâm linh trong cuộc đời con và con ra lệnh nó phải rời xuống vực sâu." Xem Công 16:16-18, Êph 2:6 và Mat 16:19.

Chương 10 – Ma quỷ ảnh hưởng đến tín hữu bằng cách nào

Ngợi khen Chúa vì tín hữu không bao giờ bị quỷ ám (sở hữu)

"Lạy Cha Thiên Thượng, con ngợi khen Cha vì mặc dù Sa-tan cố gắng tấn công và thử thách con, nhưng ác linh không bao giờ có thể sở hữu con. Con cảm tạ Cha vì Lời Ngài nói rằng Ngài đã ban Chúa Giê-xu cho con, con thuộc về Chúa Giê-xu. Con ngợi khen Cha vì mọi quyền lực của bóng tối đã xâm chiếm con sẽ phải tuân theo ý chí của con, và chúng chỉ là những kẻ xâm phạm và chiếm đoạt, chúng không có quyền hợp pháp để ở lại trong con và phải rời đi ngay lập tức." Xem 1 Côr 7:23, Rô 8:9, 1 Côr 6:19-20, Êph 4:30, Giăng10:28, Lu 10:20 và Mat 16:19.

Cầu nguyện để dò biết sự có mặt của ma quỷ

"Lạy Cha Thiên Thượng, con nhận lấy thẩm quyền thuộc linh mà con có được khi con "ngồi với Đấng Christ" bên hữu Ngài, con trói buộc các quỷ đang hiện hữu nơi đây và ra lệnh cho chúng phải lộ diện." Xem Êph 2:6, Mác 5:1-10, Lu 10:20 và Mat 16:19.

Chương 11 – Hoạt động của ma quỷ

Cầu nguyện chống lại cám dỗ tình dục trước hôn nhân

"Lạy Cha Thiên Thượng, con ngợi khen Cha vì đã tạo ra con và ban cho loài người tình dục theo một lẽ rất tự nhiên. Nhưng con không muốn quyền lực của bóng tối lợi dụng món quà tình dục Ngài ban để cám dỗ con vào ước muốn phạm tội. Con cầu nguyện cho đời sống con có tình dục thánh khiết. Con cầu nguyện để con không bị sa vào ý nghĩ vô luân và tư tưởng tình dục khác. Con dâng thân thể con cho Ngài như của lễ sống và thánh. Xin giúp con tránh khỏi những cám dỗ tình dục và không xem những cảnh dâm dục qua phương tiện internet hoặc phim ảnh. Xin ban cho con sự mạnh mẽ để loại bỏ các mối quan hệ dẫn con đến chỗ phạm tội tình dục trước hôn hôn nhân. Con cầu xin Cha mang đến cho con một người để con có thể thể hiện nhu cầu tính dục (trong hôn nhân) theo cách tôn kính Ngài." Xem 2 Tim 2:22, Mat15:19, Công 15:20, Thi 101:3 và 1 Côr 6:9.

Cầu nguyện chống lại phạm tội cám dỗ tình dục sau khi kết hôn

"Lạy Cha Thiên Thượng, con tạ ơn Cha về vợ/chồng của con. Con cam kết chỉ quan hệ tình dục với người vợ/chồng của con mà thôi. Con cầu nguyện để đời sống tình dục của con sẽ theo cách mà Ngài đã tạo dựng từ ban đầu. Con xin Cha ban cho con ân điển để hiểu rằng nhu cầu tình dục của vợ/chồng của con có thể sẽ rất khác với con. Xin giúp con không ích kỷ trong lối sống tình dục với người phối ngẫu. Con cầu nguyện cho con có đời sống sống tình dục thánh khiết. Con cầu nguyện chống lại mọi cám dỗ tình dục với ai khác mà không phải người phối ngẫu của con. Con dâng thân thể con cho Ngài như của lễ sống và thánh. Xin giúp con tránh khỏi những cám dỗ tình dục và không xem những hình ảnh dâm dục qua phương tiện internet hoặc phim ảnh. Con cầu nguyện để con có sự thoả lòng và đời sống tình dục thật ý nghĩa với người phối ngẫu của con." Xem 1 Côr 7:5, 2 Tim 2:22, Thi 101:3 và Hêb 13:4.

Cầu nguyện chống lại tinh thần buông xuôi về phương diện cảm xúc với người phối ngẫu

"Lạy Cha Thiên Thượng, người phối ngẫu khiến con bị tổn thương. Con cảm thấy rất tức giận và cay đắng. Con đang ở thời điểm không muốn tiếp tục mối quan hệ này nữa. Con thật sự kiệt sức. Con thú nhận rằng con không còn cảm xúc tích cực gì với người phối ngẫu nữa. Ngay bây giờ, con dâng lên Ngài mọi cảm xúc tiêu cực của con. Con ăn năn về sự cay đắng, tức giận và cảm giác muốn thoát ra khỏi cuộc hôn nhân này. Con kêu cầu Ngài can thiệp và chữa lành hôn nhân của con. Con xin Ngài giúp con yêu người phối ngẫu theo cách mà Ngài đã yêu con ngay cả khi con đầy sai phạm. Con cầu nguyện chống lại mọi cám dỗ buông xuôi về phương diện cảm xúc với người phối ngẫu." Xem Êph 4:31 và Hêb 12:15.

Cầu nguyện chống lại những tư tưởng lãng mạn

"Lạy Cha Thiên Thượng, con cảm nhận khoảng trống về tình cảm trong lòng con. Con thú nhận rằng con đã tư tưởng những điều lãng mạn về việc có một mối quan hệ mới. Con cầu nguyện chống lại quyền lực của bóng tối đã lừa dối con sống trong thế giới tưởng tượng đó. Con biết những tư tưởng này được hình thành từ những điều phi thực tế. Con xin Cha chữa lành cho hôn nhân của con. Con cầu nguyện để con tìm được sự lãng mạn và thoả lòng nơi người phối ngẫu của con." Xem 2 Côr 10:5, Mat 5:28 và Mat 19:9.

Cầu nguyện chống lại sự ghen tị và tham vọng cá nhân

"Lạy Cha Thiên Thượng, con xin Ngài bảo vệ tấm lòng con khỏi sự ghen tị và tham vọng. Con mặc lấy sự khiêm nhường. Con cầu nguyện để mọi công việc con làm ở nhà, ở công ty, ở mục vụ đều sẽ dâng vinh hiển cho Ngài chứ không phải con tự quảng bá về bản thân. Xin bảo vệ tấm lòng con khỏi sự ghen tị về tài năng, tiền bạc, địa vị và công tác của người khác." Xem Gia 3:14-15, Côl 3:12, Hê 13:5, 1 Giăng 2:16 & Gia 4:10.

Cầu nguyện để có sự khôn ngoan khi chọn loại nhạc để thưởng thức

"Lạy Cha Thiên Thượng, con cầu nguyện để danh Cha được vinh hiển qua loại nhạc mà con nghe. Con cầu xin Đức Thánh Linh bày tỏ và cáo trách tâm linh con nếu con nghe bài nhạc không tôn kính Ngài. Xin cất bỏ khỏi con ước muốn nghe nhạc kích động tâm trí tưởng tượng hư không, bạo lực hoặc trần tục." Xem Êxê 28:13, 1 Giăng 2:15-16, 1 Giăng 4:5, 1 Sam 16:23 & Gia 1:5.

Cầu nguyện để loại bỏ sự hiện hữu của ma quỷ trong nhà

"Lạy Cha Thiên Thượng, con cảm thấy có sự hiện hữu của ma quỷ trong nhà của con. Cha biết liệu cảm giác ma quỷ hiện hữu này có phải chỉ là do trí tưởng tượng phong phú của con hoặc ma quỷ đang tìm cách quấy rầy con và làm con lo lắng sợ hãi hay không. Con khước từ mọi sự lo lắng sợ hãi đó. Con xin Cha ban cho con sự khôn ngoan và khả năng phán đoán đúng đắn để xác định nguồn gốc của sự hiện hữu này. Nếu sự hiện hữu này là do ma quỷ, con nhận lấy thẩm quyền thuộc linh mà con có khi con "ngồi với Đấng Christ" bên hữu Ngài, con trói buộc tất cả các linh ma quỷ đang hiện hữu trong căn nhà này và lệnh cho chúng phải rời đi ngay lập tức về vực sâu. Con xin Cha ban các thiên sứ thánh đóng trại xung quanh nhà con và tuyên chiến chống lại quyền lực của bóng tối. Con cầu nguyện để con có thể kinh nghiệm được sự bình an mà chỉ trong Đức Thánh Linh con mới có được." Xem Lê-vi 19:31, 1 Sam 28:7-12, Êph. 2:6 & Mat 16:19.

Chương 12 – Tội lỗi Phả hệ

Cầu nguyện để bẻ gãy thành trì của ma quỷ trên con cái

"Lạy Cha Thiên Thượng, con dâng con cái của con lên cho Ngài. Con cầu nguyện để ngày nào đó chúng sẽ tiếp nhận ơn tha thứ của Ngài và phục vụ Ngài hoàn toàn. Cho đến ngày đó, con sẽ đứng vào nơi sứt mẻ cho các con của con. Con nhận lấy thẩm quyền thuộc linh mà con có khi con "ngồi với Đấng Christ" bên hữu Ngài, con bẻ gãy thành trì của ma quỷ trên các con của con. Con trói buộc tất cả ác linh uế linh đang tìm cách tấn công hoặc làm hại các con trẻ. Con ra lệnh chúng phải bị quăng xuống vực sâu." Xem Mác 7:25-26, Mác 9:17-21, Lu 10:17-19, Êph 2:6 & Mat 16:19.

Cầu nguyện bẻ gãy thành trì của ma quỷ bất kể nguồn gốc

"Lạy Cha Thiên Thượng, con nhận lấy thẩm quyền thuộc linh mà con có khi con được "ngồi với Đấng Christ" bên hữu Ngài, con bẻ gãy mọi thành trì của ma quỷ đang trói buộc trên đời sống con bất kể nguồn gốc nào. Con tạ ơn Cha vì mối quan hệ giữa con và Sa-tan đã bị cắt đứt hoàn toàn bởi dòng huyết của Chúa Giê-xu. Con ra lệnh cho tất cả các quỷ phải rời khỏi đây và trở về nơi vực sâu." Xem Xuất 20:4-5, Êph 2:6, Mat 16:19, Giê 32:17-18, Giăng 9:2-3, Êxê 18:20, Rô 5:9, Hê 4:13 & Lu10:17-19.

NHỮNG LỜI CẦU NGUYỆN VÍ DỤ ĐỂ LOẠI BỎ CÁC ĐỒN LŨY CỦA MA QUỶ

Chuẩn bị trước buổi cầu nguyện

1. Xin Đức Chúa Trời chỉ ra những tội lỗi chưa ăn năn trong đời sống bạn.

"Lạy Cha Thiên Thượng, con xin Cha đặt sự sáng của Ngài trong lòng con và bày tỏ cho tâm trí con những tội lỗi mà con đã có trong quá khứ nhưng con chưa ăn năn. Con muốn đảm bảo rằng mọi cánh cửa mà con đã mở cho quyền lực của bóng tối qua những tội lỗi chưa ăn năn thì giờ đây phải bị đóng lại." Xem Thi 139:23.

2. Đầu phục mọi lĩnh vực đời sống cho Đức Thánh Linh và được Thánh Linh đổ đầy.

"Lạy Cha Thiên Thượng, con ăn năn về mọi tội lỗi trong quá khứ. Con đóng các cánh cửa quyền lực tối tăm trong đời sống con. Giờ đây con đầu phục Đức Thánh Linh trong mọi lĩnh vực của đời sống con. Đặc biệt, con dâng lĩnh vực (tên lĩnh vực cụ thể) lên Chúa Thánh Linh. Ngài có toàn quyền tẩy rửa và làm mới lại tấm lòng con. Con cầu nguyện và công bố bởi đức tin rằng con được đầy dẫy Đức Thánh Linh." Xem Êph 5:18 & 2 Côr 5:7.

Ghi chú: Tham khảo phần Phụ Lục: "Các lĩnh vực cần đầu phục Đức Thánh Linh."

3. Xin Đức Chúa Trời bảo vệ.

"Lạy Cha Thiên Thượng, con ngợi khen Ngài đã ban thiên sứ thánh bảo vệ con trong mọi hành trình con đi. Con ngợi khen Cha vì sự toàn năng của Ngài. Con cầu nguyện xin thiên sứ thánh bảo vệ con chống lại mọi ác linh uế linh, kẻ đang cám dỗ, lừa dối con và tìm mọi cách để có được thành trì trong đời sống con. Con cầu xin Cha dùng Thần Linh Ngài thi hành cơn thịnh nộ và đoán phạt chống lại và huỷ diệt các ác linh uế linh." Xem Thi 91:11, 2 Vua 6:15-17, Đa 10:12-13, Khải 12:7, Mat 10:19, 2 Tês 3:3 & Mat 26:53.

4. Mang lấy khí giới của Đức Chúa Trời.

Thắt lưng bằng lẽ thật

"Lạy Cha Thiên Thượng, con đeo thắt lưng bằng lẽ thật vào. Con xin Cha bày tỏ cho con những hiểu lầm nào mà con có trong giáo lý và việc thực hành Lời Chúa. Xin chỉ cho con những lời nói dối về bản thân, về Ngài và về Sa-tan mà con đã tin vào. Xin bày tỏ cho con mọi lời nói dối và sự dối trá trong đời sống con." Xem Êph 6:14 & 2 Tim 4:3.

Mặc áo giáp công bình

"Lạy Cha Thiên Thượng, con mặc áo giáp công bình vào. Con tạ ơn Cha đã tha thứ mọi tội lỗi của con từ quá khứ, hiện tại đến tương lai. Con tạ ơn Cha vì sẽ không có sự đoán phạt nào cho những ai tin nơi Ngài. Con cảm ơn Cha đã nhìn con qua lăng kính là sự công bình của Chúa Cứu Thế Giê-xu. Con cầu nguyện để con sẽ quay lưng khỏi cám dỗ và sống công chính trước mặt Ngài." Xem Rô 5:17, Rô 10:9-10, Rô 8:1, Tít 2:11-12, và 1 Giăng 3:7-8.

Giày Tin lành bình an

"Lạy Cha Thiên Thượng, con mang giày Tin lành bình an vào. Con cầu xin Cha giúp con trong việc chia sẻ Tin mừng với bất cứ ai Ngài mang đến cho con hôm nay. Con xin Cha ban cho con sự can đảm và tự tin. Con cảm ơn Chúa Thánh Linh đã ban cho con bình an khi những khó khăn và thử thách xảy đến cuộc đời con. Con công bố sự bình an của Ngài trong con." Xem Êph 6:15, Giăng 16:33, 1 Phi 3:15 và Êph 6:19.

Thuẫn đức tin

"Lạy Cha Thiên Thượng, con dùng đức tin làm thuẫn. Con tạ ơn Cha vì con tin cậy vào lời hứa của Ngài trong Kinh Thánh. Con ngợi khen Ngài đã luôn ở bên con và sẽ không bao giờ bỏ rơi con. Con ngợi khen Ngài vì Ngài đã giúp đỡ con và ban cho con sự khôn ngoan. Con khước từ mọi suy nghĩ đã cám dỗ con đến chỗ nghi ngờ Lời Chúa, nghi ngờ sự tốt lành, sự hiện hữu, quyền năng, kế hoạch và tình yêu tuyệt vời của Ngài dành cho con. Con ngợi khen Ngài vì Ngài đáng tin cậy, thành tín và luôn giữ lời hứa." Xem Êph 6:16, Rô 10:17, Sáng 28:15, Ê-sai 41;10, Sáng 3:1-5, Gia 1:5 và Hê 13:5.

Mũ cứu rỗi

"Lạy Cha Thiên Thượng, con đội mũ cứu rỗi vào. Con tạ ơn Cha vì con được Ngài tha thứ tội lỗi. Con tạ ơn Cha vì con là một phần của Vương Quốc Đức Chúa Trời. Con ngợi khen Cha vì con được cứu rỗi và tên con được ghi trong Sách Sự Sống." Xem Êph 6:17 và 1 Giăng 5:13.

Gươm Thánh Linh

"Lạy Cha Thiên Thượng, con đeo gươm Thánh Linh là Lời Chúa vào. Con ngợi khen Ngài vì Lời Ngài thật quyền năng. Con cầu nguyện để Lời Ngài là gươm hai lưỡi chống lại mọi quyền lực tối tăm để giúp con vượt qua mọi cám dỗ." Xem Êph 6:17, Lu 4:9-12 & Thi 119:11.

5. Cầu nguyện để Đức Chúa Trời mở cánh cửa cho người thân quen

"Lạy Cha Thiên Thượng, con xin Cha bày tỏ cho tên)_____ mọi cánh cửa đã được mở cho quyền lực tối tăm qua những tội lỗi chưa ăn năn hoặc sự lừa dối. Con xin Cha đặt ánh sáng của Ngài trong lòng người ấy và bày tỏ trong tâm trí người ấy những tội lỗi trong quá khứ chưa ăn năn. Con cầu nguyện để (tên)_____ mặc lấy ân điển Chúa để ăn năn tội lỗi. Con cũng cầu nguyện xin cho (tên)_____ sẽ khước từ mọi sự lừa dối về bản thân, về Ngài và về Sa-tan." Xem Thi 139:23 & 2 Tim 2:26.

6. Cầu nguyện xin Chúa sai thiên sứ làm suy yếu thế lực ác linh.

"Lạy Cha Thiên Thượng, con xin Cha sai thiên sứ của Ngài đến với_____ (tên). Con cầu nguyện để các thiên sứ sẽ chống lại quyền lực tối tăm. Con cầu nguyện để thiên sứ Chúa sẽ làm suy yếu sự kìm kẹp của quyền lực bóng tối trên cuộc đời của _____. Con xin Cha ban sự kinh hoàng của Ngài đi trước con để khiến các thế lực tối tăm phải bối rối. Con cầu nguyện để quyền lực tối tăm phải run sợ và đau đớn trước Danh quyền năng của Ngài. Chúa biết rằng những ác linh này đã nổi lên chống lại Ngài. Con cầu nguyện để Ngài lật đổ chúng, trút cơn thịnh nộ của Ngài và huỷ diệt chúng." Xem Xuất 15:7, Xuất 23:27, Phục 2:25, Thi 91:11 & Khải 12:7.

Đối đầu trực diện với ma quỷ

Những vấn đề cầu nguyện căn bản

1. Cầu xin sự khôn ngoan và thông sáng

"Lạy Cha Thiên Thượng, chúng con cầu nguyện xin cho sự khôn ngoan và thông sáng. Chúng con ngợi khen Ngài đã yêu thương (tên)_____. Chúng con xin Ngài gia tăng ân điển và sự nhân từ của Ngài. Chúng con xin Ngài dẫn dắt chúng con khi chúng con tham vấn cho (tên)_____ và tìm cách xác định xem liệu quyền lực tối tăm có đang phát triển thành trì trong đời sống của họ hay không." Xem Gia 1:5, 1 Côr 12:10 và 2 Tim 2:26.

2. Cầu nguyện xin Chúa bảo vệ khỏi quyền của bóng tối

"Lạy Cha Thiên Thượng, chúng con cầu nguyện xin Chúa bảo vệ chúng con khỏi quyền lực của bóng tối. Chúng con cầu xin Cha bảo vệ _____(tên), mọi người có mặt ở đây và gia đình chúng con khi chúng con chiến đấu với quyền lực của bóng tối. Chúng con kêu xin Cha bảo vệ mọi người, cả thuộc linh lẫn thuộc thể. Cảm tạ Chúa đã ở cùng chúng con. Danh của Ngài giúp chúng con chống lại mọi quyền lực. Ngài là cái khiên của chúng con. Chúng con cảm tạ Chúa vì Sa-tan và thế lực của hắn đều bị thất bại khi Chúa Giê-xu chết trên thập tự giá, tuôn dòng huyết báu để chuộc mua chúng con khỏi tội lỗi và Ngài đã sống lại. Con cầu nguyện xin thiên sứ Chúa bảo vệ mọi người nơi đây. Xin Chúa sai các thiên sứ Ngài đóng thành bức tường lửa xung quanh chúng con. Xin thiên sứ dùng thanh kiếm rực lửa đứng giữa chúng con và các ác linh. Con cảm tạ Chúa vì Ngài toàn quyền, toàn năng, không ai có thể thoát khỏi tay Ngài." Xem Thi 91:11, 2 Vua 6:15-17,

Đa 10:12-13, Khải 12:7, Mat10:19, Côl 1:13, Khải 12:11, 2 Tês 3:3, Ê-sai 43:13, 2 Sử 14:11 & Mat 26:53.

3. Cầu nguyện để các thiên sứ thánh bao phủ một khu vực địa lý.

"Lạy Cha Thiên Thượng, con cảm ơn Ngài về các thiên sứ thánh. Chúng con cảm tạ Ngài vì các thiên sứ thánh không ngừng giao chiến chống lại quyền lực tối tăm. Chúng con biết rằng trong sách Đa-ni-ên, Lời Ngài mô tả về cuộc chiến thuộc linh giữa các thiên sứ thánh và ma quỷ trên các khu vực như Hy Lạp và Ba Tư. Chúng con biết điều đó vẫn đúng tại nơi mà chúng con sống. Chúng con cầu xin Ngài sai thiên sứ đóng trại xung quanh (địa điểm)_____. Xin Cha tạo ra vùng đệm xung quanh chúng con để ngăn chặn Sa-tan và đạo binh của hắn can thiệp vào khi chúng con tìm cách loại bỏ thành trì của chúng trong (tên người)_____." Xem Thi 91:11, 2 Vua 6:15-17, Đa 10:12-13 & 2 Tês 3:3.

Mệnh lệnh căn bản trên ma quỷ

1. Ra lệnh cho ma quỷ không được phép nói, trừ khi bạn hỏi.

"Lạy Cha Thiên Thượng, con nhận lấy thẩm quyền thuộc linh mà con có được khi con "ngồi với Đấng Christ" bên hữu Ngài, con ra lệnh cho tất cả các ác linh trong (tên) _____ không được phép nói gì trừ khi được con hỏi. Con ra lệnh cho ác linh không được phép quấy rối, làm phiền hay ngăn cản khi chúng con tìm cách loại bỏ chúng." Xem Êph 2:6, Mác 1:25, Lu 10:19-20, Mác 1:34 & Mat 16:19.

2. Ra lệnh cho ác linh không được làm người đó đau khi chúng rời đi.

"Lạy Cha Thiên Thượng, con nhận lấy thẩm quyền thuộc linh mà con có khi con "ngồi với Đấng Christ" bên hữu Ngài và ra lệnh cho tất cả các ác linh không được làm đau hoặc làm hại (tên) _____ theo bất kỳ cách nào. Con cầu nguyện để Ngài sai thiên sứ thi hành mệnh lệnh này và trừng phạt ác linh nếu chúng không nghe lời." Xem Lu 4:35, Lu10:19-20, Mat 16:19 & Êph 2:6.

3. Ra lệnh cho ác linh phải lao xuống nơi vực sâu khi chúng rời đi.

"Lạy Cha Thiên Thượng, con nhận lấy thẩm quyền thuộc linh mà con có được khi con "ngồi với Đấng Christ" bên hữu Ngài và ra lệnh cho tất cả các ác linh phải rời xuống vực sâu ngay lập tức khi chúng rời khỏi người này. Con cầu nguyện để tất cả ác linh này được phó trong tay Ngài và xin Ngài loại bỏ chúng khỏi mặt đất. Con cầu xin Cha sai thiên sứ hộ tống chúng xuống vực sâu và giam giữ chúng cho đến ngày phán xét cuối cùng. Xin Cha không để bất kỳ con nào bị trốn thoát." Xem Công 16:16-18, Êph 2:6, Mat 16:19 & Phục 7:24.

Các bước chính dẫn đến sự tự do

1. Xác quyết rằng người đó đã tiếp nhận lời mời gọi tha tội của Chúa.

"Lạy Chúa, con thú nhận con là người có tội. Con tin rằng hình phạt cho tội lỗi là hình phạt đời đời. Con tin Chúa Cứu Thế Giê-xu đã chết trên thập tự giá, tuôn dòng huyết báu để gánh thay tội lỗi của con và Ngài đã sống lại. Con trao phó đời con trong tay Ngài. Con đầu phục Chúa làm Chúa và làm Chủ của đời sống con hoàn toàn. Con ăn năn mọi tội lỗi của con. Con xưng nhận Chúa Giê-xu làm Cứu Chúa của con. Con tiếp nhận ơn tha thứ của Ngài bằng đức tin." Xem Rô 3:23, Rô 6:23, Giăng 3:16, Rô 10:9, Lu 13:5 & Êph 2:8-9.

Lưu ý: Hãy giải thích rằng cầu nguyện là biểu hiện của đức tin. Khi một người nói ra lời cầu nguyện cứu rỗi này, họ cần phải tin và thực hành đức tin nơi Chúa. Chỉ lặp lại lời cầu nguyện này thôi sẽ không cứu được bất kỳ ai.

2. Nhận diện mọi cánh cửa được mở trong cuộc đời người đó.

"Lạy Cha Thiên Thượng, con xin Cha đặt ánh sáng của Ngài trong lòng con và bày tỏ trong tâm trí con những tội lỗi trong quá khứ mà con chưa ăn năn. Con muốn đảm bảo rằng mọi cánh cửa của quyền lực bóng tối mà con đã mở trong quá khứ nay phải bị đóng lại." Xem Thi 139:23.

Lưu ý: Mời người đó lặp lại lời cầu nguyện này. Khi Đức Thánh Linh mang đến trong tâm trí người đó những tội lỗi đã phạm trong quá khứ, thì người đó phải ăn năn.

3. Ra lệnh các ác linh phải lộ diện.

"Lạy Cha Thiên Thượng, con nhận lấy thẩm quyền thuộc linh mà con có được khi con "ngồi với Đấng Christ" bên hữu Ngài và con trói buộc các ác linh đang ở trong (tên) _____ , con ra lệnh chúng phải xuất đầu lộ diện." Xem Êph 4:27, Êph 2:6, Mác 5:1-10, Lu 10:20-21 & Mat 16:19.

4. Ra lệnh các ác linh phải rời khỏi người đó.

"Lạy Cha Thiên Thượng, con nhận lấy thẩm quyền thuộc linh mà con có được khi con "ngồi với Đấng Christ" bên hữu Ngài và con trói buộc các ác linh đã có thành trì ở khu vực (địa điểm)_____ và ra lệnh chúng phải rời đi và trở về nơi vực sâu." Xem Công 16:16-18, Êph 2:6 & Mat 16:19.

5. Kêu xin Chúa Thánh Linh lấp đầy khoảng trống tâm linh sau khi ác linh rời đi.

"Lạy Cha Thiên Thượng, con ăn năn về mọi tội lỗi trong quá khứ. Con đóng tất cả các cánh cửa của quyền lực tối tăm trên cuộc đời con. Con đầu phục mọi lĩnh vực trong cuộc đời con cho Đức Thánh Linh. Đặc biệt là lĩnh vực (tên lĩnh vực)_____. Con dâng Chúa quyền thanh tẩy và làm mới lại tâm linh con. Con cầu nguyện và công bố bằng đức tin rằng con được đầy dẫy Đức Thánh Linh." Xem Êph 5:18 & 2 Côr 5:7.

Lưu ý: - Yêu cầu người đó nói theo lời cầu nguyện này.

UGLER SCHOOL OF

**SPIRITUAL
WARFARE**

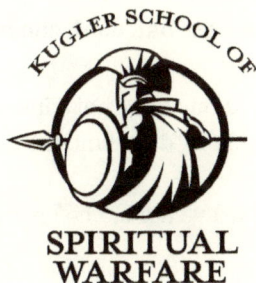

BẢNG LIỆT KÊ NHỮNG ĐỒN LŨY MA QUỶ CẦN PHẢI LOẠI BỎ

Chuẩn bị trước buổi cầu nguyện

1. Xin Đức Chúa Trời chỉ ra bất cứ tội lỗi nào chưa ăn năn.
2. Đầu phục Đức Thánh Linh trong mọi lĩnh vực của đời sống và công bố sự đổ đầy của Ngài.
3. Xin Đức Chúa Trời bảo vệ.
4. Mang lấy các khí giới thuộc linh của Đức Chúa Trời.
5. Cầu nguyện xin Đức Chúa Trời chỉ ra những cánh cửa mở trong một người.
6. Cầu nguyện xin Chúa sai các thiên sứ thánh đến làm suy yếu thế lực của ma quỷ.

Đối đầu trực diện với ma quỷ

Những vấn đề căn bản cần cầu nguyện

1. Cầu nguyện cho sự khôn ngoan và thông sáng.
2. Cầu xin bảo vệ chống lại quyền lực tối tăm.
3. Cầu nguyện xin Chúa sai thiên sứ thánh đóng trại xung quanh khu vực địa lý đó.

Mệnh lệnh căn bản dành cho ma quỷ

1. Ra lệnh cho ma quỷ không được nói trừ khi được bạn hỏi.
2. Ra lệnh cho ma quỷ không được làm đau một người khi chúng xuất ra.
3. Ra lệnh cho ma quỷ trở về nơi lửa hoả ngục khi chúng xuất ra.

Các bước THEN CHỐT để được tự do

1. Xác quyết rằng người đó đã tiếp nhận ơn tha thứ của Đức Chúa Trời.
2. Nhận diện mọi cánh cửa mở trong cuộc đời người đó.
3. Lệnh cho các ác linh phải lộ diện.
4. Ra lệnh các ác linh phải rời khỏi người đó.
5. Kêu xin Chúa Thánh Linh lấp đầy khoảng trống tâm linh sau khi ác linh uế linh rời đi.

Duy trì sự tự do của bạn

1. Cầu nguyện mỗi ngày.
2. Đọc Lời Chúa.
3. Thông công với các tín hữu khác.
4. Chia sẻ Phúc Âm.

Những lời Cảnh báo

1. Không đổ mọi thứ cho ma quỷ.
2. Không phải tất cả bệnh tật đau yếu đều do ma quỷ gây ra.
3. Những bệnh tật/khó khăn về tinh thần không phải lúc nào cũng do ma quỷ gây ra.
4. Có tội lỗi chưa ăn năn không có nghĩa là người đó có linh của ma quỷ.
5. Không nên phô trương hoá việc quở trách ma quỷ.
6. Kiểm tra tất cả các giáo lý về chiến trận thuộc linh bằng Lời Chúa.

SPIRITUAL
WARFARE

NHỮNG CÂU KINH THÁNH ĐỂ
ĐÁNH BẠI SỰ SỢ HÃI VÀ LO LẮNG

"Trong ngày sợ hãi, con sẽ đặt trọn niềm tin nơi Ngài" (Thi 56:3, BTTHĐ)

"Đừng sợ vì Ta ở với con. Chớ kinh khiếp vì Ta là Đức Chúa Trời của con. Ta sẽ làm cho con mạnh mẽ, phải, Ta sẽ giúp đỡ con, dùng tay phải công chính của Ta mà nắm giữ con." (Ê-sai 41:10, BTTHĐ).

"Đừng sợ sự kinh khiếp xảy đến thình lình, cũng đừng sợ sự tàn hại xảy đến cho kẻ ác; vì Đức Giê-hô-va là nơi nương cậy của con, Ngài sẽ gìn giữ chân con khỏi cạm bẫy." (Châm 3:25-26, BTTHĐ)

"Bây giờ Đức Giê-hô-va phán: Hỡi Gia-cốp! Đấng đã dựng nên con, Hỡi Y-sơ-ra-ên! Đấng đã tạo thành con, phán: "Đừng sợ, vì Ta đã cứu chuộc con. Ta đã gọi đích danh con và con thuộc về Ta." (Ê sai 43:1, BTTHĐ).

"Tôi đã tìm cầu Đức Giê-hô-va và Ngài đáp lời tôi, giải cứu tôi khỏi các điều sợ hãi." (Thi 34:4, BTTHĐ).

"Lo sợ loài người là một cạm bẫy, nhưng ai nhờ cậy Đức Giê-hô-va thì được an toàn." (Châm 29:25, BTTHĐ).

"Chính Ta sẽ đi trước mặt ngươi, san phẳng các đường gập ghềnh; phá vỡ các cửa bằng đồng, bẻ gãy then cài bằng sắt." (Ê sai 45:2, BTTHĐ).

"Hãy hết lòng tin cậy Đức Giê-hô-va, đừng nương cậy nơi sự thông sáng của con. Hãy nhận biết Ngài trong mọi đường lối của con, chính Ngài sẽ san bằng các nẻo con đi." (Châm 3:5-6, BTTHĐ).

"Đừng sợ hãi các dân ấy, vì Giê-hô-va Đức Chúa Trời đang ngự giữa anh em là Đức Chúa Trời vĩ đại và đáng kính sợ." (Phục 7:21, BTTHĐ).

"Ta, chính Ta là Đấng an ủi các ngươi. Ngươi là ai mà sợ loài người là loài hay chết, sợ con cái loài người là kẻ sẽ trở nên như cỏ? Ngươi lại quên Đức Giê-hô-va, Đấng đã tạo nên ngươi, đã giương các tầng trời và đặt nền móng quả đất, để suốt ngày ngươi cứ run sợ vì cơn giận của kẻ áp bức khi nó định hủy diệt ngươi sao? Nhưng bây giờ, cơn giận của kẻ áp bức ấy ở đâu?" (Ê-sai 51:12-13, BTTHĐ).

"Đừng sợ những kẻ giết thân thể mà không giết được linh hồn, nhưng thà sợ Đấng có thể hủy diệt cả hồn lẫn xác trong hỏa ngục." (Mat 10:28, BTTHĐ).

"Vậy, chớ lo lắng về ngày mai; vì ngày mai sẽ tự lo cho ngày mai. Sự nhọc nhằn ngày nào đủ cho ngày ấy." (Mat 6:34, BTTHĐ).

"Đức Giê-hô-va phán với Môi-se: "Tay của Đức Giê-hô-va quá ngắn sao? Con hãy chờ xem điều Ta phán với con có trở thành sự thật hay không!" (Dân 11:23, BTTHĐ).

"Lạy Đức Giê-hô-va, những người biết danh Ngài sẽ tin cậy Ngài, vì Ngài chẳng từ bỏ người nào tìm kiếm Ngài." (Thi 9:10, BTTHĐ).

"Đức Giê-hô-va đã lập ngôi Ngài trên các tầng trời, Vương quốc Ngài cai trị trên muôn vật." (Thi 103:19, BTTHĐ).

"Thiên sứ của Đức Giê-hô-va đóng trại chung quanh những người kính sợ Ngài và giải cứu họ." (Thi 34:7, BTTHĐ).

"Ngươi sẽ chẳng sợ sự kinh khiếp ban đêm hoặc tên bay ban ngày," (Thi 91:5, BTTHĐ).

"Vì Ngài sẽ ban lệnh cho các thiên sứ Ngài gìn giữ ngươi trong mọi đường lối ngươi." (Thi 91:11, BTTHĐ).

"Người nào để tâm trí mình nương cậy nơi Chúa, thì Ngài sẽ gìn giữ người trong sự bình an trọn vẹn, vì người tin cậy Ngài." (Ê-sai 26:3, BTTHĐ).

"Ta để sự bình an lại cho các con. Ta ban sự bình an của Ta cho các con. Sự bình an Ta cho các con không giống như thế gian cho. Lòng các con chớ bối rối và đừng sợ hãi." (Giăng 14:27, BTTHĐ).

"Hãy trao gánh nặng của con cho Đức Giê-hô-va, Ngài sẽ nâng đỡ con; Ngài sẽ chẳng bao giờ để người công chính bị rúng động." (Thi 55:22, BTTHĐ).

"Trong ngày gian truân, con sẽ kêu cầu cùng Chúa, vì Chúa nhậm lời con." (Thi 86:7, BTTHĐ).

"Đức Giê-hô-va phán với ông: "Ai tạo ra môi miệng loài người? Ai đã làm cho con người thành câm, thành điếc, thành sáng, thành mù? Chẳng phải bởi Ta, là Đức Giê-hô-va đó sao? Vậy bây giờ hãy đi đi, Ta sẽ ở với miệng con và dạy con những lời phải nói." (Xuất 4:11-12, BTTHĐ)

"Nầy, Ta ở với con, con đi đâu, Ta sẽ theo gìn giữ đó, và đem con trở về xứ nầy. Ta không bao giờ bỏ con cho đến khi Ta hoàn tất những điều Ta đã hứa với con." (Sáng 28:15, BTTHĐ).

"Đức Giê-hô-va sẽ chiến đấu cho anh em, còn anh em cứ yên lặng." (Xuất 14:14, BTTHĐ).

"Vì mắt của Đức Giê-hô-va soi xét khắp thế gian để giúp sức cho người nào trọn lòng đối với Ngài. Trong việc nầy, vua đã cư xử cách dại dột nên từ nay về sau, vua sẽ phải luôn đương đầu với chiến tranh." (2 Sử 16:9, BTTHĐ).

"...Vì Đức Giê-hô-va vạn quân phán rằng ai đụng đến anh em tức là đụng đến con ngươi của mắt Ngài." (Xa 2:8, BTTHĐ).

"Nhưng Đức Giê-hô-va ở với con như một dũng sĩ đáng sợ; vì thế những kẻ bắt bớ con sẽ vấp ngã, không thắng nổi con..." (Giê 20:11, BTTHĐ).

"Dù một đạo binh đóng đối diện với tôi, lòng tôi sẽ chẳng sợ; dù giặc giã nổi lên chống lại tôi, khi ấy tôi vẫn vững tin nơi Chúa." (Thi 27:3, BTTHĐ).

"Ngay cả tóc trên đầu các con cũng được đếm hết rồi." (Mat 10:30, BTTHĐ).

"Nhưng tôi, tôi sẽ tìm cầu Đức Chúa Trời, trình lên Ngài trường hợp của tôi. Ngài làm những việc lớn lao không sao dò xét được, vô vàn điều diệu kỳ không thể đếm xong." (Gióp 5:8-9, BTTHĐ).

"Đức Giê-hô-va phán: "Vì chính Ta biết chương trình mà Ta hoạch định cho các con; đó là chương trình bình an chứ không phải tai họa, để ban cho các con một tương lai và một hi vọng. Bấy giờ các con sẽ kêu cầu Ta, chạy đến cầu khẩn Ta, và Ta sẽ nhậm lời các con. Các con sẽ tìm Ta và gặp được, khi các con tìm kiếm Ta hết lòng." (Giê 29:11-13, BTTHĐ).

"Lạy Chúa Giê-hô-va! Chính Ngài đã dùng quyền năng lớn lao và cánh tay quyền uy mà dựng nên trời và đất! Không có việc gì khó quá cho Ngài." (Giê 32:17, BTTHĐ).

"Đức Giê-hô-va thật tốt lành, là thành luỹ trong ngày hoạn nạn; Ngài biết những ai ẩn náu nơi Ngài." (Na 1:7, BTTHĐ).

"Nhưng khi họ đem nộp các con, chớ lo phải nói như thế nào, hoặc nói những gì; trong giờ đó, những gì phải nói sẽ được ban cho các con. Vì không phải các con tự nói đâu, nhưng Thánh Linh của Cha các con sẽ nói qua các con." (Mat 10:19-20, BTTHĐ).

"Đây là cơ hội để các con làm chứng. Vậy các con hãy nhớ kỹ trong trí, đừng lo nghĩ trước phải bênh vực mình thế nào, vì Ta sẽ ban cho các con lời lẽ và sự khôn ngoan mà không kẻ thù nào có thể chống cự và phản bác được." (Lu 21:13-15, BTTHĐ).

"Vậy, hãy thận trọng! E rằng vì sự ăn uống quá độ, say sưa và sự lo lắng đời nầy làm cho lòng các con mê mẩn chăng; và Ngày ấy đến thình lình như bẫy sập trên các con, cũng như trên tất cả mọi người ở khắp mặt đất." (Lu 21:34-35, BTTHĐ).

"Con biết rằng Chúa có thể làm mọi việc, không ai ngăn cản được ý định của Ngài." (Gióp 42:2, BTTHĐ).

"Lạy Đức Giê-hô-va, sự nhân từ Ngài vượt trên các tầng trời; sự thành tín Ngài cao đến tận mây xanh." (Thi 36:5, BTTHĐ).

SPIRITUAL
WARFARE

NHỮNG CÂU KINH THÁNH VỀ
SỰ PHÁ HỦY ĐỒN LŨY CỦA MA QUỶ VÀ SỰ BẢO VỆ

"Ngày nay, ta khởi rải trên các dân tộc trong thiên hạ sự sợ hãi và kinh khủng về danh ngươi, đến đỗi khi nghe nói về ngươi, các dân tộc đó sẽ run rẩy và bị sự kinh khủng áp hãm trước mặt ngươi." (Phục 2:25).

"Ngài sẽ phó các vua chúng nó vào tay ngươi, ngươi phải xóa danh các vua đó khỏi dưới trời, chẳng còn một ai chống-cự trước mặt ngươi, cho đến chừng nào ngươi đã diệt chúng nó." (Phục 7:24).

"Vậy, phải diệt các dân tộc mà Giê-hô-va Đức Chúa Trời phó cho ngươi, mắt ngươi chớ đoái thương chúng nó, và đừng hầu việc các thần họ; vì ấy sẽ là một cái bẫy cho ngươi." (Phục 7:16).

"Ta sẽ sai sự kinh khiếp ta đi trước, hễ ngươi đến dân nào, ta sẽ làm cho dân ấy vỡ chạy lạc đường, và cho kẻ thù nghịch ngươi xây lưng trước mặt ngươi." (Xuất 23:27).

"Chớ vì cớ chúng nó mà sợ hãi chi; vì Giê-hô-va Đức Chúa Trời ngươi ngự tại giữa ngươi, là Đức Chúa Trời rất lớn và đáng sợ." (Phục 7:21).

"Thật, từ khi có ngày ta đã là Đức Chúa Trời, chẳng ai có thể giải cứu khỏi tay ta. Ta làm ra, ai ngăn cấm ta được?..." (Ê-sai 43:13).

"Hỡi Đức Giê-hô-va! Ngài đưa dân ấy vào, và lập nơi núi cơ nghiệp Ngài, tức là chốn Ngài đã sắm sẵn, để làm nơi ở của Ngài. Hỡi Chúa! là đền thánh mà tay Ngài đã lập." (Xuất 15:17).

"Tôi xin Chúa tha tội gian ác của dân nầy tùy theo ơn lớn của Chúa, như Chúa đã tha từ xứ Ê-díp-tô đến đây." (Dân số 14:19).

"Nầy, ta đã ban quyền cho các ngươi giày đạp rắn, bò cạp, và mọi quyền của kẻ nghịch dưới chân; không gì làm hại các ngươi được." (Lu 10:19).

"Dầu vậy, chớ mừng vì các quỉ phục các ngươi; nhưng hãy mừng vì tên các ngươi đã ghi trên thiên đàng." (Lu 10:20).

"Lạy Đức Giê-hô-va! Trừ ra Chúa chẳng có ai giúp đỡ người yếu thắng được người mạnh; Giê-hô-va Đức Chúa Trời chúng tôi ôi! Xin hãy giúp đỡ chúng tôi, vì chúng tôi nương cậy nơi Chúa; ấy là nhân danh Chúa mà chúng tôi đến đối địch cùng đoàn quân nầy. Đức Giê-hô-va ôi! Ngài là Đức Chúa Trời chúng tôi; chớ để loài người thắng hơn Chúa!" (2 Sử 14:11).

"Vì con mắt của Đức Giê-hô-va soi xét khắp thế gian, đặng giúp sức cho kẻ nào có lòng trọn thành đối với Ngài. Trong việc nầy vua có cư xử cách dại dột, nên từ rày về sau vua sẽ có giặc giã." (2 Sử 16:9).

"Nhưng Đức Giê-hô-va ở với con như một dũng sĩ đáng sợ; Vì thế những kẻ bắt bớ con sẽ vấp ngã, không thắng nổi con..." (Giê 20:11, BTTHĐ).

"Hỡi Đức Giê-hô-va, xin hãy cãi cọ cùng kẻ cãi cọ tôi, Hãy chinh chiến với kẻ chinh chiến cùng tôi." (Thi 35:1).

"Xin Chúa giúp đỡ chúng tôi khỏi sự gian truân; vì sự giúp đỡ của loài người là hư không. Nhờ Đức Chúa Trời chúng tôi sẽ làm những việc cả thể; Vì chính Ngài sẽ giày đạp các cừu địch chúng tôi." (Thi 108:12-13).

"Nhờ lòng nhân từ của Chúa, xin tiêu diệt hết mọi kẻ thù của con, và hủy phá những kẻ áp bức con. Vì con là đầy tớ Ngài." (Thi 143:12, BTTHĐ).

"Vì Ta sẽ chống cự kẻ đối địch con, và chính Ta sẽ giải cứu con cái của con." (Ê-sai 49:25, BTTHĐ).

"Chúng sẽ giao chiến với con nhưng không thắng được - Đức Giê-hô-va phán vậy - vì Ta ở với con để giải cứu con." (Giê 1:19, BTTHĐ).

"Đức Giê-hô-va phán: 'Chính Ta sẽ là bức tường bằng lửa bao quanh thành, và Ta sẽ là vinh quang ngự giữa thành." (Xa 2:5, BTTHĐ).

"Vì Đức Giê-hô-va vạn quân phán rằng ai đụng đến anh em tức là đụng đến con ngươi của mắt Ngài." (Xa 2:8, BTTHĐ).

"Ta sẽ giao chìa khóa vương quốc thiên đàng cho con; bất cứ điều gì con buộc dưới đất cũng sẽ bị buộc ở trên trời, và bất cứ điều gì con mở dưới đất cũng sẽ được mở ở trên trời." (Mat 16:19, BTTHĐ).

"Vì Ngài sẽ ban lệnh cho các thiên sứ Ngài gìn giữ ngươi trong mọi đường lối ngươi." (Thi 91:11, BTTHĐ).

"Xe của Đức Chúa Trời hàng nghìn, hàng vạn, nhiều vô số; Chúa ở giữa các xe ấy, từ Si-na-i bước vào nơi thánh." (Thi 68:17, BTTHĐ).

"Hãy thận trọng, đừng xem thường một đứa nào trong những đứa trẻ nầy! Vì Ta bảo các con, các thiên sứ của chúng ở trên trời luôn thấy mặt Cha Ta là Đấng ở trên trời." (Mat 18:10, BTTHĐ).

"Con tưởng rằng Ta không thể xin Cha, và Ngài sẽ lập tức sai đến cho Ta hơn mười hai quân đoàn thiên sứ hay sao?" (Mat 26:53, BTTHĐ).

"Nhưng nếu Ta nhờ ngón tay của Đức Chúa Trời mà đuổi quỷ, thì vương quốc Đức Chúa Trời đã đến với các ngươi rồi. Khi một người có sức mạnh, vũ trang đầy đủ, canh giữ nhà mình thì của cải được an toàn. Nhưng khi có người mạnh hơn đến tấn công, thắng được thì tước khí giới mà người kia nhờ cậy, và đem phân phát của cải đã chiếm được." (Lu 11:20-22, BTTHĐ).

"Con không cầu xin Cha đem họ ra khỏi thế gian nhưng xin Cha gìn giữ họ khỏi điều ác." (Giăng 17:15, BTTHĐ).

"Đa-vít nói: 'Ngươi không sợ khi ra tay giết người được xức dầu của Đức Giê-hô-va sao?'" (2 Sa 1:14, BTTHĐ)

KHO TỘI LỖI
MỘT HƯỚNG DẪN CẦU NGUYỆN TỘI LỖI CHO TÍN HỮU

Bản Quyền (c) 1995, 2021 và 2023 của Bruce A. Kugler Bản quyền được bảo lưu

LỜI TỰA

Phục hưng! Hàng năm tại Hoa Kỳ, hàng ngàn cuộc họp về sự phục hưng được tổ chức. Tuy nhiên, chỉ có rất ít hội thánh kinh nghiệm được sự phục hưng thật. Thật đáng tiếc khi các buổi nhóm phục hưng lại rất ít người tham dự.

Đức Chúa Trời khao khát mang sự phục hưng đến cho hội thánh. Nhưng Cơ Đốc nhân lại không sẵn sàng đón nhận phục sư theo kế hoạch của Ngài. Phục hưng chỉ đến khi các Cơ Đốc nhân đầu phục Đức Thánh Linh, hạ mình ăn năn tội lỗi và quay trở lại cùng Đức Chúa Trời. Không có sự ăn năn thật, thì sẽ không có phục hưng. Sự ăn năn chuẩn bị cho một tấm lòng để được đầy dẫy Đức Thánh Linh và sẵn sàng vận hành của Đức Chúa Trời giữa vòng hội thánh. Những tội lỗi chưa ăn năn đang ngăn chặn sự phấn hưng ở nhiều hội thánh.

Kho tội lỗi là một phần hướng dẫn cầu nguyện cho Cơ Đốc nhân. Một người chưa kinh nghiệm sự cứu rỗi sẽ không tìm được sự bình an thật sự nơi Đức Chúa Trời nếu chỉ nhờ hạn chế phạm một vài tội lỗi hoặc cố gắng sống thánh khiết. Chúng ta chỉ nhận được ơn tha thứ tội lỗi thật qua sự chết, sự chôn và sự sống lại của Chúa Cứu Thế Giê-xu hầu cho chúng ta có sự sống đời đời. Hơn thế nữa, người nào tiếp nhận Chúa Giê-xu làm Cứu Chúa và là Đấng Cứu Chuộc thì sẽ không bao giờ sợ hãi sự rủa sả, vì mọi tội lỗi đã được Ngài gánh thay và chuộc mua bằng dòng huyết báu trên cây thập tự rồi.

Sau khi được cứu, Đức Thánh Linh sẽ cáo trách tín hữu đó về tội lỗi của mình. Nếu tín hữu đó làm ngơ sự cáo trách của Đức Thánh Linh và không chịu ăn năn, tội lỗi sẽ bắt đầu gom góp sức mạnh trên tín hữu đó. Tín hữu đó đã có mối quan hệ đời đời với Đức Chúa Trời, một một quan hệ không thể bị phá vỡ. Tuy nhiên, tội lỗi có thể cản trở mối thông công giữa tín hữu đó với Đức Chúa Trời. Sa-tan cũng có thể dùng những tội lỗi chưa ăn năn để có chỗ đứng trong đời sống Cơ Đốc nhân nhằm tạo một xiềng xích thuộc linh.

Tín hữu thường bị cuốn vào cuộc sống quá bận rộn, không đủ thời gian cho việc đọc và suy ngẫm Lời Chúa cũng như không cho phép Đức Thánh Linh chỉ ra những tội của họ. Ở thời điểm khác, Đức Thánh Linh lại cáo trách tín hữu đó về tội lỗi nhưng người ấy không chịu ăn năn mà nhanh chóng quên đi rằng mình đã phạm tội với Chúa.

Kho tội lỗi là kho chứa các phần Kinh Thánh quan trọng cung cấp câu hỏi cho tín hữu tự xem xét và suy ngẫm. Trong quá trình này, Đức Thánh Linh sẽ chỉ ra những tội lỗi chưa ăn năn trong đời sống họ. Những tội lỗi này có thể đang cản trở tín hữu ấy kinh nghiệm sự tái sinh và tăng trưởng thuộc linh. Tuy nhiên, kho tội lỗi không nên được sử dụng như hướng dẫn hợp pháp để tìm ra tội lỗi. Cơ Đốc nhân nên ăn năn tội lỗi dựa trên sự cáo trách của Đức Thánh Linh.

Lời cầu nguyện xin Chúa bày tỏ tội lỗi chưa được ăn năn

"Lạy Cha Thiên Thượng, con cầu nguyện xin Cha soi sáng tấm lòng con và chỉ cho tâm trí con thấy tội lỗi mà con đã phạm trong quá khứ nhưng chưa ăn năn. Con muốn đảm bảo rằng mọi cánh cửa trong đời sống mà con đã mở cho quyền lực bóng tối đều sẽ phải bị đóng lại."

Lời cầu nguyện ăn năn tội lỗi

"Lạy Cha Thiên Thượng, con ăn năn về _____. Con quay khỏi tội lỗi đó. Con cảm ơn Cha đã tha thứ con qua dòng huyết báu của Chúa Giê-xu trên cây thập tự. Xin làm con sạch khỏi mọi tội lỗi. Kể từ giờ phút này, con đóng mọi cánh cửa của quyền lực tối tăm mà con đã mở trước đây qua những tội lỗi chưa ăn năn."

"Còn nếu chúng ta xưng tội mình thì Ngài là thành tín, công chính sẽ tha tội cho chúng ta và tẩy sạch chúng ta khỏi mọi điều bất chính." (1 Giăng 1:9, BTTHĐ).

NÓI DỐI

"Chớ nói dối nhau vì đã lột bỏ người cũ cùng các công việc của nó." (Côl 3:9, BTTHĐ).

Bạn có nói dối không? Bạn có nói dối bằng cách che giấu thông tin hoặc bóp méo sự thật không? Bạn từng nói dối trong công việc chưa? Bạn từng nói dối người phối ngẫu của mình chưa? Bạn từng nói dối về khoản kê khai thuế thu nhập cá nhân chưa? Bạn từng nói xấu ai đó chưa? Bạn từng ngồi nghe ai nói xấu về người khác khi bạn có thể tránh được tình huống đó chưa?

PHÀN NÀN

"Hãy làm mọi việc không một tiếng cằn nhằn hay lưỡng lự," (Phi 2:14, BTTHĐ).

Đã bao giờ bạn cằn nhằn hay phàn nàn chưa? Đã bao giờ bạn phàn nàn với Chúa chưa? Có bao giờ bạn phàn nàn về cách Chúa tạo nên bạn chưa? Có bao giờ bạn phàn nàn với Chúa vì Ngài không ban cho bạn số tiền bạn nghĩ mình cần chưa? Có bao giờ bạn phàn nàn về hội thánh của mình chưa? Có bao giờ bạn cằn nhằn về điều kiện, môi trường làm việc hoặc cằn nhằn khi mình không có công việc chưa? Có bao giờ bạn cằn nhằn hay phàn nàn về người phối ngẫu của mình chưa? Có bao giờ bạn phàn nàn với người khác về người phối ngẫu của bạn chưa?

NGỒI LÊ ĐÔI MÁCH

"Vì tôi ngại rằng khi tôi đến thấy anh em không như tôi mong đợi, còn anh em cũng thấy chúng tôi không như anh em mong muốn. Tôi sợ rằng giữa anh em vẫn có sự cãi vã, ghen tị, nóng giận, ích kỷ, nói xấu, ngồi lê đôi mách, kiêu căng, hỗn loạn." (2 Côr 12:20, BTTHĐ).

Trước giờ bạn có ngồi lê đôi mách không? Bạn có nói xấu mục sư của mình không? Bạn có nói xấu đồng nghiệp hoặc sếp của mình không? Bạn có nói sự thật về người khác nhưng bạn nói với tinh thần thiếu xây dựng hoặc nói với sự tức giận, ghen tị hoặc cay đắng không? Bạn có đăng những dòng trạng thái trên mạng xã hội nhằm bôi xấu người khác không? Đã bao giờ bạn nói xấu về những người nổi tiếng, chính trị gia hoặc ai đó bạn không biết một cách cá nhân chưa?

ÍCH KỶ

"Đừng làm điều gì vì lòng ích kỷ, hoặc vì hư vinh, nhưng hãy khiêm nhường, xem người khác đáng tôn trọng hơn mình." (Phil 2:3, BTTHĐ).

Bạn có phải là người ích kỷ không? Bạn có ích kỷ với của cải vật chất của mình không? Bạn có ích kỷ với thời gian của mình không? Bạn có ích kỷ về phương diện tình dục với người phối ngẫu của mình không?

HAM MUỐN QUYỀN LỰC

"Các môn đồ tranh luận với nhau, xem ai trong số họ là người cao trọng nhất. Đức Chúa Jêsus biết ý tưởng trong lòng họ nên đem một đứa trẻ để bên cạnh mình và phán với họ: 'Người nào vì danh Ta mà tiếp đứa trẻ nầy tức là tiếp Ta, còn ai tiếp Ta tức là tiếp Đấng đã sai Ta. Vì người nào nhỏ nhất trong các con chính là người cao trọng nhất.'" (Lu 9:46-48, BTTHĐ).

Bạn có muốn trở nên vĩ đại trong mắt thế gian không? Bạn có ham muốn quyền lực trên người khác không? Bạn có tưởng tượng việc trở thành người giàu có không? Bạn có tham vọng trở thành nhà truyền giảng, mục sư hoặc người làm mục vụ nổi tiếng bất chấp ý muốn của Đức Chúa Trời cho cuộc đời bạn không? Bạn có bao giờ tưởng tượng mình sẽ trở thành doanh nhân vĩ đại, ngôi sao nhạc rock, diễn viên, chính trị gia hoặc người lãnh đạo thế giới được mọi người thần tượng không?

CỨNG LÒNG

"Nhưng tấm lòng cứng cỏi, không ăn năn của bạn đang tích lũy cho mình sự giận dữ trong ngày thịnh nộ, là khi sự phán xét công bằng của Đức Chúa Trời được bày tỏ." (Rô 2:5, BTTHĐ).

Bạn có cứng lòng không? Bạn có cứng lòng trong việc tiếp nhận lời khuyên của người khác không? Bạn có cứng lòng với người phối ngẫu khi từ chối nghe lời khuyên của anh ấy hoặc cô ấy không? Có phải bạn luôn là người tự đưa ra quyết định không? Có phải lúc nào bạn cũng muốn cách của mình phải nhất nhất được làm theo trong hội thánh thì bạn mới hỗ trợ hoặc hợp tác không? Bạn có cứng lòng khi không vâng lời Đức Chúa Trời không?

THIẾU KIÊN NHẪN

"Thưa anh em, xin anh em hãy khuyên nhủ kẻ lười biếng, khích lệ người ngã lòng, nâng đỡ kẻ yếu đuối, kiên nhẫn với mọi người." (1 Tês 5:14, BTTHĐ).

Bạn có thiếu kiên nhẫn với người khác không? Bạn có thiếu kiên nhẫn với người phối ngẫu hoặc con cái của mình không? Bạn có thiếu kiên nhẫn với đồng nghiệp không? Bạn có thiếu kiên nhẫn với bản thân không? Bạn có thiếu kiên nhẫn với Đức Chúa Trời không?

TRANH CÃI

"Đầy tớ của Chúa không được ham tranh cãi, nhưng phải thân thiện với mọi người, có tài dạy dỗ, nhịn nhục," (2 Tim 2:24, BTTHĐ).

Bạn có hay tranh cãi hoặc sinh sự không? Đã bao giờ bạn sinh sự hoặc cãi nhau với người phối ngẫu, bố mẹ hoặc con cái của mình chưa? Bạn có khơi mào cho tranh cãi bằng cách đưa ra những lời nhận xét thô lỗ không? Bạn đã từng tranh luận về giáo lý thần học chưa? Bạn đã từng tranh cãi trong cuộc họp tại nhà thờ chưa?

NÓNG GIẬN

"Kẻ ngu muội tỏ ra sự nóng giận mình, nhưng người khôn ngoan nguôi láp nó và cầm giữ nó lại." (Châm 29:11)

Có bao giờ bạn mất bình tĩnh với ai chưa? Có bao giờ bạn mất bình tĩnh với chồng/vợ hay con cái của bạn chưa? Có bao giờ bạn mất bình tĩnh ở nơi làm việc, trên trường, tại nhà thờ, hoặc nơi công cộng chưa? Bạn có mất bình tĩnh với người lạ, ví dụ qua điện thoại, khi bạn thấy mình không nhận được phản hồi mà mình mong đợi không?

ĐẮNG

"Phải bỏ khỏi anh em những sự cay đắng, buồn giận, tức mình, kêu rêu, mắng nhiếc, cùng mọi điều hung ác." (Êph 4:31)

Bạn có sự cay đắng với bất kỳ ai không? Bạn có cay đắng với Đức Chúa Trời không? Bạn có cay đắng với ông chủ cũ không? Bạn có cay đắng với vợ/chồng của mình không? Bạn có cay đắng vì bạn biết ai đó làm bạn thất vọng không?

TINH THẦN KHÔNG THA THỨ

"Vả, nếu các ngươi tha lỗi cho người ta, thì Cha các ngươi ở trên trời cũng sẽ tha thứ các ngươi. Song nếu không tha lỗi cho người ta, thì Cha các ngươi cũng sẽ không tha lỗi cho các ngươi." (Mat 6:14-15).

Bạn có đang có ác cảm với ai không? Có đối tác kinh doanh, vợ/chồng cũ, mục sư hoặc mối quan hệ nào mà bạn đã bị tổn thương trong quá khứ những chưa tha thứ không? Bạn có tha thứ cho tội lỗi của bản thân mình sau khi đã ăn năn không?

TRẢ ĐŨA

"Hỡi kẻ rất yêu dấu của tôi ơi, chính mình chớ trả thù ai, nhưng hãy nhường cho cơn thạnh nộ của Đức Chúa Trời, vì có chép lời Chúa phán rằng: Sự trả thù thuộc về Ta, Ta sẽ báo ứng. Vậy nếu kẻ thù mình có đói, hãy cho ăn, có khát hãy cho uống, vì làm như vậy, khác nào mình lấy những than lửa đỏ mà chất trên đầu người." (Rô 12:19-20)

Bạn có trả đũa ai không? Trong lòng, bạn có ý định trả thù ai không? Bạn có suy nghĩ sẽ giết hoặc làm hại ai không? Bạn có suy nghĩ sẽ hủy hoại ai đó về phương diện tài chính hoặc công việc không? Bạn có nghĩ sẽ trả thù ai đó đã làm sai với bạn trong quá khứ không?

GHÉT BỎ

"Vì chưng chúng ta ngày trước cũng ngu muội, bội nghịch, bị lừa dối, bị đủ thứ tình dục dâm dật sai khiến, sống trong sự hung ác tham lam đáng bị người ta ghét và tự chúng ta cũng ghét lẫn nhau." (Tít 3:3).

Bạn có ghét bỏ ai không? Bạn có ghét sếp hay giáo viên của bạn không? Bạn có ghét bố mẹ hoặc bên thông gia không? Nếu đã li hôn, bạn có ghét vợ/chồng cũ của mình không? Bạn có ghét những người lãnh đạo chính quyền của mình không?

LỜI DỮ

"Chớ có một lời dữ nào nào ra từ miệng anh em, nhưng khi đáng nói hãy nói một vài lời lành giúp ơn cho và có ích lợi cho kẻ nghe đến." (Êph 4:29)

Bạn có sử dụng lời dữ không? Bạn có chửi thề không? Bạn có dùng từ ngữ xúc phạm hoặc hạ thấp người khác không? Bạn có dùng danh Chúa để làm chơi không?

GIỄU CỢT TRÁI ĐẠO ĐỨC

"Chớ nói lời tục tĩu, chớ giễu cợt, chớ giả ngộ tầm phào, là những điều không đáng, nhưng thà cảm tạ ơn Chúa thì hơn." (Êph 5:4).

Bạn có kể những câu chuyện cười tục tĩu hoặc trái đạo đức không? Bạn có nghe những chuyện cười trái đạo đức trong khi bạn có thể chủ động tránh khỏi tình huống đó không?

TRỘM CƯỚP

"Ngươi chớ trộm cướp." (Xuất 20:15).

Bạn có ăn cắp cái gì không? Khi đi mua sắm, bạn có "thó" thứ gì không? Bạn có ăn trộm thứ gì từ người chủ của bạn không? Bạn có phóng đại các khoản khấu trừ thuế thu nhập cá nhân không? Bạn có yêu cầu khấu trừ thuế kinh doanh từ những khoản không liên quan đến kinh doanh không? Bạn có sử dụng thời gian của sếp cho những việc cá nhân không? Bạn có dùng các thiết bị được cung cấp ở công ty cho hoạt động cá nhân mà không có sự cho phép không?

NGHI NGỜ

"Nhưng phải lấy đức tin mà cầu xin, chớ nghi ngờ, vì kẻ hay nghi ngờ giống như sóng biển, bị gió động và đưa đi đây đi đó." (Gia 1:6).

Bạn có nghi ngờ Lời Chúa không? Bạn có nghi ngờ tình yêu của Ngài không? Bạn có nghi ngờ sự tồn tại của Chúa không? Bạn có nghi ngờ về bản tính toàn năng của Chúa không? Bạn có nghi ngờ chuyện Chúa có thể chu cấp mọi nhu cầu thuộc thể của bạn không? Bạn có ngờ vực chuyện Chúa có thể

hành động trong những hoàn cảnh khó khăn của đời bạn vì vinh hiển của
Ngài không?

VÔ TÍN

"Ngươi sẽ nói rằng: Các nhánh đó đã bị cắt đi, để ta được tháp vào chỗ nó.
Phải lắm, các nhánh đó đã bị cắt bởi cớ chẳng tin, và người nhờ đức tin mà
còn, chớ kiêu ngạo, hãy sợ hãi. Vì nếu Đức Chúa Trời chẳng tiếc các nhánh
nguyên, thì Ngài cũng chẳng tiếc ngươi nữa." (Rô 11:19-21).

Bạn có chọn không tin vào một số phần nhất định trong Kinh Thánh không?
Bạn có hợp lý hoá một số đoạn Kinh Thánh nhất định để biện minh cho sự
thất bại về mặt đạo đức của mình không?

THIẾU LÒNG BIẾT ƠN

"Hãy thành tâm cầu nguyện, phải tỉnh thức trong lúc cầu nguyện và tạ ơn."
(Cô 4:2, BTTHĐ).

Bạn có thất bại trong việc duy trì thái độ ngợi khen và tạ ơn không? Bạn
đã thất bại trong việc cảm tạ Chúa vì những điều tốt đẹp mà Ngài đã mang
đến cho cuộc sống của bạn không? Bạn có tạ ơn trong mọi việc ngay cả đối
với những hoàn cảnh khó khăn trong cuộc sống của bạn không? Bạn có bỏ
qua sự ngợi khen và thờ phượng cá nhân không?

THIẾU CẦU NGUYỆN

"Cầu nguyện không thôi," (1 Tês 5:17).

Bạn có xao lãng việc cầu nguyện không? Bạn có thiếu ưu tiên cho sự cầu
nguyện trong đời sống mình không? Bạn có đưa ra những quyết định quan
trọng trong đời sống mà không hỏi ý kiến Chúa không?

CẦU NGUYỆN KHÔNG HIỆU QUẢ

"Khi các con cầu nguyện, đừng dùng những lời sáo rỗng như dân ngoại; vì họ nghĩ hễ nói nhiều thì được nhậm." (Mat 6:7, BTTHĐ).

Bạn có cầu nguyện vì nghĩa vụ hơn là mong muốn phát triển mối quan hệ cá nhân với Đức Chúa Trời không? Bạn có sử dụng sự lặp lại vô nghĩa khi trò chuyện với Chúa không? Nếu bạn cầu nguyện trước bữa ăn, nó có trở thành một thói quen không? Bạn có cầu xin Chúa ban phước về vật chất khi bạn biết có tội lỗi chưa ăn năn trong đời sống mình không?

THIẾU NGHIÊN CỨU KINH THÁNH

"Hãy chuyên tâm để được đẹp lòng Đức Chúa Trời như người làm công không có gì đáng thẹn, thẳng thắn giảng dạy lời chân lý." (2 Tim 2:15, BTTHĐ).

Bạn có sao nhãng việc đọc và học Kinh Thánh không? Bạn có cảm thấy mình biết mọi điều về Kinh Thánh rồi không? Bạn có phải là người khó dạy không? Bạn có đang tìm kiếm sự hướng dẫn của Đức Chúa Trời khi đọc Lời Ngài không?

THIẾU SỰ THÔNG CÔNG

"Chớ bỏ sự nhóm lại như mấy kẻ quen làm, nhưng phải khuyên bảo nhau; nếu anh em thấy ngày của Chúa càng gần chừng nào thì càng phải làm như vậy chừng nấy." (Hêb 10:25, BTTHĐ).

Bạn có bỏ bê mối thông công với các tín hữu khác không? Bạn có cảm thấy mình không cần thông công với các tín hữu khác để tăng trưởng thuộc linh không? Bạn có không chịu thông công với người khác để đáp ứng nhu cầu thuộc linh của họ không? Bạn có bao giờ tự biện minh cho việc mình không gia nhập một hội thánh địa phương vì bạn chưa tìm thấy "hội thánh hoàn hảo" hoặc tin rằng bạn không cần "tôn giáo có tổ chức" không?

MỐI QUAN HỆ VỚI CHÚA

"Nầy, ta đứng ngoài cửa mà gõ; nếu ai nghe tiếng ta mà mở cửa cho, thì ta sẽ vào cùng người ấy, ăn bữa tối với người, và người với ta." (Khải 3:20).

Bạn có thay thế việc đi nhà thờ bằng mối quan hệ cá nhân với Chúa không? Bạn có nhầm lẫn giữa việc bận rộn tôn giáo với việc biết Chúa cách cá nhân không? Bạn có thấy mình làm những hoạt động tôn giáo mà tấm lòng bạn không thực sự tham gia không?

PHẦN MƯỜI VÀ LẠC HIẾN

"Khốn cho các ngươi, thầy thông giáo và người Pha-ri-si, là kẻ giả hình! Vì các ngươi nộp một phần mười bạc hà, hồi hương và rau cần, mà bỏ điều hệ trọng hơn hết trong luật pháp, là sự công bình, thương xót và trung tín; đó là những điều các ngươi phải làm, mà cũng không nên bỏ sót những điều kia." (Mat 23:23).

Bạn có sao nhãng việc dâng hiến tài chính của mình cho công việc Chúa không? Đã bao giờ bạn cầu nguyện và chân thành xin Chúa chỉ cho bạn biết bạn nên dâng bao nhiêu cho hội thánh và cho các mục vụ khác chưa? Đã bao giờ bạn dâng hiến một cách miễn cưỡng chưa? Đã bao giờ bạn dâng hiến với động cơ vị kỷ chưa?

THAM LAM

"Phàm những sự gian dâm, hoặc sự ô uế, hoặc sự tham lam, cũng chớ nên nói đến giữa anh em, theo như cách xứng đáng cho các thánh đồ." (Êph 5:3).

Bạn có tham lam không? Đã bao giờ bạn không chịu đáp ứng nhu cầu vật chất của người khác chưa? Bạn có thấy khó chịu khi các hội thánh hoặc các tổ chức từ thiện yêu cầu quyên góp không? Bạn có thâu trữ tiền bạc không? Bạn có đặt niềm tin vào tài khoản tiết kiệm hoặc vào việc đầu tư thay vì tin cậy Chúa cho những nhu cầu trong tương lai của bạn?

THIẾU KỶ LUẬT

"Vì dẫu thân tôi xa cách, nhưng tâm thần tôi vẫn ở cùng anh em, thấy trong anh em có thứ tự hẳn hoi và đức tin vững vàng đến Đấng Christ, thì tôi mừng rỡ lắm." (Côl 2:5).

Bạn thiếu kỷ luật trong việc tiêu tiền? Bạn đã mua những món đồ mà bạn không đủ khả năng chi trả? Bạn đã thiếu kỷ luật trong việc tập thể dục? Bạn có thất bại trong việc coi thân thể mình là đền thờ của Chúa Thánh Linh không? Thói quen của bạn có gây hại cho cơ thể của bạn không? Bạn có không chịu cho cơ thể của bạn được nghỉ ngơi đúng mức?

THÓI QUEN ĂN UỐNG

"Vì tôi đã thường nói điều nầy cho anh em, nay tôi lại khóc mà nói nữa: lắm người có cách ăn ở như là kẻ thù nghịch thập tự giá của Đấng Christ. Sự cuối cùng của họ là hư mất; họ lấy bụng mình làm chúa mình, và lấy sự xấu hổ của mình làm vinh hiển, chỉ tư tưởng về các việc thế gian mà thôi." (Phi 3:18-19).

Bạn có phải là người ham ăn uống không? Khi buồn chán hoặc nản long, bạn có ăn quá nhiều không? Bạn có lắng nghe Đức Thánh Linh trong việc quyết định loại và lượng thức ăn bạn nên ăn không? Bạn thừa cân hay thiếu cân vì thói quen ăn uống kém?

RƯỢU

"Anh em há chẳng biết những kẻ không công bình chẳng bao giờ hưởng được nước Đức Chúa Trời sao? Chớ tự dối mình: Phàm những kẻ tà dâm, kẻ thờ hình tượng, kẻ ngoại tình, kẻ làm giáng yếu điệu, kẻ đắm nam sắc, kẻ trộm cướp, kẻ hà tiện, kẻ say sưa, kẻ chưởi rủa, kẻ chắt bóp, đều chẳng hưởng được nước Đức Chúa Trời đâu." (1 Cô 6:9-10).

Bạn có nghiện rượu không? Bạn có uống rượu khi buồn chán hoặc nản lòng không? Bạn có lệ thuộc vào rượu để sống qua ngày không? Bạn có uống rượu thay vì tìm đến với Chúa để xoa dịu nỗi đau tinh thần của mình không?

BIẾNG NHÁC

"Sự biếng nhác làm cho ngủ mê; và linh hồn trễ nải sẽ bị đói khát." (Châm 19:15).

Bạn có lười biếng không? Bạn có lười biếng trong công việc không? Bạn có lười học Kinh Thánh không? Bạn lười dọn dẹp và chăm sóc nhà cửa không? Bạn có lười chu cấp nhu cầu vật chất cho gia đình mình không?

GHEN TỊ

"Thật, bởi trong anh em có sự ghen ghét và tranh cạnh, anh em há chẳng phải là tánh xác thịt ăn ở như người thế gian sao?" (1 Côr 3:3).

Bạn có ghen ghét không? Bạn có ghen tị với ai đó ai vì ngoại hình, của cải, tài năng hay chuyên môn nghề nghiệp không? Bạn có ghen ghét ai đó vì ân tứ thuộc linh không? Bạn có ghen tị với công tác của một nhà truyền giảng tin lành hay một người chăn bầy nổi tiếng không? Thưa các mục sư, quý vị có ghen tị vì số lượng tín hữu đông đảo hay ngôi nhà thờ hành tráng của hội thánh khác không?

THÈM MUỐN

"Ngươi chớ tham nhà kẻ lân cận ngươi, cũng đừng tham vợ người, hoặc tôi trai tớ gái, bò, lừa, hay là vật chi thuộc về kẻ lân cận ngươi." (Xuất 20:17).

Bạn có tham thèm nhà, xe, gia đình hoặc lối sống của người khác không? Bạn có thèm muốn thu nhập mà người kiếm được không? Bạn có thèm muốn của cải không? Bạn có ước giá mà mình lấy người khác không phải người hiện giờ không?

KIÊU NGẠO

"Khi kiêu ngạo đến, sỉ nhục cũng đến nữa. Nhưng sự khôn ngoan vẫn ở với người khiêm nhượng." (Châm 11:2).

Bạn có sự kiêu ngạo không? Bạn có kiêu ngạo về điều kiện giáo dục, nghề nghiệp hay địa vị của bạn trong hội thánh không? Bạn có dâng vinh hiển cho Chúa về những gì bạn đạt được không? Bạn có tin vào khả năng của bản thân và không cần đến sự giúp đỡ của Đức Chúa Trời không? Bạn có kiêu ngạo về ngoại hình của mình không? Bạn có tự hào về việc mình dâng nhiều tiền cho hội thánh hơn những người khác không?

KHOE KHOANG

"Tình yêu thương hay nhịn nhục, tình yêu thương hay nhân từ, tình yêu thương chẳng ghen tị, chẳng khoe mình, chẳng lên mình kiêu ngạo," (1 Côr 13:4).

Bạn có hay khoe khoang không? Bạn có khoe việc mình hiểu biết Kinh Thánh nhiều thế nào không? Bạn có khoe tài sản mà bạn đang sở hữu? Bạn có luôn nói với người khác về thành tựu của bản thân không?

THẤT VỌNG

"Vả chúng ta biết rằng mọi sự hiệp lại làm ích cho kẻ yêu mến Đức Chúa Trời, tức là cho kẻ được gọi theo ý muốn Ngài đã định." (Rô 8:28).

Bạn có nghi ngờ việc Chúa có thể dùng những sai lầm và thử thách trong cuộc sống của bạn để làm thành điều ích lợi không? Bạn có nhượng bộ thái độ chán nản hay thất vọng không? Có phải cuộc sống của bạn dễ bị hoàn cảnh làm cho khốn khổ bởi vì bạn không chịu tin vào Lời Chúa không?

CÔ ĐƠN

"Vì tôi chắc chắn bất kỳ sự chết, sự sống, các thiên sứ, các kẻ cầm quyền, việc bây giờ, việc hầu đến, quyền phép, bề cao, hay là bề sâu, hoặc một vật nào, chẳng có thể phân rẽ chúng ta khỏi sự yêu thương mà Đức Chúa Trời đã chứng cho chúng ta trong Đức Chúa Giê-xu Christ, là Chúa chúng ta." (Rô 8:38-39).

Bạn có cho phép sự cô đơn điều khiển cuộc đời bạn thay vì công bố sự hiện diện của Đức Chúa Trời không? Bạn có cố gắng lấp đầy khoảng trống trong lòng bằng các mối quan hệ với con người thay vì mối quan hệ sâu đậm với Đức Chúa Trời không?

KHƯỚC TỪ

"Vậy nếu ai ở trong Đấng Christ, thì nấy là người dựng nên mới, những sự cũ đã qua đi, nầy mọi sự đều trở nên mới." (2 Côr 5:17).

Bạn có bao giờ nghĩ đến việc từ chối bản thân không? Bạn có tin vào lời nói dối rằng bạn không có giá trị không? Bạn có nghĩ đến việc cần tự thương hại bản thân không?

TỰ TI

"Ngợi khen Đức Chúa Trời, Cha Đức Chúa Giê-xu Christ chúng ta, Ngài đã xuống phước cho chúng ta trong Đấng Christ đủ mọi thứ phước thiêng liêng ở các nơi trên trời, trước khi sáng thế, Ngài đã chọn chúng ta trong Đấng Christ, đặng làm nên thánh không chỗ trách được trước mặt Đức Chúa Trời," (Êph 1:3-4).

Bạn có đắm mình trong những suy nghĩ tự ti không? Bạn có thất bại trong việc tin rằng bạn giá trị trước mặc Chúa không? Bạn có thường quan tâm đến cách con người nhìn bạn hơn là quan tâm đến Chúa nghĩ gì về bạn không? Bạn có nghĩ về bản thân thái quá không?

GIẾT NGƯỜI

"Ai ghét anh em mình, là kẻ giết người, anh em biết rằng chẳng một kẻ nào giết người có sự sống đời đời ở trong mình." (1 Giăng 3:15).

Bạn đã từng giết ai chưa? Bạn có tơ tưởng về việc sẽ giết ai đó không? Bạn có từng ước ai đó chết đi cho rồi không? Đã bao giờ bạn có ý nghĩ tự tử chưa? Đã bao giờ bạn thực hiện hành vi tự tử chưa?

NẠO PHÁ THAI

"Có sáu điều Đức Giê-hô-va ghét, và bảy điều Ngài lấy làm gớm ghiếc: Con mắt kiêu ngạo, lưỡi dối trá, tay làm đổ huyết vô tội;" (Châm 6:16-17).

Bạn đã từng nạo phá thai chưa? Bạn có từng khuyến khích ai hoặc hỗ trợ ai trong việc nạo phá thai chưa?

ĐỊNH KIẾN

"Ngài lại phán thí dụ nầy về kẻ cậy mình là người công bình và khinh để kẻ khác: Có hai người lên đền thờ cầu nguyện: một người Pha-ri-si và một người thâu thuế. Người Pha-ri-si đứng cầu nguyện thầm như vầy: Lạy Đức Chúa Trời, tôi tạ ơn Ngài, vì tôi không phải như người khác, tham lam, bất nghĩa, gian dâm, cũng không phải như người thâu thuế nầy." (Lu 18:9-11).

Bạn có định kiến với những người khác chủng tộc không? Bạn có khinh thường người khác vì họ khác với bạn không? Bạn có định kiến với những người béo phì hoặc thừa cân không? Bạn có thể hiện sự ghét bỏ hoặc từng bạo hành người đồng tính luyến ái không? Bạn có định kiến với những người nhiều hoặc ít tiền hơn bạn không? Bạn có lên án ai về việc họ ăn mặc khác lạ, mái tóc dài hơn hoặc ngắn hơn bạn, hay có hình xăm không?

ÂM NHẠC ĐỘC HẠI

"Nguyền xin lời của Đấng Christ ở đầy trong lòng anh em, và anh em dư dật mọi sự khôn ngoan. Hãy dùng những ca vịnh, thơ thánh, bài hát thiêng liêng mà dạy và khuyên nhau, vì được đầy ơn Ngài nên hãy hết lòng hát khen Đức Chúa Trời." (Côl 3:16).

Bạn có từng nghe thứ nhạc với những lời hát độc hại chưa? Bạn có thần tượng nhạc sĩ nào đang nghiện ngập hoặc có lối sống đồi trụy không?

DÂM DỤC

"Hãy tránh sự dâm dục. Mặc dầu người ta phạm tội gì, tội ấy còn là ngoài thân thể, nhưng kẻ buông mình vào sự dâm dục thì phạm đến chính thân thể mình." (1 Côr 6:18).

Bạn có từng phạm tội tình dục chưa? Bạn có từng giải trí bằng những tơ tưởng về tình dục không? Bạn có xem hình ảnh khiêu dâm không? Đã bao giờ bạn xem phim hoặc video nào có cảnh dâm dục chưa?

NGOẠI TÌNH

"Mọi người phải kính trọng sự hôn nhân, chốn khuê phòng chớ có ô uế, vì Đức Chúa Trời sẽ đoán phạt kẻ dâm dục cùng kẻ phạm tội ngoại tình." (Hê 13:4).

Bạn có từng ngoại tình chưa? Bạn có từng gian dâm hay thông dâm chưa? Có bao giờ bạn ngồi tơ tưởng đến chuyện quan hệ tình dục với ai khác ngoài người phối ngẫu của mình không?

LOẠN LUÂN

"Nếu người nào nằm cùng dâu mình, hai người đều hẳn phải bị phạt xử tử; vì họ phạm một sự gớm ghiếc; huyết họ sẽ đổ lại trên mình họ." (Lê 20:12).

Bạn đã từng quan hệ tình dục loạn luân chưa? Có khi nào bạn đắm mình trong những suy nghĩ về việc sẽ quan hệ loạn luân không? Bạn có từng lạm dụng tình dục một đứa trẻ nào không?

ĐỒNG TÍNH LUYẾN ÁI

"Ấy vì cớ đó mà Đức Chúa Trời đã phó họ cho sự tình dục xấu hổ; vì trong vòng họ, những người đàn bà đã đổi cách dùng tự nhiên ra cách khác nghịch với tánh tự nhiên. Những người đàn ông cũng vậy, bỏ cách dùng tự nhiên của người đàn bà mà un đốt tình dục người nầy với kẻ kia, đàn ông cùng đàn ông phạm sự xấu hổ, và chính mình họ phải chịu báo ứng xứng với điều làm lỗi của mình." (Rô 1:26-27).

Bạn có từng cho phép tâm trí mình suy nghĩ về đồng tình luyến ái chưa? Bạn có từng suy nghĩ sẽ quan hệ tình dục đồng giới tính chưa? Bạn có từng dính dấp vào quan hệ tình dục đồng giới không?

MẶC CẢM TỘI LỖI

"Cho nên hiện nay chẳng còn có sự đoán phạt nào cho những kẻ ở trong Đức Chúa Giê-xu Christ;" (Rô 8:1).

Có bao giờ bạn lên án bản thân vì những tội lỗi trong quá khứ chưa? Có bao giờ bạn không tin rằng Đức Chúa Trời sẵn sàng tha thứ mọi tội lỗi của bạn chưa? Bạn có kết tội chính bản thân vì bạn nghĩ mình đã làm người khác thất vọng không? Bạn có phó mình cho những suy nghĩ mặc cảm bởi vì bạn cho rằng mình là người bố/người mẹ thất bại không?

SỢ HÃI

"Quyết chẳng có điều sợ hãi trong sự yêu thương, nhưng sự yêu thương trọn vẹn thì cất bỏ sự sợ hãi; vì sự sợ hãi có hình phạt, và kẻ đã sợ hãi thì không được trọn vẹn trong sự yêu thương." (1 Giăng 4:18).

Bạn có để tâm trí mình đắm chìm trong sự sợ hãi không? Bạn có sợ cái chết hoặc sợ đau bệnh không? Bạn có sợ Sa-tan hay ma quỷ không? Bạn có sợ bóng tối hoặc độ cao không?

LO LẮNG

"Chớ lo-phiền chi hết, nhưng trong mọi sự hãy dùng lời cầu nguyện, nài xin, và sự tạ ơn mà trình các sự cầu xin của mình cho Đức Chúa Trời." (Phi 4:6).

Bạn có lo lắng không? Bạn có hợp lý hóa sự lo lắng của mình bằng cách gọi nó chỉ là mối quan tâm mà thôi không? Bạn có lo lắng về cách người khác nghĩ gì về mình không? Bạn có lo lắng rằng mình sẽ bị đau yếu không? Bạn có lo lắng về con cái hay bố mẹ không? Bạn có lo lắng về tài chính không? Bạn có lo sẽ mất việc hoặc không được trả lương không? Bạn có thiếu tin cậy rằng Chúa là Đấng Chu Cấp mọi nhu cầu của bạn không?

NỔI LOẠN

"Sự bội nghịch cũng đáng tội bằng sự tà thuật; sự cố chấp giống như tội trọng cúng lạy hình tượng. Bởi ngươi đã từ bỏ lời của Đức Giê-hô-va, nên Ngài cũng từ bỏ ngươi, không cho ngươi làm vua." (1 Sam 15:23).

Đã bao giờ bạn nổi loạn chưa? Đã bao giờ bạn nổi loạn với bố mẹ chưa? Đã bao giờ bạn nổi loạn với nhà trường, công an hay thẩm quyền dân sự chưa? Bạn có thái độ nổi loạn với mục sư hay những người lãnh đạo thuộc linh khác trong hội thánh không? Bạn có nổi loạn với Chúa về những gì mà Ngài muốn hoặc không muốn bạn làm không?

CHỒNG VÀ VỢ

"Ấy vậy, như Hội thánh phục dưới Đấng Christ, thì đàn bà cũng phải phục dưới quyền chồng mình trong mọi sự. Hỡi người làm chồng, hãy yêu vợ mình, như Đấng Christ đã yêu Hội thánh, phó chính mình vì Hội thánh," (Êph 5:24-25).

Hỡi những người làm chồng, các anh có thất bại trong việc yêu vợ mình như Chúa Giê-xu yêu Hội Thánh không? Các anh có thất bại trong việc hy sinh cho vợ mình không? Hỡi những người làm vợ, các chị có thất bại trong việc thuận phục chồng trong mọi việc không trực tiếp đi ngược lại với sự dạy dỗ của Lời Chúa không? Các anh chị có đối xử với người vợ/chồng của mình theo cách xem cô/anh ấy là người không có giá trị hoặc không xứng đáng không? Các anh chị có cố gắng kiểm soát người phối ngẫu của mình không? Các anh chị có che giấu thông tin tài chính với người phối ngẫu của mình không?

NGHIỆN NGẬP

"Vậy, hỡi anh em, tôi lấy sự thương xót của Đức Chúa Trời khuyên anh em dâng thân thể mình làm của lễ sống và thánh, đẹp lòng Đức Chúa Trời, ấy là sự thờ phượng phải lẽ của anh em. Đừng làm theo đời nầy, nhưng hãy biến hóa bởi sự đổi mới của tâm thần mình, để thử cho biết ý muốn tốt lành, đẹp lòng và trọn vẹn của Đức Chúa Trời là thể nào." (Rô 12:1-2)

Bạn có từng sử dụng ma túy chưa? Bạn có lạm dụng thuốc kê toa không? Bạn có sử dụng thuốc giúp thay đổi tâm trí vì mục đích giải trí, ngay cả khi nó hợp pháp, bao giờ chưa?

BÓI TOÁN

"Ở giữa ngươi chớ nên có ai đem con trai hay con gái mình ngang qua lửa, chớ nên có thầy bói, hoặc kẻ hay xem sao mà bói, thầy phù thủy, thầy pháp, kẻ hay dùng ếm chú, người đi hỏi đồng cốt, kẻ thuật số, hay là kẻ đi cầu vong;" (Phục 18:10-11).

Bạn có từng tham gia vào hoạt động phù thủy, đạo thờ Sa-tan, bói toán hay dự đoán thiên văn không? Bạn có từng xem bói bằng hình ảnh hoặc vân tay bao giờ chưa? Bạn có từng cố gắng phát triển ESP hay Ki không? Bạn có từng tham gia vào việc dâng con thú hay con người làm sinh tế không?

CHIÊM TINH HỌC

"Ngươi đã nhọc sức vì cớ nhiều mưu chước. Vậy những kẻ hỏi trời, xem sao, xem trăng mới mà đoán việc ngày sau, bây giờ hãy đứng lên và cứu ngươi cho khỏi những sự xảy đến trên ngươi." (Ê-sai 47:13).

Bạn có từng dính dáng với chiêm tinh học không? Bạn có bao giờ đọc tử vi dù chỉ là cho vui chưa?

ĐỒNG BÓNG

"Nếu có ai bảo các ngươi: Hãy cầu hỏi đồng bóng và thầy bói, là kẻ nói ríu rít líu lo, thì hãy đáp rằng: Một dân tộc há chẳng nên cầu hỏi Đức Chúa Trời mình sao? Há lại vì người sống mà hỏi kẻ chết sao?" (Ê-sai 8:19)

Đã bao giờ bạn đi cầu hỏi ý kiến của nhà ngoại cảm hay một đồng bóng chưa? Đã bao giờ bạn tham dự buổi chầu đồng chưa? Đã bao giờ bạn chơi bảng cầu cơ chưa? Đã bao giờ bạn xin chỉ dẫn từ bất cứ vị thần nào khác ngoài Đức Thánh Linh chưa?

ĐỒ VẬT HUYỀN BÍ

"Có lắm người trước theo nghề phù phép đem sách vở mình đốt trước mặt thiên hạ; người ta tính giá sách đó, cộng là năm muôn đồng bạc." (Công 19:19).

Đã bao giờ bạn đọc hoặc sở hữu cuốn sách ma thuật huyền bí chưa? Đã bao giờ bạn sở hữu những đồ vật hoặc trang sức ma thuật chưa? Có bao giờ bạn sở hữu bài Tarot hay quả cầu dự báo tương lai chưa?

TÔN GIÁO SAI TRẬT

"Nhưng tôi ngại rằng như xưa Ê-va bị cám dỗ bởi mưu chước con rắn kia, thì ý tưởng anh em cũng hư đi, mà dời đổi lòng thật thà tinh sạch đối với Đấng Christ chăng. Vì nếu có người đến giảng cho anh em một Jêsus khác với Jêsus

chúng tôi đã giảng, hoặc anh em nhận một Thánh Linh khác với Thánh Linh anh em đã nhận, hoặc được một Tin lành khác với Tin lành anh em đã được, thì anh em chắc dung chịu!" (2 Côr 11:3-4).

Đã bao giờ bạn dính dáng với Phật giáo, Hin-đu giáo, Chứng nhân Giê-hô-va, Mọc-môn, Tân Thời Đại hay các tà giáo hoặc giáo lý Kinh Thánh sai trật nào chưa?

BẠO LỰC

"Đức Giê-hô-va thử người công bình; nhưng lòng Ngài ghét người ác và kẻ ưa sự hung bạo." (Thi 11:5).

Bạn có chìm đắm trong suy nghĩ về bạo lực không? Bạn có xem phim hay video giải trí có cảnh bạo lực không? Bạn có tham gia Karate hay loại hình võ thuật nào không? Bạn có bao giờ hình dung mình đấm, đá, giết hay tấn công tình dục với ai chưa?

INTERNET & TRUYỀN THÔNG

"Vậy, anh em hoặc ăn, hoặc uống, hay là làm sự chi khác, hãy vì sự vinh hiển Đức Chúa Trời mà làm." (1 Côr 10:31).

Bạn có lãng phí thời gian vào việc xem TV, video, phim ảnh, internet hay mạng xã hội không? Bạn có cắt bớt thời gian với Chúa để lướt mạng xã hội hay internet không? Bạn có vào những trang không làm vinh hiển danh Chúa không?

CÁC GỢI Ý THỰC TIỄN

Để Đức Thánh Linh dò xét đời sống bạn có thể cần nhiều thời gian. Không có gì lạ khi chúng ta được Đức Thánh Linh cáo trách hàng tá những tội lỗi trong bất kỳ một phạm trù tội lỗi cụ thể nào. Do đó, chuyện một người có thể cầu nguyện cho tất cả "kho tội lỗi" chỉ trong một đêm là chuyện không

thể xảy ra. Có thể mất một vài tuần hay thậm chí vài tháng mới có thể
hoàn tất việc này. Hơn nữa, nếu bạn muốn kinh nghiệm sự tái sinh trong
đời sống mới thì việc chỉ đọc về kho tội lỗi không thôi là chưa đủ. Thay vào
đó, sau mỗi câu Kinh Thánh và mỗi lời bình được đọc lên, hãy cầu xin Đức
Chúa Trời chỉ ra tội lỗi thật sự nào đang tồn tại. Không có sự cầu nguyện
và sự dẫn dắt của Đức Thánh Linh, thì Cơ Đốc nhân sẽ trở nên xem xét nội
tâm một cách thái quá, và điều này sẽ dẫn đến chuyện tự kết án mình. Các
tín hữu có thể trở nên thất vọng khi so sánh cuộc đời của mình với các tiêu
chuẩn trong Lời Chúa. Tuy nhiên, người tín hữu chỉ lừa dối bản thân khi
biện minh cho những tội lỗi chưa chịu ăn năn. Chính tội lỗi thường cản trở
tín hữu đó kinh nghiệm tình yêu, niềm vui và sự bình an. Mặc dù đôi lúc
tội lỗi mang lại vui thú tạm thời, nhưng nó sẽ để lại hậu quả nghiêm trọng
về sau. Tín hữu đó phải phó dâng cuộc đời mình cho thẩm quyền của Lời
Chúa và chân thành với chính mình nếu người ấy muốn có mối tương giao
mật thiết với Đức Chúa Trời và kinh nghiệm sự phục hưng cá nhân.

Cuối cùng, Cơ Đốc nhân không bao giờ được đoán xét chính mình bất kể
người ấy đã phạm tội gì và phạm nhiều tội thế nào. Chúa Giê-xu Christ đã
trả giá cho mọi tội lỗi của tín hữu ấy. Đó là lý do tại sao sứ đồ Phao-lô viết
rằng: "Cho nên hiện nay chẳng còn có sự đoán phạt nào cho những kẻ ở
trong Đức Chúa Giê-xu Christ;" (Rô 8:1). Đức Chúa Trời không còn kết án
tín hữu vì tội lỗi của người ấy nữa, vì vậy, Cơ Đốc nhân cũng không nên
kết án chính mình. Đức Thánh Linh sẽ cáo trách tội lỗi của tín hữu ấy và
cho người ấy cơ hội để ăn năn, để rồi tội lỗi đang là rào cản phước hạnh
từ Đức Chúa Trời ấy có thể được cất bỏ. Một lẽ thật tuyệt vời được bày tỏ
trong Kinh Thánh đó là Đức Chúa Trời đã hứa rằng Ngài sẵn lòng ban ân
điển cho người tin Chúa bất kể mức độ nghiêm trọng cũng như số tội mà
người ấy đã phạm trong cuộc đời của người ấy.

Ghi Chú

1. William J. Petersen, *25 Surprising Marriages* (Grand Rapids, MI: Baker Books, 1997), 24.

2. Nghĩa đen của A-bô-ly-ôn trong tiếng Hê-bơ-rơ là sự huỷ diệt. A-bô-ly-ôn trong tiếng Hy Lạp có nghĩa là "kẻ huỷ diệt." Merrill F. Unger, *Unger's Bible Dictionary* (Chicago, IL: Moody Press, 1983), 2 và 72.

3. "Thì hiện tại của động từ này ở thể sai khiến chỉ một hành động 'tiếp diễn hoặc được lặp lại" để rồi nghĩa của nó là "tiếp tục được đổ đầy" hay "liên tục được đổ đầy." Merrill F. Unger, *The Baptism & Gifts of the Holy Spirit* (Chicago, IL: Moody Press, 1980), 29.

4. John Nicholas Lenker, *Luther's Catechetical Writing* (Minneapolis, MN: The Luther Press, 1907), 305

5. Herbert Lockyer, *All the Promises of the Bible*, Grand Rapid, MI: Zondervan Publishing House, 1975), 9. (Everet R. Storms, một thầy giáo người Ca-na-đa, trong lần đọc Kinh Thánh thứ 27 đã đếm được 8,810 lời hứa.)

6. W.E. Vine, Merrill F. Unger và William White, Jr., *Vine's Complete Expository Dictionary* (Nashville, TN: Thomas Nelson, 1996), 613 (Machaira có nghĩa là "một thanh gương ngắn hoặc một con dao găm.")

7. Từ hàng muôn có nghĩa là 10,000. *New American Standard, Exhaustive Concordance of the Bible, Hebrew-Aramaic và Greek Dictionaries* (Nashville, TN: Holman, 1981), p. 1594.

8. Ạc-xi-mét là nhà toàn học thế kỷ thứ ba trước Chúa. Trong một tác phẩm cổ điển có nhan đề The Sand Reckoner, Ạc-xi-mét đã nỗ lực quyết định số hạt cát mà cả hoàn vũ này chứa và sử dụng thuật ngữ hàng muôn trong bài phân tích của mình. Dịch của *The Sand Reckoner* in lại ở James R. Newman, *World of Mathematics*, Vol. 1 (Redmond, WA: Tempus Books 1988), 411-419.

9. Heinrichs, Allison M., "How Many Stars in Universe? 70 Sextillion," *Orlando Sentinel*, July 25, 2003.

10. Billy Graham có vẻ như ngụ ý rằng hữu thể siêu nhiên đã giết 185,000 người trong trại quân A-sy-ri là một thiên sứ. Billy Graham, *Angels – God's Secret Agents* (Nashville, TN: Thomas Nelson, 1994), 96. Xin nhớ, rất có thể "thiên sứ của Đức Giê-hô-va" là cụm từ chỉ về Chúa Giê-xu tiền nhập thể chứ không phải một thiên sứ thánh. W.E. Vine, Merrill F. Unger và William White, Jr., *Vine's Complete Expository Dictionary* (Nashville, TN: Thomas Nelson, 1996), 5. ("Mối liên hệ giữa Đức Giê-hô-va và "thiên sứ của Đức Giê-hô-va" thường quá gần đến nỗi thật khó để tách bạch hai tên gọi đó... Cách nhận diện này dẫn một số nhà giải nghĩa đến chỗ kết luận rằng "thiên sứ của Đức Giê-hô-va" là Đấng Christ tiền nhập thể.")

11. C. Fred Dickason, *Angels - Elect & Evil* (Chicago, IL: Moody Press, 1995), 89.

12. J. Edwin Hartill, *Principles of Biblical Hermeneutics* (Grand Rapids, MI: Zondervan Publishing House, 1947), 105.

13. Billy Graham, *Angels – God's Secret Agents*, 59; C. Fred Dickason, *Angels - Elect & Evil*, 143.

14. *New American Standard, Exhaustive Concordance of the Bible, Hebrew-Aramaic and Greek Dictionaries*, 1688.

15. Xem chẳng hạn như Mat 8:16, Mat 8:28, Mat 9:32, Mat 12:22, Mat 15:22, Mác 1:32 và Lu-ca 8:36 trong Bản dịch King James và New American Standard.

16. Merrill F. Unger, *What Demons Can Do to Saints* (Chicago, IL: Moody, 1977), 86.

17. C. Fred Dickason, *Demon Possession & the Christian* (Westchester, IL: Crossway Books, 1987).

18. Daniel L. Akin (ed.), *A Theology for the Church* (Nashville, TN: B&H Academic, 2007), 134.

19. *New American Standard, Exhaustive Concordance of the Bible, Hebrew-Aramaic and Greek Dictionaries*, 1616.

20. Neil T. Anderson, *The Bondage Breaker* (Eugene, OR: Harvest House Publishers, 1993), 205 ("Bước cuối cùng đến tự do là chối từ tội lỗi của tổ tiên bạn..."); Edward F. Murphy, *Spiritual Warfare Handbook* (Nashville, TN: Thomas Nelson Publishers, Inc., 1992), 438 ("Vì thế, sẽ là khôn ngoan khi xưng nhận tội lỗi của "dòng dõi gia đình một người.")

21. Xin xem chẳng hạn Ga 3:13; Rô 4:15; Rô 8:1-4 và 1 Tês 5:9.

22. Neil T. Anderson, The Bondage Breaker, 205-206 ("Việc các đồn luỹ của ma quỷ có thể bị chuyển lại từ đời này sang đời kia được những người tham vấn cho người bị hành hại chứng thực.")

23. Edward F. Murphy, *Spiritual Warfare Handbook*, 437 ("Theo hiểu biết của tôi, sự dạy dỗ rõ ràng và trực tiếp từ Kinh Thánh về việc các linh chuyển từ đời này qua đời kia không được tìm thấy trong Kinh Thánh.)

24. Không điều nào trong sách này nên được diễn giải hay được hiểu theo nghĩa đề xuất, ám chỉ, hướng về hay đề nghị một người tìm kiếm các dịch vụ y tế hoặc tâm lý chuyên nghiệp phù hợp và tức thì trong việc điều trị những thách thức về tình cảm, thể chất hoặc tinh thần cả.

www.ingramcontent.com/pod-product-compliance
Lightning Source LLC
Chambersburg PA
CBHW032053090426

42744CB00005B/195

* 9 7 8 1 9 8 8 9 9 0 9 7 2 *